D1771745

கெட்ட வார்த்தை பேசுவோம்

பெருமாள்முருகனின் பிற நூல்கள்
[காலச்சுவடு வெளியீடு]

நாவல்

- ஏறுவெயில்
- நிழல்முற்றம்
- கூளமாதாரி
- கங்கணம்
- மாதொருபாகன்
- ஆளண்டாப் பட்சி
- பூக்குழி
- ஆலவாயன்
- அர்த்தநாரி
- பூனாச்சி அல்லது ஒரு வெள்ளாட்டின் கதை
- கழிமுகம்
- நெடுநேரம்

சிறுகதை

- பெருமாள்முருகன் சிறுகதைகள் (1988 – 2015)
- சேத்துமான் கதைகள்
- மாயம்
- வேல்!
- போண்டு

கவிதைகள்

- மயானத்தில் நிற்கும் மரம்
- கோழையின் பாடல்கள்

கட்டுரைகள்

- துயரமும் துயர நிமித்தமும்
- கரித்தாள் தெரியவில்லையா தம்பீ...
- பதிப்புகள் மறுபதிப்புகள்
- வான்குருவியின் கூடு (தனிப்பாடல் அனுபவங்கள்)
- ஆர். ஷண்முகசுந்தரத்தின் படைப்பாளுமை
- நிழல்முற்றத்து நினைவுகள்
- நிலமும் நிழலும்
- தோன்றாத் துணை
- மனதில் நிற்கும் மாணவர்கள்
- மயிர்தான் பிரச்சினையா?
- அப்படியெல்லாம் மனசு புண்படக்கூடாது
- காதல் சரி என்றால் சாதி தப்பு
- பாதி மலையேறுன பாதகரு
- கவிதை மாமருந்து
- உ.வே. சாமிநாதையரை ஒதுக்கலாமா?

பதிப்புகள்

- சாதியும் நானும் (அனுபவக் கட்டுரைகள்)
- கு.ப.ரா. சிறுகதைகள் (முழுத் தொகுப்பு)
- கருவளையும் கையும்

தொகுத்தவை

- உடைந்த மனோரதங்கள்
- பிரம்மாண்டமும் ஒச்சமும்
- பறவைகளும் வேடந்தாங்கலும் – மா. கிருஷ்ணன்
- உ.வே.சா. பன்முக ஆளுமையின் பேருருவம் (கட்டுரைகள்)
- தீட்டுத்துணி – சி.என். அண்ணாத்துரை (தேர்ந்தெடுத்த சிறுகதைகள்)
- கூடுசாலை – சி.சு. செல்லப்பா (கிளாசிக் சிறுகதைகள்)

கெட்ட வார்த்தை பேசுவோம்

பெருமாள்முருகன் (பி. 1966)

படைப்புத் துறைகளில் இயங்கிவருபவர். அகராதியியல், பதிப்பியல், மூலபாடவியல் ஆகிய கல்விப்புலத் துறைகளிலும் ஈடுபாடுள்ளவர்.

2023ஆம் ஆண்டுக்கான 'பன்னாட்டுப் புக்கர் விருது' நெடும்பட்டியலில் 'பூக்குழி' நாவலின் ஆங்கில மொழிபெயர்ப்பு 'Pyre' இடம்பெற்றது. இவரது 'ஆளண்டாப் பட்சி' நாவலின் ஆங்கில மொழிபெயர்ப்பான 'Fire Bird' நூலுக்கு 2023ஆம் ஆண்டு ஜேசிபி இலக்கியப் பரிசு வழங்கப்பட்டது.

அன்பார்ந்த வாசகருக்கு,
வணக்கம்.

காலச்சுவடு நூலை வாங்கியமைக்கு நன்றி.

நூலின் உள்ளடக்கம், உருவாக்கம், அட்டைப்படம் இன்ன பிற அம்சங்கள் பற்றிய உங்கள் கருத்துகளையும் ஆலோசனைகளையும் காலச்சுவடு வரவேற்கிறது. தகவல், எழுத்து, வாக்கியப் பிழைகள் தென்பட்டால் அவசியம் தெரிவித்து உதவுங்கள். நூல் தயாரிப்பில் கடும் குறைபாடு இருப்பின் மாற்றுப் பிரதி உங்களுக்குக் கிடைக்கக் காலச்சுவடு ஏற்பாடு செய்யும்.

மின்னஞ்சல்: **publisher@kalachuvadu.com**

காலச்சுவடு நாகர்கோவில் அலுவலகத்திற்குக் கடிதம் அனுப்பலாம்.

தங்கள்
எஸ்.ஆர். சுந்தரம் (கண்ணன்)
பதிப்பாளர் — நிர்வாக இயக்குநர்

Unauthorised use of the contents of this published book, whether in e-book or hardcopy format, for any type of Artificial Intelligence (AI) training — including but not limited to Machine Learning, Deep Learning, Natural Language Processing, Computer Vision, Chatbot Training, Image Recognition Systems, Recommendation Engines, and Language Models — is strictly prohibited without prior licensing from the publisher. Any such unauthorised use may result in legal action.

பெருமாள்முருகன்

கெட்ட வார்த்தை பேசுவோம்

காலச்சுவடு பதிப்பகம்

கெட்ட வார்த்தை பேசுவோம் ❖ கட்டுரைகள் ❖ ஆசிரியர்: பெருமாள்முருகன் ❖ © பெருமாள்முருகன் ❖ முதல் பதிப்பு: டிசம்பர் 2011 ❖ விரிவாக்கப்பட்ட காலச்சுவடு முதல் பதிப்பு: ஆகஸ்ட் 2014, எட்டாம் பதிப்பு: செப்டம்பர் 2025 ❖ வெளியீடு: காலச்சுவடு பப்ளிகேஷன்ஸ் (பி)லிட்., 669 கே.பி. சாலை, நாகர்கோவில் 629001

keTTavaarttai peecuvoom ❖ Essays ❖ Author: PerumalMurugan ❖ © PerumalMurugan ❖ Language: Tamil ❖ First Edition: December 2011 ❖ Expanded Kalachuvadu First Edition: August 2014, Eighth Edition: September 2025 ❖ Size: Demy 1 x 8 ❖ Paper: 18.6 kg maplitho ❖ Pages: 176

Published by Kalachuvadu Publications Pvt. Ltd., 669 K.P. Road, Nagercoil 629001, India ❖ Phone: 91-4652-278525 ❖ e-mail: publications@kalachuvadu.com ❖ Printed at Mani Offset, Chennai 600077

ISBN: 978-93-82033-47-9

09/2025/S.No. 580, kcp 6030, 18.6 (8) 9ss

எழுத்தாளரும் *மணல்வீடு* இதழாசிரியரும்
கூத்துக்கலைக்குத் தன்னை அர்ப்பணித்தவருமான
அன்பு நண்பர்
மு. ஹரிகிருஷ்ணனுக்கு

உள்ளே

முன்னுரை: தண்ணீருக்குள் விட்ட குசு	11
1. கெட்ட வார்த்தை பேசுவோம்	19
2. அல்குல்:சிற்றின்பமும் பேரின்பமும்	23
3. போதாமையின் கற்பனைகள்	30
4. முதுகுக்கொக்கி	37
5. பையரவு அல்குல்	45
6. 'என்னுத ரெண்டையும் புடுச்சுக்கோ'	52
7. அல்குல் தைவரல்	60
8. கம்பரசத்தில் ஒரு கோப்பை	67
9. காயமேகத்தின் காரச் சரக்கு	76
10. கலக மனம் கொண்ட புலமை	83
11. பருமாணியும் நஞ்சுணியும்	94
12. அக்காளை ஏறுதலும் மகளைப் புணர்தலும்	104
13. வவ்வாலெனத் தொங்கும் அல்குல்	115
14. மாடு தின்பான் பார்ப்பான்	126
15. தோப்பை முலையாக்கினான் பிரமன்	138
பின்னுரை: வாயில நல்லா வருது! – ஆ.இரா. வேங்கடாசலபதி	148
பின்னிணைப்பு: கடிதங்கள்	166
பொருளடைவு	170

முன்னுரை

தண்ணீருக்குள் விட்ட குசு

'கெட்ட வார்த்தை பேசுவோம்' என்னும் தலைப்பில் தொடராக எழுதப்பட்ட கட்டுரைகளின் தொகுப்பு இந்நூல். ராசமைந்தன் என்னும் வா.மு. கோமு நடத்திய 'இறக்கை' இதழின் பதிப்பாசிரிய ராக நண்பர் மு. ஹரிகிருஷ்ணன் இணைந்தபோது அவ்விதழுக்குத் தொடர்ந்து எழுத வேண்டும் என என்னைக் கேட்டுக்கொண்டே இருந்தார். அவரது விடாப்பிடியின் காரணமாக இந்தத் தொடரை எழுதத் துணிந்தேன். நம் சமூகத்தில் நிலவும் விழுமியங்களின் காரணமாகப் பேசப்படாமலும் எழுதப்படாமலும் மறைந்து கிடப்பவை எத்தனையோ. அவற்றில் சிலவற்றையேனும் எழுத வேண்டும் என்னும் மனக்கிடக்கை எனக்குண்டு. அப்படி எனக்குள் சேகரித்து வைத்திருக்கும் விஷயங்களுள் ஒன்றை இதற்கெனத் தேர்ந்துகொண்டேன். ஊடகப் பெருக்கம் மிகுந்துவிட்ட இக்காலத்திலும் எல்லா விஷயங்களுக்கும் இடம்தரும் வகையில் பத்திரிகைகள் இல்லை என்றுதான் நினைக்கிறேன். ஆனால் 'இறக்கை' இதழ் எதையும் எழுதலாம் என்னும் சுதந்திரத்தை வழங்கியது. 'இறக்கை'யில் ஆறு கட்டுரைகள் வந்தன. அதன்பின் ஹரிகிருஷ்ணன் தொடங்கிய 'மணல்வீடு' இதழில் கட்டுரைகள் தொடர்ந்தன. ஒவ்வொரு முறையும் என்னைச் செல்பேசியில் துரத்திக் கட்டுரை வாங்குவது ஹரியின் வழக்கம். அவரது தார்க்கோல்தான் இந்நூல் உருவாகக் காரணம்.

இந்தத் தொடருக்கான தலைப்பு வைப்பதில் எந்தப் பிரச்சினையும் இருக்கவில்லை. இதில் என்ன பேசப் போகிறேன் என்பதைத் தெளிவுபடுத்தும் வகையில் வழக்குத் தொடர் ஒன்றையே எடுத்து எளிமையாகத் தலைப்பாக்கினேன். ஆனால் நான் என்ன பெயரில் எழுதுவது என்பதுதான் பிரச்சினையாக இருந்தது. தொடர் எப்படி அமையும் என்பது பற்றிய தெளிவும் எனக்கில்லை. சோதனை முயற்சிதான் இது என்றே தோன்றியது. ஆகவே பெருமாள்முருகன் என்னும் பெயரில் வேண்டாம், புனைபெயரில் எழுதலாம் என முடிவு செய்தேன். நிர்ப்பந்தம் ஏதும் இன்றிச் சுதந்திரமாக எழுதுவதற்குப் புனைபெயரே பொருத்தமாக இருக்கும் எனக் கருதினேன். எழுத்தாளன் மட்டுமாக அல்லாமல் ஆசிரியனாகவும் இருப்பதால் ஏற்பட்ட சின்னத் தயக்கமும் இந்தப் புனைபெயர் முடிவுக்குக் காரணம். கல்வித்துறைதான் காற்றும் உட்புக முடியாத கோட்டையாக இன்றும் இருக்கிறது.

'பா. மணி' என்னும் பெயரில் எழுதுவது நான்தான் என யாருக்கும் சொல்லக்கூடாது என ஹரியிடம் உத்தரவாதம் பெற்றேன். அவரும் ரகசியம் காப்பதாகச் சொன்னார். இன்றைய ஊடக யுகத்தில் ரகசியம் என்பது தண்ணீருக்குள் விட்ட குசுப் போலத்தான். 'யாருக்கும் சொல்லக் கூடாது' என்னும் என் நிபந்தனையை அவரும் விதித்தபடியே பலருக்கும் சொல்ல வேண்டிய நிர்ப்பந்தம் அவருக்கு நேர்ந்துவிட்டது. வாசகர் சிலர் எழுத்து நடை கொண்டு கண்டுபிடித்ததாகச் சொன்னார்கள். அது எனக்குச் சந்தோசமே கொடுத்தது. எனினும் அவர்களுக்குச் சிரிப்பையே பதிலாகக் கொடுத்தேன். சிலருக்குச் சந்தேகம் வலுத்திருந்தது. உறுதிப்படுத்திக்கொள்ள என்னை அணுகியவர்கள் உண்டு. செல்பேசியில் அழைத்த சிலர், எடுத்தவுடன் 'நீங்க எழுதுன கெட்ட வார்த்தை பேசுவோம் கட்டுரை படிச்சன்' என்று தொடங்குவர். மென்மையாகவே அவர்களிடம் 'அவன் நானல்ல. நீங்கள் ஹரியிடம் பேசுங்கள்' என்று சொல்லித் தவிர்த்தேன். இப்படிப் போகப்போக இது ஒரு சுவாரஸ்யமான விளையாட்டாக எனக்கு உற்சாகம் தந்தது.

நானல்ல எனக் காட்டிக்கொள்ளும் விதமாக ஒரு கட்டுரையில் பெருமாள்முருகனையே விமர்சனம் செய்து எழுதியும் பார்த்தேன். இருப்பினும் ஒன்றும் செய்ய முடியவில்லை. பல ஓட்டைகள் விழுந்த பானையைக் கைகொண்டு அடைக்க முயன்றது போலாயிற்று. 2010 டிசம்பரில் ஹரி நடத்திய கலைவிழாவில் நாஞ்சில்நாடன் பேசியபோது கெட்ட வார்த்தை பேசுவோம் தொடரையும் என் பெயரையும் குறிப்பிட்டுப் பாராட்டினார். அது ஏற்கனவே தெரிந்த ஒரு விஷயத்தைப்

பகிரங்கப்படுத்தலாகவும் ஆயிற்று. இவ்வளவுக்குப் பிறகு இந்த நூலைப் பெருமாள்முருகன் என்னும் பெயரிலேயே வெளியிடுகிறேன்.

கெட்ட வார்த்தை என்னும் வழக்கு இருப்பினும் எந்தச் சொல்லும் தன்னளவில் நல்லது, கெட்டது எனப் பிரித்துப் பார்க்கும் வகையில் குணாம்சங்களை உடையதல்ல. நாம்தான் சொற்களுக்குப் பண்புகளைக் கொடுக்கிறோம். பலகாலமாக நல்ல சொற்களாக இருந்து வந்தவை திடுமெனப் புறக்கணிப்புக்கு உள்ளாகிக் கெட்ட சொல்லாக மாறிவிடுகின்றன. உடனடியான உதாரணமாக நினைவுக்கு வருவது 'சோறு.' இச்சொல்லுக்கு இரண்டாயிரம் ஆண்டுகால வரலாறு உண்டு. ஆனால் இன்று இச்சொல்லைப் பொது இடத்தில் பயன்படுத்துவதைக் கேவலமாகக் கருதும் நிலை ஏற்பட்டுவிட்டது. இச்சொல்லின் பொருள் இழிவாக மாறவில்லை. சொல்தான் அத்தன்மையைப் பெற்றிருக்கிறது. இச்சொல்லைப் பயன்படுத்துவோர் சாதி சார்ந்த இழிவுக்கு ஆளாக்கப்படுகின்றனர்; நாகரிகம் தெரியாத பட்டிக்காடாக எள்ளி நகையாடப்படுகின்றனர். நம் சகோதர மொழியாகிய மலையாளத்தில் இயல்பாக இச்சொல் இன்றும் புழக்கத்தில் இருக்கிறது. தமிழில் இச்சொல் எப்போதிருந்து இழிதன்மை அடையத் தொடங்கியது என ஆராய்வது சுவாரஸ்யமானதாக மட்டுமல்ல, வருத்தத்திற்குரிய வரலாறாகவும் இருக்கும்.

மொழியியலாளர்கள் சொற்கள் அடையும் பொருட்பேறுகளை இழிபொருட்பேறு, உயர்பொருட்பேறு என்றெல்லாம் வகைப்படுத்தி விளக்குகின்றனர். ஆனால் பொருள் மாறாமல் சொல் அடையும் குணமாற்றம் பற்றிய ஆய்வுகள் வந்துள்ளனவா எனத் தெரியவில்லை. இவ்விதம் குணமாற்றம் அடையும் சொல் காலப்போக்கில் வழக்கிழந்து போய்விடுவது இயல்பு. அல்குல் என்னும் சொல்லுக்கும் இப்படியான வரலாறு உண்டு. பதினெட்டாம் நூற்றாண்டு வரை இயல்பாகப் பதிவு பெற்று வந்த இச்சொல் பத்தொன்பதாம் நூற்றாண்டில் புறக்கணிப்புக்கு உள்ளாகத் தொடங்குகிறது. இப்படிப் பல சொற்கள் இருக்கின்றன.

மொழிக்குள் செயல்படும் மனித மனோபாவங்கள் வியப்பானவை. அவற்றில் சிலவற்றை வெளிக்கொண்டுவரும் முயற்சியே இக்கட்டுரைகள். ஒருசொல்லுக்கு இலக்கியப் பதிவு இருப்பதற்கும் இல்லாமைக்கும் பல்வேறு காரணங்கள் இருக்கின்றன. பதிவு இருப்பினும் அது எத்தகையது என்பதும் எந்தச் சந்தர்ப்பத்தில் பதிவாகிறது, பதிவு செய்பவரின் நோக்கம்

என்ன என்பவையும் முக்கியம். மேலும் பதிவுகளை ஒளிப்பதும் அழித்தொழிப்பதும் தொடர்ந்து நடந்து வரும் செயல்கள். குறிப்பாக அச்சு என்னும் நவீனத் தொழில்நுட்பம் ஏற்படுத்திய பதற்றம் கவனத்திற்குரியது. அச்சு பலவற்றை நிலைப்படுத்திவிடும் என்பதும் அப்பதற்றத்திற்குக் காரணம். குழூஉக்குறியாக இருந்த அறிவு பரவலாக்கம் பெறும்போது தடை மனநிலை உருவானது. இவ்வாறு பதிவுகளைத் தொகுப்பதும் அவற்றின் பின்னணியில் செயல்பட்ட மனோபாவங்களைத் தேடிச் செல்வதும் பதிவுகளை மறைக்கும் செயல்கள் சார்ந்த பின்னணிகளைக் கண்டறிய முயல்வதுமான பார்வைகளே இக்கட்டுரைகளை உருவாக்கி இருக்கின்றன. இவற்றை எழுதப் பழந்தமிழ் இலக்கியங்களை நோக்கிச் சென்ற தருணங்களில் சில பாடல்கள் புதிய அர்த்தம் பெற்று என்னை வியப்புக்குள்ளாக்கின. காளமேகத்தின் பாடல்கள் எனக்கு மிகவும் பிடித்தவை எனினும் இத்தொடருக்காக மீண்டும் பயின்றபோது இதுவரை தோன்றாத புத்தர்த்தங்கள் உருவாகி என்னைப் பரவசப்படுத்தின. வேறுபட்ட பயணத்தை இவை சாத்தியப்படுத்தின என்பதே இத்தொடர் எழுதியதில் எனக்குக் கிடைத்த பெருமகிழ்ச்சி.

கெட்ட வார்த்தைகளை வலிந்து பயன்படுத்திப் பிரபலம் பெறுவதோ பாலியல் சார்ந்து எழுதி நிலைநிறுத்திக் கொள்வதோ எனக்கு அவசியமற்றவை. இத்தொகுப்பின் அடுத்த பகுதி எப்படி அமையும் என்பதைப் பற்றி எனக்கு எந்த முன்முடிவும் இல்லை. நிறைய விஷயங்கள் இருக்கின்றன எனினும் அவற்றை என் கோணத்தில் இனிமேல் பயிலும்போதுதான் அதற்கு வடிவம் உருவாகும் என நினைக்கிறேன். ‘பீக்கதைகள்’ என்னும் சிறுகதைத் தொகுப்பை வெளியிட்டபோது தலைப்பை மட்டும் பார்த்துவிட்டு ‘அதிர்ச்சி மதிப்புக்காக இது’ எனச் சிலர் விமர்சனம் செய்தனர். அதிகாரம் சார்ந்த மிகவும் மேதாவித்தன மான இந்த விமர்சனம் இன்றைய காலம் பற்றிய புரிதலற்ற ஒற்றைப் பார்வை. ஆனால் அதைத் தாண்டிக் கதைகளை வாசித்தவர்கள் அத்தொகுப்பின் நோக்கத்தைப் புரிந்துகொண்டு விவாதித்தார்கள். அதேபோலத்தான் இந்நூல் தொடர்பாகவும் என் அணுகுமுறை வாசகர்களுக்கு எவற்றைத் தருகிறது என்பதை அறிய ஆவலாக உள்ளேன்.

இந்நூலை முதல்பதிப்பாக வெளியிட்டவர் கலப்பை பதிப்பகம் வே. ராமசாமி. இரண்டாம் பதிப்பைக் காலச்சுவடு வெளியிட்டது. முதல் பதிப்பின் தலைப்பில் ‘பகுதி 1’ என்றிருந்த அடையாளத்தை இரண்டாம் பதிப்பின்போது நீக்கிவிட்டேன். இரண்டு, மூன்றாம் பகுதிகள் எல்லாம் எதிர்காலத்தில் எழுதுவேன் என்னும் நம்பிக்கையில் ‘பகுதி 1’ எனக் கொடுத்திருந்தேன்.

அடுத்தடுத்த பகுதிகள் வந்துவிட்டதாகவே வாசகர்கள் கருத அது இடமளித்துவிட்டது. ஆகவே அப்படி வரும்போது அதற்கான அடையாளத்தைக் கொடுக்கலாம் என்று முடிவு செய்திருக்கிறேன். இரண்டாம் பகுதிக்கென எழுதப்பட்ட சில கட்டுரைகள் 'மணல் வீடு' இதழில் வெளியாகியிருக்கின்றன. இன்னும் பத்துக் கட்டுரைகளாவது எழுத வேண்டும். அதற்குக் காலம் எடுக்கும்.

முதல் பதிப்பை நண்பர் வே. ராமசாமி தம் கலப்பைப் பதிப்பகம் மூலமாக வெளியிட்டார். 'வாயைத் திறந்தால் கெட்ட வார்த்தையோடுதான் என்றிருந்த நான் இந்த நூலை வெளியிடுவது பொருத்தம்தான்' என்று அவர் சொன்னதுண்டு. ஆனால் 'காலச்சுவடு பதிப்பகம்' வெளியிட்டிருந்தால் நூல் இன்னும் சில ஆயிரம் பிரதிகள் விற்றிருக்கும் என்பது அவரது (எனதும்) ஆதங்கம். நூலை வாசகர் பார்வைக்குக் கொண்டு செல்வதில் அவருக்குப் பல தடைகள் இருந்தன. புத்தகக் கண்காட்சி நடக்கும் ஊர்களில் இருந்தெல்லாம் 'இந்த நூல் எந்தக் கடையில் கிடைக்கும்?' என்று செல்பேசியில் கேட்டு வாங்கிய வாசகர்கள் உண்டு. அவ்வளவு சிரமம் எடுத்துக் கொள்ளாத வாசகர்களுக்குக் கொண்டு சேர்க்க இயலவில்லை. காலச்சுவடு வழியாக இரண்டாம் பதிப்பு வந்து பரவலாக நூல் வாசகர்களைச் சென்றடைந்தது மகிழ்ச்சியான விஷயம்.

நூலின் தலைப்பைப் பார்த்துவிட்டுக் 'கெட்ட வார்த்தை பேசச் சொல்லி ஒரு புத்தகம் எழுதியிருக்கீங்களாமா?' என்று கேட்ட நண்பர்கள் உண்டு. கேட்டவர்களில் தமிழ் இலக்கியம் பயின்றோர் மிகுதி. அவர்களுக்குக் கொஞ்சம் இலக்கணம் கலந்து பதில் சொன்னேன். 'கெட்ட வார்த்தை பேசுவோம்' என்பது எழுவாய்த் தொடர் அல்ல, ஏவலும் அல்ல, 'கெட்ட வார்த்தையைப் பேசுவோம்' என்று இரண்டாம் வேற்றுமைத் தொகையாகக் கூட இதை எடுக்க வேண்டாம், 'கெட்ட வார்த்தையைப் பற்றிப் பேசுவோம்' என இரண்டாம் வேற்றுமை உருபும் பயனும் உடன்தொக்க தொகையாக எடுத்துக்கொள்ளுங்கள், அப்போது நூலின் பொருள் சரியாகப் பொருந்தும் என்பது என் பதில். நூலை வாசித்தவர்கள் மற்றவர்களுக்குச் சொன்னது 'தலைப்பை வைத்து முடிவு செய்யாதீர்கள். வாசித்துவிட்டுச் சொல்லுங்கள்' என்பதுதான். கெட்ட வார்த்தை பேசுவதைப் பற்றி இப்படி இன்னும் பேச நிறைய இருக்கிறது.

நூலுக்குச் சில நல்ல அறிமுகங்கள், மதிப்புரைகள் வெளி யாயின. இந்நூலை முன்வைத்துப் பலவகைத் தகவல்களுடனும்

நூலின் தளத்தை விரிக்கும் வகையிலும் சிறப்பான, விரிவான கட்டுரை ஒன்றைக் காலச்சுவடு இதழில் ஆ.இரா. வேங்கடா சலபதி எழுதினார். அக்கட்டுரை பொருத்தம் கருதி இந்நூலின் இறுதியில் பின்னுரையாக வெளியிடப்பட்டுள்ளது.

இந்நூலுக்கு நான் எதிர்பார்த்ததைவிடவும் நல்ல வரவேற்பு இருந்தது ஆச்சர்யம் தந்தது. மேலும் கனடா இலக்கியத் தோட்டம் சிறந்த நூலுக்கான (அபுனைவு பிரிவு) பரிசை வழங்கியது எதிர்பாராத விஷயம். அதைப் பெரும் அங்கீகாரமாகக் கருதுகிறேன்.

'கெட்ட வார்த்தை பேசுவோம்' நூலின் மூன்றாம் பதிப்பு இது. இடையில் சில ஆண்டுகள் அச்சில் இல்லை. ஏனோ இதை வெளியிடுவதில் ஆர்வமற்றுப் போயிற்று. கல்விப் புலத்தில் ரகசியக் குறிப்பாகக் 'கெட்ட வார்த்தை பற்றி எழுதியவர்' என்னும் வசைக்கு ஆளானதா? எல்லாவற்றையும் உள்ளுக்குள் வைத்துப் புழுங்கிக்கொண்டு வெளியே மினுக்கும் தமிழ்ச் சமூகத்தின் மீது ஏற்பட்ட அலுப்பா? அதிர்ச்சி ஊட்ட எழுதுகிறார் என எளிதான முத்திரையோடு ஒதுக்கிச் செல்லும் இலக்கிய உலகின் கடைவாய் ஏளனப் புன்னகையா? என்னவென்று தெரியவில்லை. இனி அச்சில் வேண்டாம் என்றும் முடிவு செய்திருந்தேன். வாசகர் பலர் இந்நூல் பிரதி வேண்டும் எனக் கேட்டுக்கொண்டே இருந்ததன் காரணமாக இப்போது விரதத்தை முடித்துக்கொள்ள நேர்ந்திருக்கிறது.

இத்தலைப்பில் மேலும் பல கட்டுரைகள் எழுதி அவற்றைப் பகுதி பகுதியாக நூலாக்கம் செய்யும் திட்டம் இருந்தது. இதைப் போல ஐந்து நூல்கள் எழுதும் அளவுக்கு என்னிடம் செய்திகள் இருப்பதாகப் பெருமிதம் கொண்டிருந்தேன். தொடர்ந்து எழுதச் சொல்லியும் நண்பர்கள், வாசகர்கள் ஊக்கம் தருகிறார்கள். எழுதித் தீராத விஷயம் இது. எனினும் இன்னும் மனம் கூடவில்லை. எழுதவென எடுத்த குறிப்புகள் இருக்கின்றன. மேலும் தேடவும் வாசிக்கவும் வேண்டியிருக்கிறது. ஏற்கனவே எழுதிய கட்டுரைகளும் கைவசம் இருக்கின்றன. தொடர்ந்து எழுதும் வேகம் கூட ஒரு நல்ல நாள் அமையும் எனக் காத்திருக்கிறேன்.

இந்நூலை யாரும் வாசிக்கலாம். வாசிப்போருக்கு இலக்கிய அறிவு மிகும். ஆய்வு, பதிப்பு, மூலபாடம் ஆகியவை குறித்துக் குறைந்தபட்ச உணர்வு உருவாகும். 'கெட்ட' வார்த்தை பற்றிய பார்வைக் கோணங்கள் கூடும். முன்முடிவற்றுத் திறந்த மனதோடு வாசிக்க உள்ளே நுழைந்தால் போதும். எதிர்காலச் சமூகம் பற்றிக் கவலை கொண்டோருக்கு

இன்னும் ஓர் உத்தரவாதத்தையும் கொடுக்க விரும்புகிறேன். உங்கள் பிள்ளைகள் 'கெட்ட' வார்த்தை பேசுவதற்கு இந்நூல் தூண்டாது. ஏற்கனவே பேசிக்கொண்டிருப்போரை (பேசாமல் யார் இருப்பார்கள்!) இனிமேல் வேண்டாம், பேசக் கூடாது என்று இந்நூல் தடுக்கவும் செய்யும். போதும் என்று நினைக்கிறேன்.

இக்கட்டுரைகளை எழுதக் காரணமாக இருந்த மு. ஹரிகிருஷ்ணனுக்கு நன்றி சொல்வதோடு அவருக்கே இந்நூலைக் காணிக்கை ஆக்கியுள்ளேன். இறக்கை ஆசிரியர் ராசமைந்தன், பலவிதமான எதிர்வினைகளை வழங்கிய இறக்கை, மணல்வீடு இதழ் வாசகர்கள் ஆகியோருக்கு நன்றி. இந்நூலின் முதற் பதிப்பைக் கலப்பை மூலமாக வெளியிட்ட எழுத்தாளர் வே. ராமசாமி, இக்கட்டுரைகளை எழுதியபோது நேர்ந்த ஐயங்களை விவாதித்தும் சில அடிப்படை நூல்களை வழங்கியும் உதவிய நண்பர் பொ. வேல்சாமி, இந்நூல் உருவாக்கத்தில் பங்கு பெற்ற ரெ. மகேந்திரன், செம்மைக்கும் பொருளடைவு தயாரிப்புக்கும் உதவிய பெ.முத்துசாமி ஆகியோருக்கும் நன்றிகள்.

இந்நூல் உருவாக்கத்தில் பங்காற்றிய திருமதி கலா முருகன் உள்ளிட்ட காலச்சுவடு ஊழியர்களுக்கும் நண்பர் கண்ணனுக்கும் நன்றி.

நாமக்கல் **பெருமாள்முருகன்**
26-11-21

கெட்ட வார்த்தை பேசுவோம்

அர்ச்சுனன் யாத்திரை என்னும் நாகார்ச்சுன சண்டை கூத்தைச் சமீபத்தில் பார்த்தேன். நள்ளிரவில் தொடங்கி விடியும்வரை நடந்தாலும் அலுப்பூட்டாத நிகழ்த்துகலையாகிய கூத்து திரும்பத் திரும்பப் பார்க்கத் தூண்டும் அம்சங்களைத் தனக்குள் கொண்டிருக்கிறது. பார்வையாளனின் முழுச் சுதந்திரத்தைக் கூத்தாடிகளும் கூத்தாடிகளின் சுதந்திரத்தைப் பார்வையாளர்களும் மிக மதிக்கும் தன்மையைக் கூத்து நிகழ்விடத்தில் காணலாம்.

அதேபோல் எந்த வார்த்தையையும் தயக்கமின்றிப் பயன்படுத்தும் ஒரே கலை கூத்துதான். பாலுறுப்புக்களுக்கு வழக்கில் உள்ள பெயர்களைக் கூச்சமின்றிச் சொல்லுதல், பாலுறவு தொடர்பான செய்கைகளைக் குறிப்பிடுதல் என்பனவெல்லாம் கூத்தில் சர்வ சாதாரணம். புராணக் கதைகளையே கூத்து மையமாகக் கொண்டிருந்தாலும் புராணப் பாத்திரங்களின் புனிதம் எள்ளி நகையாடப்படுவது கூத்தின் இயல்பு. எந்தப் பாத்திரமும் கோமாளியின் நையாண்டியிலிருந்து தப்ப முடியாது.

'நாகார்ச்சுன சண்டை' கூத்திலிருந்து ஒரு உதாரணத்தைச் சொல்கிறேன். நாரதர் நாராயணா நாராயணா என்று அடிக்கடி சொல்வதை நாற வாயா நாறவாயா என்று கோமாளி கேலி செய்கிறான். நாராயணா என்பதன் பொருளை நாரதர் கோமாளிக்கு விளக்குகிறார். அப்போது அவர்களுக்கு இடையே புகுந்து ஒரு பையன் போகிறான்.

டேய் புண்டவாயா என்று அவனைக் கோமாளி திட்டு கிறான். இது மாதிரி கெட்ட வார்த்தையெல்லாம் பேசினால் உன்னைச் சபித்துவிடுவேன் என்கிறார் நாரதர். ஆனால் கோமாளி கேட்கவில்லை. நாகரீகவான்கள் காதுகளைப் பொத்திக்கொள்ளும்படியான வார்த்தைகள் அவன் வாயிலிருந்து சாதாரணமாக வருகின்றன. பார்வையாளர்கள் விழுந்து விழுந்து சிரிக்கின்றனர்.

நாரதர் கோபப்பட்டு நீ ஊமையாகப் போ என்று சபிக்கிறார். கோமாளிக்குப் பேச்சு வரவில்லை. ஊமைக்குரலில் ஓலமிட்டு அழுகிறான். மத்தளக்காரர் எழுந்து வந்து என்னாச்சு என்று விசாரிக்கிறார். 'ஆ ஊமுங்கோ' என்று கஷ்டப்பட்டுச் சொல்கிறான் கோமாளி. 'அழுவறான்னு கேட்டா ஊம்பச் சொல்றான் பாரு' என்று அவர் போகிறார். அடுத்தடுத்து வருபவர்களிடமும் 'ஊமுங்கோ' என்கிறான். நாரதர் மனமிறங்கி அவனைப் பேச வைக்கிறார். நான் ஊமைங்கோ என்று சொன்னதைத்தான் எல்லோரும் தவறாகப் புரிந்துகொண்டதாக அவன் விளக்கம் தருகிறான். கிட்டத்தட்ட அரைமணிநேரம் நடந்த இக்காட்சியின்போது பார்வையாளர்கள் சிரித்து மாய்ந்தனர். சிறுவர்களிலிருந்து கிழடுகள் வரை எல்லா வயதிலும் கணிசமானோர் இருபாலரும் பார்வையாளர்கள் என்பது முக்கியம்.

இதுபோலக் கூத்துக் காட்சிகள் பலவற்றை எடுத்துக்காட்ட முடியும். பல காட்சிகளில் பார்வையாளர்களும் பங்கேற்பாளர்க ளாக மாறுகின்றனர். முகச்சுழிப்புச் சிறிதும் இன்றி எல்லாரும் ரசிக்கும் இத்தகைய நிகழ்வுகளை எப்படிப் புரிந்துக்கொள்வது? கெட்ட வார்த்தை என்று ஒதுக்கி நாசுக்காகப் பேசித் திரியும் மேல்தட்டு மனிதர்களைக் கேலி செய்யும் வாய்ப்பாகப் புராணப் பாத்திரங்களைப் பயன்படுத்திக் கொள்கிறார்கள் என்று சொல்லலாமா? முக்கியப் பாத்திரங்கள் எழுத்து நடையில் பேசுவதும் இலக்கிய வசனங்களை உச்சரிப்பதும் கூத்தின் தன்மை. அதனைச் சரிக்கட்ட கோமாளி பேச்சு வழக்கு எதார்த்தங் களைக் கையாள்கிறான் எனலாமா?

பாலியல் சார்ந்த சொற்களைப் பேசுவதும் பேசக் கேட்பதும் இன்பம் தரும் விஷயங்களாகக் கையாளப்படுகின்றன. குறிப்பிட்ட தொலைபேசி எண்ணில் ஆபாசமாகப் பேச வாய்ப்பளிக்கப்படுவதும் அதற்குக் குறிப்பிட்ட கட்டணம் வசூலிக்கப்படுவதும் நகரங்களில் வியாபாரமாக நடக்கிறது என்று கேள்விப்படுகிறோம். அடக்கப்படும் உணர்வுகள் இத்தகைய பேச்சுகள் மூலம் வெளிப்பட்டு இன்பம் பெறுவது உளவியல்

கொண்டு ஆராயத்தக்கது. அவ்விதம் கூத்துப் பேச்சு மக்களுக்கு இலவசமாக இன்பம் தருகின்றதா?

எதார்த்தத்தில் மக்கள் பாலுறவுச் சொற்களைச் சகஜமாகப் பயன்படுத்துகின்றனர். புருசன் பெண்டாட்டி சண்டை, பெண்களின் சண்டை முதலிய சந்தர்ப்பங்களில் வந்து விழும் வார்த்தைகளைக் கேட்காதோர் உண்டோ? அவற்றில் ஏதாவது ஒளிவு மறைவு இருக்கிறதா? ஆண்களோ பெண்களோ நான்குபேர் சேர்ந்தால் அங்கே இயல்பாகவே பாலியல் பேச்சு வந்துவிடுகிறது. எத்தனையோ பேர் பேச்சுக்கு இடையில் ஒரு கெட்ட வார்த்தையைச் சரளமாகச் சொல்லிப் பேச்சைத் தொடர்கிறார்கள். இப்படி வாழ்க்கையோடு இயைந்துவிட்ட கூறொன்றைப் பயன்படுத்தி நீண்ட நேரம் மக்களைப் பார்க்க வைக்கும் கூத்து உத்தி இது என்று சொல்லலாம்.

நாட்டுப்புறக் கலைகள் எல்லாம் இன்றைய பொழுதுபோக்குக் கலைகளுக்கு ஈடுகொடுக்க முடியாமல் ஆபாசமாக இழிந்து போய்விட்டன என்று கூறும் சில தமிழ் வாத்தியார்கள் போலப் புலம்பி ஒப்பாரி வைக்கலாமா? கூத்து தமிழகத்தின் மரபான செழுமைக் கலை என்று போற்றும் நவீன நாடகக்காரர்கள் கூத்தில் இருக்கும் பாலியல் சார்ந்த நகைச்சுவை அம்சத்தைத் துடைத்தெறிந்துவிட்டு அதிலிருக்கும் எந்தக் கூறைத் தன்வய மாக்கிக் கொண்டனர்? கூத்துப் பட்டறை எனப் பெயர் வைத்திருக்கும் நவீன நாடகக்குழுவினர் நடத்தும் நாடகங்களில் உடற்பயிற்சிக்கு இருக்கும் முக்கியத்துவம் கூத்தின் உயிர்ப்பான அம்சங்களுக்கு இல்லையே?

இப்படிப் பலவிதங்களில் கூத்தின் ஆபாசம் பற்றிப் பேசலாம். கரகாட்டம், குறவன் குறத்தி ஆட்டம் ஆகிய நாட்டுப்புறக் கலைகளிலும் பாலுறவு சார்ந்த பேச்சுகள், பாட்டுகள் வரைமுறை யற்று இடம்பெறுகின்றன. பெரும்பான்மையான மக்களைப் பார்வையாளர்களாகக் கொண்டிருக்கும் இக்கலைகளில் மட்டும்தான் பாலுறவுச் செய்திகளும் உறுப்புகளும் வெளிப்படை யாகப் பேசப்படுகின்றனவா? அதாவது வாய்மொழி மரபை அடிப்படையாகக் கொண்ட கலை இலக்கியங்களில் மட்டும்தான் இந்த ஆபாசம் இருக்கின்றதா? எழுத்திலக்கியங்களில் இந்தப் போக்குக் கிடையாதா?

இரண்டாயிரம் ஆண்டுகால இலக்கிய வளம்பெற்ற மொழியை எத்தனைதான் துடைத்துத் துடைத்துப் பாதுகாத்தாலும் எல்லாவற்றையும் மீறி வாழ்வின் சகல அம்சங்களும் மெல்லிய தூசுகளாகவேனும் படிந்திருக்கத்தானே செய்யும்? ஆனால் ரொம்பவும் கஷ்டப்பட வேண்டியதில்லை. தமிழ் இலக்கியங்களில்

எல்லாவகைத் தூசுகளும் வண்டி வண்டியாகப் பத்தேறியே கிடக்கின்றன. எழுத்து இலக்கியம் மாசுமருவற்ற தூய இலக்கியம் அல்ல.

இன்று பெண் கவிஞர்கள் முலை, யோனி போன்ற சொற்களைத் தாராளமாகக் கையாள்வதை எதிர்க்கும் பண்பாட்டுக் காவலர்கள் நம் மரபிலக்கியங்களை வாசித்தால் என்ன செய்வார்கள் என்று பயமாக இருக்கிறது. சங்க இலக்கியங்களில் ஏராளமான முலைகள் வருகின்றன. பெண்ணை வருணிக்க பிற்காலத்தில் பின்பற்றப்பட்ட பாதாதிகேசம், கேசாதிபாதம் அதாவது பாதத்தில் தொடங்கி தலைமயிர்வரை வருணித்தல் என்னும் முறைகளுக்கான தொடக்கம் சங்க இலக்கியத்திலேயே இருக்கிறது.

கூந்தல், நெற்றி, புருவம், இமை, கண், மூக்கு, உதடு, நாக்கு, கழுத்து, தோள், முலைகள், இடை, கை, விரல்கள் என்று போகும் வருணனை வேகம் பெண்ணின் பிறப்புறுப்பையும் விட்டு வைக்கவில்லை. வேண்டுமானால் இப்படிச் சொல்லலாம். பெண்ணின் மலப்புழை தவிர மற்ற எல்லா அங்கங்களையும் வருணித்து வைத்திருக்கிறார்கள்.

பெண்ணின் பிறப்புறுப்புக்கு ஆதிகால எழுத்திலக்கியப் பெயர் அல்குல். இந்தச் சொல் நிச்சயம் தூய தமிழ்ச் சொல்லாகவே இருக்கும். ஏனென்றால் கெட்ட வார்த்தைகளில் மட்டும்தான் பிறமொழிக் கலப்பு ஏற்படவில்லை என்று தனித்தமிழ் நண்பர் ஒருவர் சொன்னார். கலப்பு ஏற்படா வண்ணம் அல்குலைக் காப்பாற்றி வைத்திருக்கிறோம் என்பது தமிழரின் பெருமைக்குச் சான்று.

நிற்க.

அல்குல் பற்றி சங்க இலக்கியம் சொல்பவற்றைப் பார்ப்போம்.

○ ○ ○

அல்குல்: சிற்றின்பமும் பேரின்பமும்

பெண்ணின் பிறப்புறுப்பைக் குறிக்க இன்றைய எழுத்து வழக்கில் 'யோனி' என்னும் சொல்லைப் பயன்படுத்துகின்றனர். இது சமஸ்கிருதச் சொல். இதற்கு நிகரான ஆதிகாலத் தமிழ்ச்சொல் 'அல்குல்.' தமிழில் கிடைத்திருக்கும் இரண்டாயிரம் ஆண்டுக்கு முற்பட்ட சங்க இலக்கியங்களில் அல்குல் தயக்கம் இன்றியும் தாராளமாகவும் புழங்கப்பட்டுள்ளது.

பிற உறுப்புகளைப் பேசும்போது உள்ள இயல்பு அல்குலைப் பற்றிப் பேசும்போதும் உள்ளது. பாலுறுப்பு என்பதால் அல்குலுக்குக் கூடுதல் முக்கியத்துவம்கூடக் கொடுக்கப்பட்டுள்ளது என்றும் சொல்லாம். சங்க இலக்கிய அகப்பாடல்கள் ஆண் பெண் உறவைப் பல தளங்களில் பேசக்கூடியவை. ஆண் குரல் பேசும் பாடலாயினும் பெண் குரல் பேசும் பாடலாயினும் அதில் அல்குல் சாதாரணமாக ஒலிக்கின்றது.

சங்க இலக்கிய அகநூல்களில் சிறந்ததாகிய குறுந்தொகையில் மட்டும் ஒன்பது பாடல்கள் அல்குல் பற்றிப் பேசுகின்றன. அல்குலின் அழகை வருணித்தல், அல்குலை மறைத்துள்ள ஆடை அணிகலன்களின் சிறப்பைச் சொல்லுதல் என இரண்டு முறைகளில் அடைச்சொற்கள் அமைந்துள்ளன. வரிகளைக் கொண்ட அல்குல், தேமல் (அல்லது வெளுப்பு) கொண்ட அல்குல், மிகவும் அகண்ட அல்குல், திருத்தமான அணிகளைப்

பூண்ட அல்குல், தழை ஆடையால் மறைக்கப்பட்ட அல்குல் எனக் கவிஞர்கள் சிறப்பிக்கின்றனர்.

பெண்குரலில் அமைந்த குறுந்தொகைப் பாடலொன்று:

கன்றும் உண்ணாது கலத்தினும் படாது
நல்லான் தீம்பால் நிலத்து உக்காஅங்கு
எனக்கும் ஆகாது என்னைக்கும் உதவாது
பசலை உணீஇயர் வேண்டும்
திதலை அல்குல் என்மாமைக் கவினே (பாடல் 27)

காதலனைப் பிரிந்து வாடும் பெண்ணின் காம வேட்கையை அருமையான உவமை ஒன்றின் மூலம் இப்பாடல் சொல்கிறது. அந்தப் பெண்ணே பேசுவதாகப் பாடல் அமைந்துள்ளது. நல்ல சுவையான பாலைத் தரும் மாடு. அதன் மடியில் பால் நிறைந்திருக்கிறது. காம்புகள் சுரந்து நிற்கின்றன. ஆனால் மாடு இப்போது மேய்ச்சல் காட்டில் இருக்கிறது. அதன் கன்றோ வீட்டில். மாட்டுக்குச் சொந்தக்காரன் மாட்டைப் பற்றிய நினைவே இல்லாமல் எங்கோ வேறு வேலைகளில் மூழ்கிக் கிடக்கிறான். சுரந்த பாலைக் கன்றும் உண்ணவில்லை. கலம் கொண்டு கறக்கப் படவுமில்லை. தானாகப் பீறிட்டு வெளியேறித் தரையிலே வீழ்ந்து வீணாகிறது. அதுபோலத்தான் இப்போது எனது நிலையும். மாந்தளிர் போன்ற (அல்லது கருமை) நிறத்தையும் அழகையும் தேமலையும் உடைய என் அல்குலால் எனக்குப் பயன் எதுவுமில்லை. என் காதலன் பிரிந்து சென்று எங்கோ இருக்கிறான் ஆதலால் அவனுக்கும் பயனில்லை. பசலை என்னும் காமநோய் தின்பதால் வீணாகிக்கொண்டிருக்கிறது என்று சொல்கிறாள் அந்தப் பெண்.

பாலுறவு தொடர்பான வெளிப்படையான குறிப்புகளைக் கொண்டுள்ள பாடல் இது. காமத்தைப் பேசுகிறோம் என்பதால் ஒளிவுமறைவு வேண்டும் என்னும் எண்ணம் எதுவும் இல்லை. அப்பெண் சொல்லக்கூடிய உவமை பல விதங்களில் பொருத்தம் உடையது. 'பால் வீணாவது போல அழகு வீணாகிறது' என்று மிக நாகரிகமாக இதற்கு உரை சொல்வர் தமிழ் அறிஞர்கள். அவர்கள் பார்வையில் பொதுவான அழகைப் பற்றிப் பாடல் பேசுகிறது. 'திதலை அல்குல் என் மாமைக்கவினே' என்னும் அடிக்கு 'தேமல் படர்ந்த அல்குலை உடைய என் மாந்தளிர் மேனியின் அழகு' எனப் பொருள் கொள்கின்றனர். மாமை என்பதற்கு மாந்தளிர் நிறம் என்றும் கருமை நிறம் என்றும் பொருள் உண்டு. மாமை, கவின் ஆகியவற்றையும் அல்குலுக்குப் பொருத்திப் பார்ப்பது கூடுதல் பொருள் தரும். அல்குலின் நிறம், அதன் அழகு, தோற்றம் ஆகியவை இவ்வடியில் பொருத்தமாகப் பேசப்படுகின்றன.

மாட்டின் காம்புகளில் சுரக்கும் பால் என்பது காமநீர் சுரக்கும் அல்குல் எனப் பொருந்தும். உவமையில் குறிப்பான ஒன்று வீணாகிறது. அதற்கு நிகராக அல்குல் வீணாகிறது என்று சொல்வதுதான் சரி. அல்குல் இனப்பெருக்க உறுப்பு. அது அப்பெண்ணுக்கும் அவள் காதலனுக்கும் இன்பத்தைத் தருவதோடல்லாமல் சந்ததியை உருவாக்கவும் காரணமானது. சரியான காலத்தில் பயன்படுத்தப்பட வேண்டும். இல்லையேல் வீணாகிவிடும். இன்பம், இனப்பெருக்கம் இரண்டுக்கும் பயன் படாமல் போகும். பால் வற்றிய மாட்டில் கன்றோ கறப்பவனோ என்ன பெற முடியும்?

ஆண்குரலில் அமைந்த குறுந்தொகைப் பாடல் ஒன்று:

விரிதிரைப் பெருங்கடல் வளைஇய உலகமும்
அரிதுபெறு சிறப்பின் புத்தேள் நாடும்
இரண்டும் தூக்கின் சீர்சா லாவே
பூப்போல் உண்கண் பொன்போல் மேனி
மாண்வரி அல்குல் குறுமகள்
தோள்மாறு படூஉம் வைகலொடு எமக்கே" (பாடல் 101)

புணர்ச்சி இன்பத்தைச் சிற்றின்பம் என்றும் பக்தியால் கிடைக்கும் இறைவன் திருவடி இன்பத்தைப் பேரின்பம் என்றும் கூறுவது மதக்கருத்து. 'சிற்றின்பத்தை ஒதுக்க வேண்டும், பேரின்பத்தை நாட வேண்டும், என்றும் மதங்கள் கூறும். சிற்றின்பம் நிலையற்றது; பேரின்பம் நிலையானது. நிலையானதைப் பெறுவதுதான் மனிதப்பிறவியின் நோக்கம் என்றும் அவை விளக்குகின்றன. ஆனால் இதில் எழும் அடிப்படைக் கேள்வி ஒன்றுண்டு. இன்பம் என்பது நிலைத்த தன்மையுடையதா? சிற்றின்பமாக இருந்தாலும் சரி, பேரின்பமாக இருந்தாலும் சரி. அதற்கு நிலைத்திருக்கும் இயல்பு கிடையாது. அதனாலேயே மனம் இன்பத்தை நாடுகிறது. இன்பம் நினைவாகக்கூட நீடித்திருப்பதில்லை. சில சந்தர்ப்பங்களில் அது ஏக்கமாக நீடிக்கும். அவ்வளவே.

ஆனால் துன்பத்திற்கு நிலைத்த இயல்புண்டு. அதனால்தான் நாம் யாரும் அதனை விரும்புவதில்லை. இன்பம் சட்டென்று கரைந்துவிடும். துன்பம் நீங்காமல் சுற்றி வளைத்துக்கொள்ளும். அடுத்தடுத்து இன்பம் வந்தாலும் அவ்வப்போதைய கணத்து இன்பத்தையே உணர்கிறோம். துன்பம் ஒன்றிரண்டு அடுத்தடுத்து வந்தாலும் வாழ்வே துன்பமயமாகிவிட்டதாகப் புலம்புகிறோம். 'பட்ட காலிலே படும்; கெட்ட குடியே கெடும்' என்னும் பழமொழி துன்பத்தைப் பொறுத்துக்கொள்ளாத மனநிலையிலிருந்து ஏற்பட்டிருக்க வேண்டும். பல்லாண்டுகளுக்கு முன் நடந்த துன்பமான நிகழ்ச்சிகூட மனத்தில் வடுப்போல்

கெட்ட வார்த்தை பேசுவோம்

பதிந்திருக்கும். துன்பம் நேர்ந்த சந்தர்ப்பங்களை அடுக்கிக் காட்டித் துன்பத்திலேயே வாழ்வதாக மனம் பாவிக்கும்.

ஆகவே இன்பத்தைப் பொறுத்தவரை அதன் ஆயுள் அது நிகழும் கணம் மட்டும்தான். ஆசாபாசங்கள் கொண்ட சாதாரண மனிதர்கள் விசாரம் எதுவும் இன்றி அந்தந்தக் கணத்து இன்பத்தை அனுபவித்து வாழ்கின்றனர். விசாரம் கொண்ட மனிதர்களால் எளிய இன்பங்களைக்கூட நுகர முடிவதில்லை. மேலே காட்டிய பாடலில் ஒலிப்பது அத்தகைய சாதாரண மனிதன் ஒருவனின் தீர்க்கமான குரல். சிற்றின்பம் என்று ஒதுக்கும் உடலின்பத்திற்கு நிகராக எதுவுமே கிடையாது என்று உரத்துச் சொல்கிறது அந்தக் குரல்.

தராசுத்தட்டு அவன்முன் இருக்கிறது. எடைக்கல் வைக்க வேண்டிய பக்கத்தில் அலைகள் நிறைந்த கடலால் சூழப்பட்ட இந்தப் பூவுலகமும் மனிதன் மிகவும் அரிய தவங்களை மேற்கொண்டால் மட்டுமே செல்ல வாய்க்கும் சொர்க்கம் என்னும் தேவருலகமும் வைக்கப்பட்டுள்ளன. தராசுத்தட்டின் மற்றொரு பக்கத்தில் பூப்போன்ற கண்களையும் பொன் போன்ற மேனியையும் சிறப்புடைய வரிகளால் ஆன அல்குலையும் கொண்ட காதலியை அணைத்து அன்றைய நாளில் பெற்ற புணர்ச்சி இன்பம் வைக்கப்படுகின்றது. புணர்ச்சி இன்பம் வைக்கப்பட்ட தட்டுக் கீழே நிலத்தில் மோதி நிற்கிறது. பூவுலகமும் தேவருலகமும் சேர்ந்த தட்டு மேலே தூக்கிகொண்டு நிற்கிறது. புணர்ச்சி இன்பத்திற்கு நிகராக எதையுமே சொல்ல முடியாது. இதுதான் அந்தத் தலைவனின் நிலைப்பாடு.

உடலின்பத்திற்குச் சமமாக எதுவுமே கிடையாது என்று அதில் ஈடுபட்டவர்கள் நிச்சயம் உணர்ந்திருப்பர். கடவுள் என்னும் பேரின்பம் உடலுறவின் உச்சத்தில் உணரப்படுவதுதான் என்று ஓஷோ சொல்வார். அந்தக் குறிப்பிட்ட கணம் இன்பத்தின் பேரூற்றைக் காட்டும் அற்புதம் வாய்ந்தது. அதனை உணர்ந்து அறிந்த காரணத்தால்தான் சங்க காலக் காதலன் உடல் இன்பத்தின் பக்கம் நிற்கிறான். பெண்ணின் கண்ணையும் மேனியையும் சொன்னவன், அவளது அல்குலை மாண்வரி அல்குல் என்று கூறுகிறான். மாட்சிமைப்பட்ட வரி உடைய அல்குல் என்று இதற்கு விளக்கம் சொல்கின்றனர். வரியுடைய அல்குல் என்னும் வருணனை சங்க இலக்கியத்தில் பலவிடங்களில் வருகிறது. அது என்ன வரி? பெருமை உடைய வரி என்பதன் பொருள் எதுவாக இருக்கும்? இதை விளக்குவதற்கு யாரும் துணிவதில்லை. பெண்ணுறுப்பு கொண்டிருக்கும் பிளவாகிய கோடு என்பதுதான் அதன் பொருள்.

பெண்ணோடு கூடி முயங்கிப் பெறும் இன்பத்தை மேன்மைப் படுத்திச் சொல்லும் ஆண், பெண்ணுறுப்பாகிய அல்குலைப் பெயர் சுட்டிச் சொல்கிறான். இன்பத்தின் உறைவிடம் அல்குல் என்பதை வெளிப்படையாகச் சொல்வதில் அவனுக்குக் கூச்சம் எதுவுமில்லை. இவ்வாறு குறுந்தொகையிலும் பிற சங்க இலக்கியப் பாடல்களிலும் அல்குல் பற்றிய செய்திகள், வருணனைகள் மனம்கொள்ளத்தக்க வகையில் கவித்துவத்தோடு அமைந்துள்ளன.

ஆனால் குறுந்தொகையை ஓலைச் சுவடியிலிருந்து அச்சாக்கித் தந்த இக்காலத்து நாகரிகக் கனவான்கள், தமிழ்ப் பண்பாட்டைக் காப்பாற்றும் காவலர்கள் முதலியோர் அல்குலுக்குக் கொடுத்த மதிப்பென்ன? அது கெட்ட வார்த்தை, உச்சரிக்க கூடாத ஆபாசச் சொல். அப்பேர்ப்பட்ட வார்த்தை இலக்கியத்தில் இருக்கவே கூடாது என்று கருதியுள்ளார்கள். குறுந்தொகை, சங்க இலக்கிய நூல்களிலேயே செறிவும் கவித்துவமும் இணைந்த மேன்மை பெற்ற நூல். அதையெல்லாம் உணர்ந்தாலும் 'அல்குல்' முகம் சுழிக்க வைத்திருக்கிறது.

குறுந்தொகையை முதன்முதலில் உரை எழுதி அச்சிட்டவர் 'சௌரிப் பெருமாள் அரங்கன்' என்னும் ஐயங்கார் ஆவார். 1915ஆம் ஆண்டு இதனை அவர் பதிப்பித்தார். தமிழ்ப் பண்டித ராகப் பள்ளியிலும் கல்லூரியிலும் பணிபுரிந்த அவருக்கு ஏனோ அல்குல் மீது கடும் வெறுப்பு. அல்குல் என்னும் சொல் எந்த இடத்திலும் வரக்கூடாது என்பதில் கறாராக அவர் இருந்துள்ளார். அல்குலைக் 'குஃறொடரன் மொழி' எனக் குறிப்பிடுகின்றார். 'குல் தொடர் அல்மொழி' என்பது அதன் இயல்பு வடிவம். சொல்லக்கூடாத சொல். அதவாது கெட்ட வார்த்தை என உணர்த்த 'அல்மொழி' என்கிறார்.

குறுந்தொகையில் ஒன்பது பாடல்களில் 'அல்குல்' வருகிறது. அல்குலை நீக்கிவிட்டு வேறு சொற்களைச் சௌரிப்பெருமாள் அரங்கனார் தாமாகப் போட்டு நிரப்பியுள்ளார். இரண்டாயிரம் ஆண்டுகளாக ஓலைச்சுவடியில் படியெடுத்துப் படியெடுத்துப் படித்து வந்த ஆயிரக்கணக்கான தமிழர்கள் தவறென்று கருதாத ஒரு வார்த்தையைக் குறுந்தொகையை முதன்முதலில் அச்சேற்றும் வாய்ப்பு பெற்றவர் நீக்கினார் என்பதை எந்த அடிப்படையில் புரிந்துகொள்வது? அல்குலுக்குப் பதிலாக அவர் பெய்துள்ள மாற்றுச் சொற்களைக் காணலாம்.

1. திதலை அல்குல் – திதலை ஆகம் (பாடல் 27)
2. மாண்வரி அல்குல் – மாண்வரி ஆகம் (பாடல் 101)

3. தழையணி அல்குல் – தழையணி மருங்குல் (பாடல் 125)

4. தழையணி அல்குல் – தழையணி ஆடை (பாடல் 159)

5. அல்குல் அவ்வரி வாட – பெருந்தோள் அவ்வரி வாட (பாடல் 180)

6. திருந்திழை அல்குல் – திருந்திழை உடை (பாடல் 214)

7. மணிமிடை அல்குல் – மணிமிடை மருங்குல் (பாடல் 274)

8. தித்தி பரந்த பைத்தகல் அல்குல் – தித்தி பரந்த பணையெழில் மென்தோள் (பாடல் 294)

9. தழைதாழ் அல்குல் – தழைதாழ் மருங்குல் (பாடல் 345)

ஆகம் (முலை), மருங்கல் (இடை), ஆடை, தோள் ஆகிய சொற்கள் அல்குலுக்கு மாற்றாகப் போடப்பட்டுள்ளன. இவையெல்லாம் அல்குலுக்கு மாற்றாக முடியுமா? அல்குலின் இடத்தில் இவற்றை வைத்துப் பார்த்தால் ஏதாவது பொருத்தம் தோன்றுகிறதா? சௌரிப்பெருமாள் அரங்கனாருக்கே வெளிச்சம்.

இதே குறுந்தொகையை 1937ஆம் ஆண்டில் தாமே உரை யெழுதிச் சிறப்பாக வெளியிட்டவர் உ.வே. சாமிநாதையர். அவர் பதிப்பு நேர்மை உடையவர். அல்குல் அவசியம் என்பதை உணர்ந்தவர். ஆனால் அல்குல் என்பதற்கு எவ்விடத்திலும் பெண்ணுறுப்பு எனப் பொருள் தரவேயில்லை. அனைவருக்கும் தெரிந்த ஒன்றுக்கு விளக்கம் எதற்கு என்று விட்டிருக்கலாம். அவரிடம் உரை நேர்மையும் உண்டு.

திருந்திழை அல்குற்குப் பெருந்தழை உதவி (பாடல் 214)

என்னும் அடிக்கு விளக்கம் எழுதும்போது, 'பெருந்தழை என்றான் அதனை அணியும் உறுப்புப் பெரிதாதல் பற்றி' என்கிறார். அல்குலின் ஆழம், அகலம் பற்றிய கற்பனைகளும் தொன்மக் கதைகளும் நம்மிடம் பல உள்ளன. மழை பெய்தபோது பெரிய ஆட்டு மந்தையையே தன் அல்குலுக்குள் அடக்கிக் கொண்ட பெண்ணைப் பற்றிய நாட்டுப்புறப் பாலியல் கதையை கி. ராஜநாராயணன் எழுதியுள்ளார். மனித மனோபாவத்தில் அல்குல் பற்றிப் பொதிந்திருக்கும் கற்பனையை உணர்ந்து உ.வே. சாமிநாதையர் எழுதியுள்ளார்.

இந்தக் கற்பனை போதாமையிலிருந்து வருவது.

பயன்பட்ட நூல்கள்

1. உ.வே.சாமிநாதையர் *(ப.ஆ.), 1983, குறுந்தொகை, அண்ணாமலை நகர், அண்ணாமலைப் பல்கலைக்கழகம், மறுபதிப்பு.*

2. *சௌரிப்பெருமாள் அரங்கன் (ப.ஆ.), 2000, குறுந்தொகை உரையுடன், சென்னை, முல்லை நிலையம், மறுபதிப்பு.*

போதாமையின் கற்பனைகள்

போதாமை என்பது மனித மனத்தின் அடிப்படை இயல்பு. காசுபணம், செல்வம் செல்வாக்கு, ஆடை அணிகலன், வசதி வாய்ப்பு, வீடு தோட்டம் எனப் புறவிஷயங்களில் போதாமையின் வெளிப்பாட்டைச் சாதாரணமாகக் காணலாம். இவற்றில் எந்த மனிதனாவது போதும் என்று நிறைவு கொண்டிருக்கிறானா? சில மகான்களுக்கு அது சாத்தியமாகி இருக்கலாம். அவர்களும்கூட இந்த வாழ்வின் போதாமையைப் பற்றிப் பேசியிருப் பார்கள். எத்தனை இருந்தாலும் 'இன்னும் இன்னும்' என்று மனம் அலைபாய்ந்து கொண்டேயிருக்கிறது. 'இன்னும்' என்பதற்கு முடிவேது? பூமியிலுள்ள சகலத்தையும் தனக்கென உட்படுத்திக்கொண்ட பிறகும் அயல் கிரகத்தை நாடிச் செல்வதுதானே மனித மனம்?

போதாமை நிகழ்த்தும் அற்பத்தனங்களையும் கொடூரங்களையும் உணர்ந்ததால்தான் மகான்களின் அறிவுரைகள் எல்லாம் 'மனநிறைவுகொள்' என்பதாக அமைந்தன. 'ஆசையை விட்டொழி' என்றார் புத்தர். குமரகுருபரர் அழகிய தொடரால் இப்படிச் சொல்கிறார்.

'தம்மின் மெலியாரைத் தாம்நோக்கித்
        தமதுடைமை
அம்மா பெரிதென்று அகமகிழ்க.'

இதை எளிமைப்படுத்திக் கண்ணதாசன் 'உனக்கும் கீழே உள்ளவர் கோடி நினைத்துப் பார்த்து நிம்மதி நாடு' என்று எழுதினார். தன்னைவிட

வலிமையாக இருப்பவரை நோக்கி அவர்போல் எப்போது ஆவது என்று ஏங்குவதும் பொறாமை கொள்வதும் அவரிடம் இருப்பவற்றை அபகரித்துக்கொள்ள முயல்வதும் அவருக்குச் சரிவு நேர்ந்தால் ஆனந்தப்படுவதும் என நடந்துகொள்ளும் மனத்தின் கீழ்மைகள் கொஞ்ச நஞ்சமல்ல.

போதாமை உணர்வே மனிதனை இன்றைய நாகரிக வளர்ச்சி நோக்கி உந்தித் தள்ளியிருக்கிறது என்றும் சொல்லலாம். இருப்பதில் நிம்மதி கொள்ளாத மனம் அடுத்ததை நோக்கிச் செல்கிறது. மரப்பொந்துகளில், கற்குகைகளில் வாழ்ந்த மனிதன் இன்று கிரானைட் வீடுகளில் வசிக்கிறான் என்றால், இடையே அவன் கடந்து வந்திருக்கும் பாதைகள் மிக நீளமானவை. 'நிர்ப்பந்தமே கண்டுபிடிப்புகளின் மூலம்' என்பர். வயிறு நிறைந்துவிட்டால் போதும் என்று ஒதுங்கிவிடும் பிற உயிர் களுக்கும் மனிதனுக்கும் உள்ள வேறுபாடே இந்தப் போதாமை உணர்வுதான். கண்டுபிடுப்புகள் எல்லாவற்றின் மூலம்கூடப் போதாமை உணர்வே என்று கருதலாம்.

புற விசயங்களில் கொண்டு செலுத்தும் அடிப்படைக் காரணியாகப் போதாமை இருக்கின்றது என்றால் அகவிஷயங் களில் அது இல்லாமல் போகுமா? உயிர்களின் ஆதார இயல்பு காமம். ஒவ்வோர் உயிரும் தன் இனத்தைப் பெருக்குவதற்காக இயற்கை அமைத்த அனிச்சைச் செயல். ஆனால் மனிதனுக்கு உடல், மனம் ஆகிய இரண்டும் சேர்ந்து செயல்படும் இச்சைக்களம் அது. உடலின் அணுக்கள்தோறும் வேரோடியிருக்கும் காமத்தில் மனிதனுக்குப் போதும் என்று தோன்ற வாய்ப்பே இல்லை. குழந்தைப் பருவத்துச் செயல்களிலேயே காமத்தின் தூண்டுதல் பொதிந்திருக்கிறது என்று சிக்மண்ட் பிராய்டு கூறுகிறார். இந்த உணர்வு எந்த வயதிலாவது முற்றுப்பெறுகிறதா? தள்ளாமை கூடிய மூப்பிலும் பாலுறவு பற்றிப் பேசுவதிலும் பாலுறவைக் காண்பதிலும் ஈடுபட்டு இன்பம் கொள்ளும் நிலைதான் இருக்கிறது. ஏதாவது ஒரு கட்டத்தில் சலித்துப்போய்ப் போதும் என்று காமத்தைப் புறந்தள்ள முடியவில்லை. ஒவ்வொரு முறையும் உறவுக்குப் பின் போதாமையில் அழுந்தி வீழ்கின்றன மனமும் உடலும். காமத்தை வென்றுவிட முயன்று மீண்டும் மீண்டும் தோற்றுப்போவதே வாடிக்கை. ஆனால் இந்தத் தோல்வி முடக்கிவிடுவதல்ல. வெற்றி பெற்றே ஆகவேண்டும் என்று இடைவிடாமல் துரத்தச் செய்வது காமம். வெற்றி ஒருபோதும் கிடைப்பதில்லை. அதற்காகத் துரத்தாமல் துவண்டு ஓரிடத்தில் நின்றுவிடவும் முடிவதில்லை.

"முட்டைக்காரி" என்றொரு சிறுகதையைச் சுந்தர ராமசாமி எழுதியுள்ளார். அது காமத்தைத் துரத்துதல் பற்றியதுதான். முட்டைக்காரி என்பது காமத்திற்கான உருவகம். காமம் அழைத்தபோது அதைச் சரியாகப் பயன்படுத்திக்கொள்ளாமல் வேறு விசயங்களில் கவனம் சென்றுவிடுவதும் கடனே என்று எந்திரத்தனமாகப் பாலுறவில் ஈடுபடுவதும் பின்னர் காமம் பற்றிய நினைவுகளில் அலைக்கழிவதும் எனக் கழியும் வாழ்க்கை பற்றிய கலைப்படுத்தல் இக்கதையில் நிகழ்ந்திருக்கிறது. நமக்கு முன்னால் போக்குக்காட்டி நகர்ந்துகொண்டேயிருக்கும் மாயக் காரி காமம். அவளைச் சரியாக யாராலாவது அடையாளம் காட்ட முடிகிறதா?

திருட்டு விழிகளோடு வாயைப் புறங்கையால் துடைத்துக் கொண்டே மறைவிலிருந்து வெளிப்படும் சிறுவன் 'அன்னா போறாளே' என்று திசை காட்டுகிறான். சிறுவனுக்கு அவள் கிடைத்தாளா? வாயைப் புறங்கையால் துடைக்கிறான் என்பதால் ஏதோ கொஞ்சம் கொடுத்துவிட்டு ஓடிப் போனாள் என்று கொள்ளலாம். யாருக்கும் அவள் முழுமையாக வாய்ப்ப தில்லை. அவளை அடைந்துவிட இடைவிடாத துரத்தல். அப்படியும் எத்தனை விதமான மனக்கிலேசங்கள். அவள் தனக்காகக் காத்திருப்பது போலவும் குறிப்பிட்ட இடத்தைச் சென்றடைந்தால் அவளைப் பிடித்துவிடலாம் என்பதாகவும் மனம் ஏற்படுத்திக்கொள்ளும் கற்பனைகளின் விஸ்தாரம் அளவற்றது. மனிதனின் வாழ்வில் காமம் காட்டும் கண்ணாமூச்சியைச் செவ்வியல் இலக்கியத்திற்குரிய அற்புதத்தோடு இந்தக் கதை காட்சிப்படுத்துகிறது.

காமத்தின் இவ்வியல்பை அனுபவத்தில் சாதாரணமாக உணர்ந்திருக்கின்றனர் மக்கள். சுந்தர ராமசாமியின் கதையைப் போல் இதனைப் பூடகமாக்காமல் கெட்ட வார்த்தைகளை இயல்பாகப் பிரயோகித்துச் சொல்லும் பழமொழிகள் மக்கள் வழக்கில் அனேகம் உண்டு. அப்படி ஒரு பழமொழி:

அழுக்குப் போகக் குளிச்சவனும் இல்ல
ஆச தீர ஓத்தவனும் இல்ல.

காமம் எந்த வயதிலும் தீர்ந்துபோவதில்லை. காரணம் ஒரு போதும் அது தன் முழுமையைக் காட்டுவதில்லை. முழுமையைப் பற்றிய கற்பனைகளுக்கு இடம் தந்து நம் கண்ணெதிரிலேயே புகைமூட்டமாய் ஓடிக்கொண்டிருக்கிறது.

ஒவ்வொரு முறையும் போதாமையில் உழலும் மனம் தன் ஏமாற்றத்திற்குக் கற்பனை மூலமாக வடிகால் தேடுகிறது.

அக்கற்பனை பலவகைகளில் ஆனது. அதில் ஒன்று பாலுறுப்புகளின் அளவைப் பற்றியது. நீண்ட கடப்பாறை போன்ற ஆணுறுப்பு வேண்டும் எனவும் எல்லாவற்றையும் உள்வாங்கிக்கொள்ளும் ஆழமான மாபெரும் குழியாகப் பெண்ணுறுப்பு இருக்க வேண்டும் எனவும் மனித குலத்தின் பொதுமனம் கற்பனை செய்கிறது. உறுப்புகளின் அளவைப் பெரிதாக்கும் இக்கற்பனை நாட்டுப்புறக் கதைகளிலும் இலக்கிய வரிகளிலும் பரவலாகப் பதிவு பெற்றிருக்கின்றன.

நமது செவ்விலக்கியமாகிய சங்க இலக்கியங்களில் பெண்ணுறுப்பைப் பற்றிய குறிப்புகள் பரவலாக இருப்பதை அறிந்தோம். அதன் அளவைப் பற்றிய வருணனைகளும் விரிவாகக் காணப்படுகின்றன. குறிப்பாகக் கலித்தொகைப் பாடல்களில் இவ்வருணனைகளைக் காணலாம். குறுந்தொகைப் பாடல்கள் அல்குல்மீது அணியப்படும் ஆடைகளைப் பற்றிய அடைமொழிகளை மிகுதியாகக் கொண்டிருக்கின்றன. கலித்தொகைப் பாடல்களில் அல்குலின் பரப்பு, அதன் செழுமை பற்றிய வருணனைகள் வருகின்றன. அல்குலின் பரப்பு மிக அகலமாக இருக்கவேண்டும் என்னும் கற்பனை அகல் அல்குல், அகன்ற அல்குல் என வருணனையாக இடம் பெறுகின்றது. இவற்றிற்குப் பக்கம் உயர்ந்த அகன்ற அல்குல் எனவும் பக்கம் உயர்ந்த எழுச்சியை உடைய அகன்ற அல்குல் எனவும் உரை யாசிரியர்கள் பொருள் தருகின்றனர்.

அல்குல் தட்டையாக இருப்பதை ஆண்மனம் விரும்புவதில்லை. புடைப்பு கொண்டு பருத்துச் செழுமையாக இருக்க வேண்டும் எனக் கருதுகின்றது. அந்த எதிர்ப்பார்ப்பு இலக்கியக் கற்பனையாக வடிவம் பெறுகின்றது. கோடெழில், கோடுயர், கோடேந்து ஆகிய தொடர்கள் அல்குலின் பக்கப்புடைப்பைப் பற்றிய கற்பனைகள் என்று சொல்லலாம். அல்குலை மையமாகக் கொண்டு எழுதப்பட்ட சில அடிகள்:

பண்ணித் தமர்தந்(து) ஒருபுறம் தைஇய
கண்ணி எடுக்கல்லாக் கோடேந்து அகலல்குல்
புண்ணில்லார் புண்ணாக நோக்கும் முழுமெய்யும்
கண்ணளோ ஆய மகள்.

உறவினர்கள் கட்டிக்கொண்டு வந்து சூட்டிய மலர்க் கண்ணியைச் சுமக்க முடியாதவளாய் பக்கம் உயர்ந்த அகன்ற அல்குலை உடைய இந்த ஆயர் மகள், மனத்தில் காமவேட்கை இல்லாத துறவிகளும் மனம் வேட்கைகொண்டு துன்புறும்படி பார்க்கின்றாள். உடல் முழுவதும் கண்களை உடையவளோ இவள்? என்று கூறுகின்றான் ஒருவன் என்பது உரை.

மோர் விற்கும் ஆயர்பெண் ஒருத்தியைக் கண்டு மையல் கொண்ட ஆடவன் ஒருவனின் காமப்பிதற்றலாக வெளிப்படும் பாடல் இது. அவள் அல்குலைப் பருத்தது, அகன்றது எனக் கூறும் அவன் முழுமெய்யும் கண்களைக் கொண்டவள் என்கிறான். அது கண்களைப் பற்றிய பேச்சுத்தானா? உடல் முழுவதும் ஆயிரம் கண்களை உடையவன் என்று இந்திரனைப் பற்றி நம் இலக்கியங்கள் கூறுகின்றன. இந்திரன் பற்றி அத்தகைய குறிப்பு 'அணங்குடை வச்சிரத்தோன் ஆயிரம் கண்ணேய்க்கும்' என்று (முல்லைக் கலி 5) கலித்தொகையிலேயே வருகின்றது. உடல் முழுவதும் கண் என்பது இடக்கரடக்கல். பெண்ணுறுப்பை உடல் முழுவதும் பெற்றவன் அவன் என்பது கதை. அதையொட்டி மேற்கண்ட பாடலைப் பார்த்தால் காமுகனின் புலம்பலுக்குப் பொருந்தும்.

'முழுமெய்யும் கண்ணளோ' என்று வியப்பது 'உடல் முழுவதும் அல்குலைக் கொண்டவளோ இவள்' என்பதன் இடக்கரடக்கலாகும். காம உணர்வில்லாத துறவிகளும் இவளைக் கண்டு காம உணர்வடைவர். புண்ணில்லார் புண்ணாக நோக்கும் என்பதற்குத் துறவிகளும் காமம் கொள்ளும்படி பார்க்கும் கண்களைக் கொண்டவள் என உரையாசிரியர் பொருள் தருகின்றார். நோக்கும் என்பதை அப்பெண் நோக்கும் என எடுத்துக்கொள்கின்றனர். துறவிகள் நோக்கும் என்று எடுத்துக்கொள்வது இன்னும் சிறப்பாக இருக்கும்.

இவ்வடிகளுக்குப் பொருள் கொள்ளக் கீழ்க்காணும் செய்திகளை மனத்தில் இருத்துவது நல்லது.

1. இதில் ஆயர்மகளின் அல்குல் பற்றிப் பேசப்படுகிறது.
2. உடல் முழுவதும் அல்குலாகக் காணும் காமம் மிக்கோ னின் கூற்று இது.
3. காம உணர்வற்றவர்களின் நோக்கு எவ்வாறு மாறும் என்பது பற்றியது.

இவற்றை மனம்கொண்டு பொருள் சொன்னால் அது இவ்வாறு அமையும்:

உறவினர்கள் உருவாக்கிக் கொடுத்த மலர்க்கண்ணியால் ஆன தழை ஆடையை அணிந்தவள் இவள். அக்கண்ணி ஒரு பக்கமாய் ஒதுங்குவதால் மறைக்க இயலாத அளவு பக்கங்கள் புடைத்து உயர்ந்த அகலமான அல்குல் வெளிப்படுகின்றது. மனத்தில் காம உணர்வு இல்லாதவர்களும் காமம் மிகப்பெற்று இவளையே நோக்கும் படியாக உடல் முழுவதும் அல்குலால் ஆனவளோ இவள்?

அப்பெண்ணின் உடலையே அல்குலின் வடிவமாகப் பார்க்கும் காமம் மீதூரப்பெற்றவனின் பேச்சு இது என்னும்போது பொருள் பொருத்தம் மிகச் சரியாக அமைகிறது. உடலே அல்குல் என்று கருதும் அவன் மனநிலை போதாமை தோற்றுவிக்கும் பித்துநிலைக் கற்பனை என்றே சொல்லலாம்.

அல்குலின் அகலம், புடைப்புப் பற்றிக் கலித்தொகைப் பாடல்கள் பதினோர் இடங்களில் பேசுகின்றன. அல்குலின் மீதான ஒவ்வாமை குறுந்தொகையைப் பதிப்பித்த சௌ. அரங்கன் என்பாருக்கு மட்டுமல்ல, தமிழ் இலக்கியப் பதிப்பாசிரியர்களுக்கு முன்னோடியாக விளங்குபவராகிய சி.வை. தாமோதரம் பிள்ளை அவர்களுக்கும்தான். அவர்தான் கலித்தொகையை முதன்முதலில் ஓலைச்சுவடியிலிருந்து அச்சுக்குக் கொண்டு வந்தவர். தொல்காப்பியம், வீரசோழியம் முதலிய இலக்கண நூல்களையும் சூளாமணிக் காப்பியத்தையும் பதிப்பித்தவர் அவர்தான்.

ஒரு நூலைப் பதிப்பிக்கும்போது ஓலைச்சுவடியில் உள்ளவற்றை அச்சுக்கு ஏற்றவாறு நூலாசிரியர் ஒழுங்குபடுத்தலாமே தவிர, எதனையும் தம் கொள்கைக்கு ஏற்றவாறு திருத்தக்கூடாது என்னும் கருத்துடையவர் சி.வை. தாமோதரம் பிள்ளை. வீரசோழியப் பதிப்புரையில் 'அவற்றைத் தம்மதத்தின்படி திருத்துதல் அறிவுடையார்க்கு இயல்பன்று' என்று அவர் எழுதுகின்றார். கலித்தொகைப் பதிப்புரையிலும் 'ஓர் அச்சரமாவது மாற்றுதல் பெருந்தவறென்பது யார்க்கும் உடன்பாடே' என்கிறார். இப்படிக் கருத்துடைய சி.வை.தா. கலித்தொகையில் அல்குல் வரும் பதினோர் இடங்களையும் திருத்தி மாற்றிவிட்டார் என்பதை எவ்விதம் புரிந்துகொள்வது?

அவர் மாற்றிய விதம் வருமாறு:

1. அகல் அல்குல் – அகல் குறி
2. அகன்று அல்குல் – ஆரெழிற்றிதனி
3. அல்குல் என்தோழி – ஆகத்தென்தோழி
4. அகல் அல்குலாள் – அமர் நுசுப்பினாள்
5. வரியார்ந்த அல்குலாய் – மயிலியல் மட நல்லாய்
6. அகல் அல்குல் – பிறைநுதல்
7. அல்குல் வரி – ஒல்குமிடை
8. அகல் அல்குல் காழகம் – அரை செறி காழகம்

9. அகல் அல்குல் – நகிலம்

10. அகல் அல்குல் – அகல்குறி

11. தடவர வல்குல் – தடவரவாகம்

அல்குலுக்குப் பதிலாகக் குறி, ஆகம், நுசுப்பு, நுதல், நகிலம் முதலிய சொற்களைப் போட்டுச் சீர் சிதையாமல் நிரப்பியுள்ளார். பழங்காலத்தில் புலவர்கள் பழம் பாடல்களைத் தம் விருப்பத்திற்கேற்றபடி மாற்றியும் இடைச்செருகல் செய்தும் திருத்தியும் இருப்பர் என்று நம்புவதற்கு சி.வை. தாமோதரம் பிள்ளை ஆதாரமாகின்றார். 'இவ்வாறு மாற்றியது குற்றமாயின் அதனை உலகம் மன்னிக்கும்படி பலமுறையும் பிரார்த்திக்கிறேன்' என்று அவர் எழுதுகின்றார். சரி, பெரியவர், போகட்டும், மன்னித்துவிடுவோம்.

இவ்வாறு மாற்றியமைக்க அவர் சொல்லும் காரணம் மேலும் சுவாரஸ்யமானது. அவர் நடையிலேயே அதைப் பார்ப்போம்.

'இந்நூல் துரைத்தன வித்தியாசாலைகளிலும் பிற கல்லூரிகளிலும் பாடசாலைகளிலும் பயிலல் வேண்டுமென்று இழி சொல்லும் மகளிர் சிறப்பவயத்தின் இடக்கர் பெயருமாகிய குஃறொடர்ந்த அன்மொழி இந்நூல் முழுதினும் பதினோரிடத்திற் பிரயோகிக்கப்பட்டதை ஒழித்துஞ் செய்யுள் ஊனமுறா திருத்தற் பொருட்டு அதற்குப் பதிலாக அவ்விடத்திற்கு இசைந்த பிற அவயவத்தின் பெயரைச் சந்தத்திற்கு வேண்டிய அளவு விசேஷணத்தோடு புணர்த்தியும் இருக்கின்றேன்.'

கல்வி நிறுவனங்களில் மாணவர்கள் பயில வேண்டும் என்னும் காரணத்தால் இவ்வாறு மாற்றியதாகக் குறிப்பிடுகின்றார். அது சரி. அல்குலை அறிந்துகொள்ள வேறு இடமா இல்லை?

பயன்பட்ட நூல்கள்

1. இ.வை.அனந்தராமையர் (ப. ஆ.), 1984, கலித்தொகை மூலமும் நச்சினார்க்கினியர் உரையும், தஞ்சாவூர், தமிழ்ப் பல்கலைக்கழகம், மறுபதிப்பு.

2. சி.வை.தாமோதரம் பிள்ளை, 2004, தாமோதரம், சென்னை, குமரன் பப்பிளிஷர்ஸ், மறுபதிப்பு.

○ ○ ○

முதுகுக்கொக்கி

கடந்த இரண்டு இதழ்களில் கெட்ட வார்த்தை பேச முடியவில்லை. அதற்குக் காரணம் நான்தான். வேறு சில வேலைகளின் காரணமாக இதற்கான நேரத்தை ஒதுக்க இயலவில்லை. மற்ற வேலைகளைப் பார்த்துக் கொண்டே போகிற போக்கில் எழுதிக் கொடுத்துவிட முடிகிற விஷயமல்ல இக்கட்டுரைத் தொடர். விரிவான தகவல்கள் இருந்தபோதும் அவற்றைப் பெறுவதில் பெரும் சிரமம் முன்னிற்கிறது. பழைய இலக்கியங்களின் மூல வடிவத்தில் பொதிந்திருக்கும் ஆதாரங்களை மறைக்கப் பலவிதமான முயற்சிகள் நடந்திருக்கின்றன. உரையாசிரியர்கள், பதிப்பாசிரியர்கள், வெளியீட்டாளர்கள், அகராதியியலாளர் எனப் பலதரப்பினரும் இத்தகைய முயற்சிகளைச் செய்திருக்கின்றனர். இவர்கள் அனைவரும் திட்டமிட்டு இச்செயல்களில் ஈடுபட்டனர் என்று சொல்ல முடியாது.

மனிதனை வழிநடத்தக் கூடியவை, எப்போதோ உருவாக்கப்பட்டுக் காலகாலமாகச் சமூக மனத்தில் பதிவாகியுள்ள விழுமியங்கள். இயல்பானவனாக மனிதன் இயங்க முடியாமல் இந்த விஷயங்கள் கொக்கியாக முதுகில் சொருகியுள்ளன. மீறிச் செல்ல முயல்பவனின் முதுகில் கொக்கி கொஞ்சம் கொசமாகப் பதிகிறது. சிலர் லேசான சிராய்ப்பிலேயே துவண்டுபோய் இந்த வேலை நமக்கு வேண்டாமே என்று மீறலைக் கைவிட்டுவிடுகிறார்கள். சிலர் லேசான காயம்பட்டுக் காலமெல்லாம் வடுவும் வலியும் உறுத்த வாழ்வையே சோகமாக்கிக்

கொள்கிறார்கள். அதனால்தான் பெரும்பாலனவர்கள் கொக்கி யின் இழுப்புக்கே ஆளாகாமல் மிகவும் பாதுகாப்பாக வாழ்ந்து கொண்டிருக்கிறார்கள்.

திரைப்படத்தில் கதாநாயகியைத் துரத்தித் துரத்திக் காதலிக்கிறான் கதாநாயகன். காதலுக்கு வரும் தடைகளை எல்லாம் தனி ஒருவனாக நின்று தகர்க்கின்றான். பெரும் போராட்டத்திற்குப் பின் காதலியைப் பெறுகிறான். அதே கதா நாயகன் பத்திரிகைகளுக்கோ தொலைக்காட்சிக்கோ பேட்டி கொடுக்கும்போது எத்தனை அடக்க ஒடுக்கமாகப் பேசுகிறான்? நீங்கள் இந்த நடிகையைக் காதலிக்கிறீர்களா? என்று கேட்டால் ‘அய்யோ – நான் ரொம்ப நல்ல பையங்க. அப்பா அம்மா சொல்ற பொண்ணத்தான் கல்யாணம் பண்ணிக்குவேன்’ என்று பதறிப்போய்ச் சொல்கிறான் கதாநாயகன். திரைப்படத்தில் அவன் செய்கிற செயல்கள் எல்லாம் நல்ல பையன் செய்பவை அல்ல என்று கருதுகிறான். கல்யாண விஷயத்தில் அப்பா அம்மா பேச்சைத்தான் கேட்க வேண்டும் என்பது ஒரு கொக்கி. அப்படிக் கேட்காவிட்டால் கஷ்டங்கள் எராளம் என்றுதானே திரைப்படங்கள் சொல்கின்றன? கஷ்டங்களைச் சமாளிக்க எல்லா மனிதர்களும் *One Man Army* ஆக இருக்க முடியுமா?

எல்லா விஷயங்களையும் மீறும் கலகச் செயல்பாடுகள் நம் சமூகத்தில் மிக மிகக் குறைவு. முதுகுக்கொக்கியை உணரும் சந்தர்ப்பம்கூட அனேகம் பேருக்கு வாய்ப்பதில்லை. அப்படிப்பட்டவர்கள் சமூகத்திற்குப் பயன்படக் கூடிய சில காரியங்களில் ஈடுபட்டால் எப்படியிருக்கும்? அவர்களுக்கெனச் சில எல்லைகளை வகுத்துக்கொள்வார்கள். அதனைத் தாண்டிச் செல்ல நேரும்போதெல்லாம் முதுகுக்கொக்கி ஞாபகம் வந்து தங்களைச் சுருக்கிக்கொள்வார்கள். முந்தைய கட்டுரைகளில் நான் குறிப்பிட்டிருந்த தி.சௌரிப் பெருமாள் அரங்கன் (குறுந்தொகைப் பதிப்பாசிரியர்), சி.வை.தாமோதரம் பிள்ளை (கலித்தொகைப் பதிப்பாசிரியர்) ஆகியோர் ‘அல்குல்’ என்னும் சொல்லை மாற்றி வேறு சொற்களைக் கொண்டு அவ்விடங்களை நிரப்பியதை இந்த நோக்கில்தான் பார்க்க வேண்டும். இவர்கள் மிகப் பெரும் அறிவாளிகள். ஆனால் விழுமியக் காவல்காரர்கள்.

கிட்டத்தட்ட நூறு நூல்களைப் பதிப்பித்தவர் உ.வே.சாமி நாதையர். குறுந்தொகைக்கு உரையும் எழுதியவர். எதையும் மாற்றக்கூடாது என்பதில் கவனமானவர். அவருடைய பதிப்பு அளவுக்கு நம்பகத்தன்மை கொண்ட பதிப்புகள் மிகச் சிலவே. அவருக்கும் இந்தக் கெட்ட வார்த்தை விஷயத்தில் தடுமாற்றம் ஏற்பட்டுள்ளது. மூலப் பாடல்களில் அவர் அல்குலை மாற்ற

வில்லை. ஆனால் வேறு சில இடங்களில் தவிர்த்திருக்கிறார். பழந்தமிழ்ப் பதிப்பு நூல்களில் பின்னிணைப்பாக (அநுபந்தம் அல்லது பிற்சேர்க்கை) அருஞ்சொல் அகரநிரல் கொடுக்கப்பட்டிருக்கும். 'அரும்பதம் முதலியவற்றின் அகராதி' என்றும் அதைக் குறிப்பிடுவர்.

இந்த அரும்பத அகராதியில் அரிய சொற்கள் தொகுத்துத் தரப்படும். அதாவது, அக்குறிப்பிட்ட நூலில் வரும் சொற்களுக்குள் இன்று வழக்கில்லாதவை, எளிதில் பொருள் புரியாதவை, பழைய வடிவத்திலேயே சொல் இருப்பினும் பொருள் மாறுபாடு ஏற்பட்டவை முதலிய சொற்களை எல்லாம் தொகுத்து அகரவரிசைப்படுத்திக் குட்டி அகராதியாக அமைத்திருப்பர். மூலச்சொல், அதன் பொருள், அந்நூலில் அச்சொல் இடம்பெறும் பக்கங்கள் என வழங்கல் முறை அமையும். சிலவற்றில் சொற்பொருள் தராமல் சொல்லும் அச்சொல் இடம்பெறும் பக்கங்களும் மட்டும் தரப்பட்டிருக்கும். நூலைப் பயன்படுத்துவோருக்கு இந்த அகராதி பலவிதமாகப் பயன்படும். நூலில் வரும் சொல்லுக்குப் பொருள் காண விரும்பினால், வேறு அகராதிகளை நாடிப்போக வேண்டிய அவசியம் இல்லை. அரும்பத அகராதியைப் பார்த்து உடனே பொருள் கண்டுகொள்ளலாம்.

மேலும் சொல்லாய்வு செய்வோருக்கும் இந்த அகராதி மிகப் பெரும் மூலதனம். 'நான்' என்னும் சொல் பிற்கால வழக்கு என்பது அறிஞர்களின் கருத்து. சங்க இலக்கியத்தில் அச்சொல் வந்திருக்கிறதா என்று அறிய வேண்டுமானால், சங்க இலக்கிய நூல்களின் அரும்பத அகராதியைப் பார்த்தால் உடனே அறியலாம். சங்க இலக்கியத்தில் 'யான்' வருமே தவிர 'நான்' கிடையாது. சிலப்பதிகாரத்தில்தான் முதன்முதலாக 'நான்' வருகிறது. ஒரு சொல் குறித்து ஆய்வு செய்வோர், முழுநூலையும் படித்து இச்சொல் வந்திருக்கிறதா இல்லையா என்று அறிவது கடினம். அரும்பத அகராதி எளிதாகத் துணை செய்யும்.

'கடவுள்' என்னும் சொல் பத்துப்பாட்டில் எத்தனைமுறை வந்துள்ளது என்று அறிய அந்நூலின் அரும்பத அகராதியைப் பார்த்தால் பத்தொன்பது இடங்களில் எனச் சில வினாடிகளில் கண்டுகொள்ளலாம். கடவுள் என்பதோடு என்னென்ன சொற்கள் இணைந்து வந்திருக்கின்றன என்பதையும் அறியலாம். பழைய நூல்களின் பதிப்பாசிரியர்கள் இத்தகைய அகராதியை மிகவும் உழைத்து உருவாக்கியுள்ளனர். உ.வே.சாமிநாதையர் இந்த அகராதி உருவாக்கத்தில் கைதேர்ந்தவர். கடவுள், யான், நான் ஆகியவை

அரிய சொற்கள் அல்ல, இரண்டாயிரம் ஆண்டுகளாகப் பொருள் மாறாமல் வழங்கி வருபவை. இதுபோன்ற பல சொற்களை அகராதியில் உ.வே.சா. கொடுத்துள்ளார். ஆனால் அல்குல் மேல் அவருக்கு வெறுப்பு.

சிலப்பதிகாரத்தில் அல்குல் கிட்டத்தட்டப் பத்து இடங்களில் வந்துள்ளது. சிலப்பதிகார அரும்பத அகராதியில் உ.வே.சா. இந்தச் சொல்லைக் கொடுக்காமல் தவிர்த்துவிட்டார். பெருங்கதை, சீவக சிந்தாமணி உள்ளிட்ட பல நூல்களில் அல்குல் வந்திருந்தாலும் உ.வே.சா. அதற்கு முக்கியத்துவம் தரவில்லை. அந்நூல்களின் அகராதியில் சொல்லைத் தருகிறார். ஆனால் அது முழுமையானதாக இல்லை. பத்துப்பாட்டு நூலில் ஏறத்தாழ பத்து இடங்களில் அல்குல் வந்துள்ளது. ஆனால் உ.வே.சாவின் அரும்பத அகராதி இரண்டு இடங்களை மட்டுமே குறிப்பிடுகிறது. அல்குல் பக்கம் 199, 234 எனக் கொடுத்துள்ளார். அல்குல் என்பது பெண்ணின் பிறப்புறுப்பைக் குறிப்பது என்றாலும் அப்பொருளில் பத்துப்பாட்டிலே பல இடங்களில் வந்திருந்தாலும் உ.வே.சா. அந்தப் பொருளைத் தரவில்லை. ஏதோ ஓரிடத்தில் அல்குல் என்பதற்குப் பக்கம் என உரையாசிரியர் பொருள் எழுதுகிறார். அப்பொருளை மட்டுமே அகராதியில் கொடுத்துள்ளார். பொருளைத் தராமல், எத்தனை இடங்களில் வந்துள்ளது எனப் பக்க எண்களை மட்டும் கொடுத்திருந்தால்கூடப் போதும். இப்படி அல்குலைப் பற்றிய தகவல்களைத் தராததோடு அல்குலின் முக்கியப் பொருளையும் உ.வே.சா. மறைத்திருக்கிறார் என்றால் மற்ற பதிப்பாசிரியர்களைப் பற்றி என்ன சொல்வது?

பத்துப்பாட்டில் கடவுளைப் பற்றிப் பாடும் நூல் திருமுருகாற்றுப்படை. அந்நூலிலேயே மூன்று இடங்களில் அல்குல் வருகிறது. அவை:

பல்காசு நிரைத்த சில்காழ் அல்குல் (16)

பருமம் தாங்கிய பணிந்தேந்து அல்குல் (146)

சுரும்புணத் தொடுத்த பெருந்தண் மாத்தழை
திருந்துகாழ் அல்குல் (203, 204)

தேவலோகப் பெண்களைப் பற்றிப் 'பலமணிகள் கோத்த ஏழு வடமாகிய மேகலை அணிந்த அல்குலை உடையவர்கள்' என்று வருணிக்கிறார் திருமுருகாற்றுப்படை ஆசிரியர் நக்கீரர். அதுதான் 'பல்காசு நிரைத்த சில்காழ் அல்குல்' என்பது. 'பருமம் தாங்கிய பணிந்தேந்து அல்குல்' என்னும் இடத்தில் கந்தருவப் பெண்களை வருணிக்கிறார் நக்கீரர். இந்த அடிக்கு உரை எழுதும்

நச்சினார்க்கினியர் 'கட்கினிய ஒளியினையுடைய பதினெண் கோவையாகிய மேகலையணிந்த தாழ வேண்டியவிடம் தாழ்ந்து உயர வேண்டியவிடம் உயர்ந்த அல்குலையுடைய குற்றமில்லாத கந்தருவ மகளிர்' என்று பொருள் தருகிறார். இடுப்பிலே அணியும் மேகலைதான் அல்குலுக்கும் அணியாகிறது. ஆகவே மேகலை அணிந்த அல்குல் என்பதில் நக்கீரரின் ஈடுபாடு விளங்குகிறது. பணிந்து என்றால் தாழ்ந்து எனப் பொருள். ஏந்து – உயர்ந்து எனவாகும். ஒரே இடத்தில் முரணான இருசொற்களை வைத்து அல்குலைக் காட்சிப்படுத்துகிறார். எளிமைப்படுத்திச் சொன்னால், எந்த இடத்தில் குழியாக இருக்க வேண்டுமோ அவ்விடத்தில் குழிந்தும் எந்த இடத்தில் மேடாக இருக்க வேண்டுமோ அவ்விடத்தில் மேடாகியும் பொருந்திய அல்குல் எனலாம்.

அல்குல் பெரிதாக இருக்க வேண்டும் என்பதை 'அகல் அல்குல், அகன்ற அல்குல்' என்றெல்லாம் பிறர் குறிப்பிட்டுள்ளனர். அதேபோலப் பக்கங்கள் புடைத்த அல்குல் எனவும் வருணித்துள்ளனர். நக்கீரரே முதலில் அல்குலின் குழிந்த பகுதியைப் பற்றிப் பேசுகிறார். பிற்காலத்தில் சித்தர்கள் 'புண்ணாங்குழி' என்று அல்குலை எழுதுவர். 'குழி' என்றாலே அல்குலைக் குறிக்கும். கழிப்பறைச் சுவரொன்றில் கரியால் கிறுக்கப்பட்டிருந்த வாசகம் ஒன்றைச் சமீபத்தில் கண்டேன்.

தம்பிக்குத் தடிகொஞ்சம் நீளம்
தாயோலி மகளுக்குக் குழிகொஞ்சம் ஆழம்

எனப் பாடல் வடிவத்தில் எழுதப்பட்ட வாசகம் அது. அதில் தடி ஆணுறுப்பையும் குழி பெண்ணுறுப்பையும் குறிக்கும் என்பது எல்லாருக்கும் புரியும். எழுத்திலக்கியத்தில் அல்குலின் குழி பற்றிக் கவனம் எடுத்து எழுதிய ஆசிரியர் நக்கீரரே. 'பணிந்தேந்து அல்குல்' அவருக்கே உரிய சிறப்பு.

மூன்றாவதாக, முருகனைச் சேவிக்கும் மகளிரின் அல்குலைக் குறிப்பிட்டு எழுதுவார் நக்கீரர். வண்டுகள் மொய்க்கும்படியான பூக்கள் நிறைந்த தழையாடையை உடுத்த பெண்கள் என அவ்விடத்தில் கூறுவார். இவ்வாறு மூவிடத்திலும் அல்குல் பெண்ணுறுப்பைக் குறித்து வருவது வெளிப்படை. ஆனால் உ.வே.சாமிநாதையர் தமது அரும்பத அகராதியில் திருமுருகாற்றுப் படை அல்குலைக் கண்டுகொள்ளவேயில்லை.

பத்துப்பாட்டில் உள்ள மற்றொரு நூலான பொருநராற்றுப் படையில் ஓரிடத்தில் 'அல்குல்' வருகிறது. ஒரே இடம் எனினும் மிக முக்கியமானது. முடத்தாமக் கண்ணியார்

என்னும் பெண்புலவர் இயற்றிய நூல் இது. இன்று பெண் கவிஞர்கள் முலை, யோனி என வார்த்தைகளைத் தாராளமாகப் பயன்படுத்துகின்றனர். தமிழ்ப் பண்பாடே கெட்டழிந்து போய்விட்டதெனப் புலம்பும் ஒழுக்கவாதிகள், பண்பாட்டுக் காவலர்கள் பொருநராற்றுப்படையைப் படித்துப் பார்க்க வேண்டும்.

ஒருவரின் உடலழகை வருணிக்கும்போது தலையில் தொடங்கிப் பாதம்வரைக்கும் வரிசையாக வருணித்து வரும் முறைக்குக் 'கேசாதிபாதம்' எனவும் பாதத்தில் தொடங்கித் தலை வரை வருணித்தால் அதற்குப் 'பாதாதிகேசம்' எனவும் பிற்காலத்தில் பெயர் சூட்டி அவற்றை இலக்கிய வகைகளாகவே உருவாக்கிவிட்டனர். இந்தமுறை தொடங்கியது பத்துப்பாட்டு நூலில்தான். அதுவும் முடத்தாமக் கண்ணியார்தான் 'கேசாதிபாத' முறையைத் தம் வருணனைக்குச் சிறப்பாகப் பயன்படுத்தியவர். அறல் போல் கூந்தல், பிறை போல் நுதல், வில் போல் புருவம், மழைக்கண், இலவு இதழ், புரையும் இன்மொழித் துவர்வாய், முத்தின் பழிதீர் வெண்பல் இப்படி வரிசையாக வருணித்துக்கொண்டே வருகின்றார்.

முலைகளைப் பற்றிச் சொல்ல வரும்போது 'ஈர்க்கும் இடைபோகா ஏரிள வனமுலை' என்கிறார். அழகுடைய இளைய முலைகள். திரண்டு வளர்ந்தவை. இரண்டுக்கும் இடையே ஈர்க்குச்சியைக்கூட நுழைக்க முடியாது. 'ஈர்க்கும் நடுவே போகாத எழுச்சியை உடைய, இளைய அழகினை உடைய முலை' என்று உரையாசிரியர் விளக்குவார். இப்படிச் சொன்னவர் பெண் புலவர் என்பதை நினைவில் கொண்டு பாருங்கள்.

அல்குலைப் பற்றி முடத்தாமக் கண்ணியார் ஒரே அடியில் கூறுகிறார். ஆனால் அது தனித்தன்மை வாய்ந்தது. அடி:

வண்டிருப் பன்ன பல்காழ் அல்குல் (39)

பல்காழ் அல்குல் என்றால், பல மணிகள் கோக்கப்பட்ட மேகலை என்னும் ஆபரணத்தை அணிந்த அல்குல் என்று பொருள். நக்கீரரே சில்கால் அல்குல் என்று குறிப்பிட்டதை ஏற்கனவே பார்த்தோம். அதுபோன்றதுதான் இதுவும். ஆனால் அதற்குச் சொல்லும் உவமையால் முடத்தாமக் கண்ணியார் சிறப்புப் பெறுகிறார். பலமணிகள் கோக்கப்பட்ட மேகலை. அந்த மணிகள் எல்லாம் அல்குலின் மேல் படிந்திருக்கின்றன. அதைப் பார்த்தால், பல வண்டுகள் சேர்ந்து அல்குலை மொய்த்துக் கிடப்பதைப் போலத் தோன்றுகிறதாம். 'பல வண்டினங்களின் இருப்பையொத்த பல மணி கோத்த வடங்களையுடைய

மேகலை அணிந்த அல்குல்' என உரையாசிரியர் செறிவாகச் சொல்லிவிடுகிறார். மேகலை மணிகளுக்கும் வண்டுகளுக்கும் எப்படிப் பொருந்தும்? உருண்டையான மணிகள் வண்டுகளின் வடிவத்தில் இருந்தன என்று கொள்ளலாமா? மணிகள் பலநிறம் உடையவை. அதுபோலப் பல்வேறு நிறங்கள் கொண்ட வண்டு கள் எனப் பொருத்தலாமா? உடலசைவுக்கு ஏற்ப மணிகள் அசைந்து அல்குலைத் தடவும். பூக்களில் அமர்ந்து தேன் உறிஞ்சும் வண்டுகள் காற்றில் பூக்கள் அசைவதற்கேற்பத் தாமும் அசையும். பூக்களின் பல்வேறு பக்கங்களையும் நாடி அமரும். ஆக அசைதல், தடவுதல் இவை மணிகளுக்கும் வண்டுகளுக்கும் ஒற்றுமையோ?

அல்குலை வருணிக்கும்போது ஏன் வண்டுகளின் நினைவு கவிஞருக்கு வரவேண்டும்? அல்குலைப் பூவாகவும் அதனை மொய்த்துத் தேன் உறிஞ்சும் வண்டாக ஆணையும் கருதும் குறியீடுகள் நம்மரபில் ஏராளமாக இருக்கின்றன. காதலனும் காதலியும் உடலுறவில் ஈடுபடுவதைக் குறிக்க இன்றைய திரைப்படங்களில்கூடப் பூவில் அமரும் வண்டைக் காட்டுகின்றனர். தேய்ந்த குறியீடாக இருப்பினும் சட்டென்று மரமண்டைகளுக்குப் புரியும் இது. திருப்பாவையில் ஆண்டாள் இதுபோன்ற குறியீடுகள் பலவற்றைக் கையாள்வார். அதில் ஒன்று.

பூங்குவளைப் போதில் பொறிவண்டு கண்படுப்ப

தாமரை மலரில் மிகுதியாகத் தேனை உண்ட வண்டு, எழுந்து பறந்துபோக இயலாமல் அம்மலருக்குள்ளேயே வீழ்ந்து கிடக்கும் காட்சி இது. தன் காதலனை எந்நேரமும் தன் அல்குலின் உள்ளேயே வைத்துக்கொள்ள வேண்டும் என்னும் பெருவிருப்பம் கொண்ட பெண்ணின் உள்ளம் புனைந்த குறியீடு இது. முடத்தாமக் கண்ணியாரின் வண்டு உவமையையும் இந்தக் கண் கொண்டு பார்க்கலாம்.

தேன் ஊறித் ததும்பும் பூப் போன்றது அல்குல். அதில் மொய்த்துக் கொண்டிருக்கின்றன வண்டுகள். மேகலை மணிகள் மணிகளாகத் தோன்றவில்லை. விட்டுவிலகாமல் மொய்த்துக் கிடக்கும் வண்டுகளாகத் தோன்றுகின்றன. 'வண்டிருப் பன்ன பல்காழ் அல்குல்' என்பதன் சிறப்பு இதுதான்.

முடத்தாமக் கண்ணியாருக்குப் பின் அல்குலை வண்டுகள் மொய்க்கும் காட்சியை வேறு சில கவிஞர்களும் காட்டியுள்ளனர். சீவக சிந்தாமணியில்,

பாடுவண் டிருந்த வன்ன பல்கலை அகலல்குல் (1996)

என வருகின்றது. ஒலிக்கும் வண்டுகள் மொய்ப்பது போன்ற பல மணிகளையுடைய மேகலை என்றுதான் இதற்கும் பொருள். யாப்பருங்கல விருத்தியுரை நூலில்

வரியல்குல் வண்டிருப் பன்ன தகைத்து

என வருகின்றது. இங்கும் அதுவே பொருள். முடத்தாமக் கண்ணியாரின் உவமையை மற்றவர்களும் எடுத்தாண்டிருக்கிறார்கள். பிற கவிஞர்களையும் கவரும் உவமையை உருவாக்குவது பெருங் கவிஞர்களின் இயல்பு.

பயன்பட்ட நூல்கள்

1. உ.வே. சாமிநாதையர் (ப.ஆ), 1983, குறுந்தொகை, அண்ணாமலை நகர், அண்ணாமலைப் பல்கலைக்கழகம்.

2. உ.வே.சாமிநாதையர் (ப.ஆ), 1950, பத்துப்பாட்டு மூலமும் நச்சினார்க்கினியருரையும், சென்னை, கபீர் அச்சுக்கூடம், நான்காம் பதிப்பு.

○ ○ ○

பையரவு அல்குல்

உவமையை நம் இலக்கணங்கள் அணி என்று கூறும். உவமையே ஆதி அணி என்றும் அதிலிருந்து கிளைத்து வளர்ந்து நாற்பதிற்கும் மேற்பட்ட அணிகள் உருவாகி அணியிலக்கணம் என்று தனிவகை இலக்கணமே பிற்காலத்தில் ஏற்பட்டுவிட்டது என்றும் கூறுவர். இலக்கியம் தனக்கான சொல்முறைகளை, உத்திகளை மக்களின் பேச்சு மொழியிலிருந்தே எடுத்துக்கொள்கிறது. பேச்சு மொழியின் நுட்பங்களுக்கு வரையறை கொடுத்து விதி உருவாக்கி இலக்கியம் தன்வயமாக்கிக் கொள்ளும். உவமை அதற்குச் சிறந்த உதாரணம்.

நம் மக்களின் பேச்சுமொழியை உவமையிலிருந்து பிரித்துப் பார்ப்பது கடினம். ஒவ்வொன்றுக்கும் உவமை சொல்லாமல் பேச முடியாதவர்கள் பலர். வீட்டை விட்டு வெளியே அதிகம் போகாதவனைப் பார்த்து 'நாயாட்டம் ஊட்டக் காத்துக்கிட்டுக் கெடக்கறான்' என்று சொல்வதுண்டு. எப்போதும் வெளியிலேயே அலைந்து கொண்டிருப்பவனுக்கும் நாயே உவமையாகும். 'நிக்க நேரமில்ல, செய்ய வேலையில்லன்னு நாய் திரியற மாதிரி திரியறான்.' 'நாயாட்டம் உழைப்பது' முதல் நாயே உவமையில் பலவிதமாகப் பயன்படும். இப்படி எத்தனையோ உவமைகளைப் பேச்சு மொழியிலிருந்து எடுக்கலாம்.

திட்டுச் சொற்களிலும் உவமை உண்டு. ஒருவனைப் 'புண்டவாயன்' என்று திட்டுவதைக் கிராமப்புறங்களில் சாதாரணமாகக் கேட்கலாம். பெண்ணின் பிறப்புறுப்புப் போன்ற வாயை

உடையவன் என்று பொருள். வாய்க்கு உவமை பெண் உறுப்பு. இவ்வாறு பேச்சுமொழியில் மிக இயல்பாக உவமை வழங்குவதற்குக் காரணம் என்ன? மனித இயல்புதான். தனக்கு அறிமுகமான பொருளை ஒன்றோடு ஒன்று ஒப்பிட்டுப் பார்ப்பது மனித மனத்தில் இயல்பாக நிகழ்கிறது. மனச் சிக்கல் களுக்குக்கூட இந்த ஒப்பீடு காரணமாகிறது. அழகு, அழகற்றது என்று பாகுபடுத்துவது எதன் அடிப்படையில்? ஒப்பீட்டின் அடிப்படையில்தான். இரண்டு பொருள்களை ஒப்பிடும்போது ஒன்றை அழகானது எனவும் மற்றொன்றை அழகற்றது எனவும் பிரித்துக்கொள்கிறது மனம். ஒப்பிடுதல் என்பதே இல்லையானால் எல்லாமே அழகு என்றுதான் தோன்றும். ஆதி மனிதனுக்கு அந்த மனம் ஒருவேளை வாய்த்திருக்கக்கூடும். இன்று அதை இழந்து ஒப்பீடும் தேர்வும் என நம் மனம் கறைபட்டுக் கிடக்கிறது.

கடற்கரைக்குச் செல்கிறோம். கிளிஞ்சல்கள் இறைந்து கிடக்கின்றன. விதவிதமான வடிவங்கள். பல்வேறு நிறங்கள். நம் கைகள் பொறுக்கத் துடிக்கின்றன. ஆனால் எல்லாவற்றையுமா பொறுக்குகிறோம்? ஓரம் சிதைந்தவை, உடைந்தவை, பாதியானவை என ஒதுக்கிவிட்டு முழுமை என்று நம் மனம் எவற்றைக் கருதுகிறதோ அவற்றையே சேர்க்கிறோம். எல்லாம் அழகுதான் என்று கருதும் அந்த ஆதி மனத்தை இழந்ததால் அல்லவா, இன்று திருமணப் பிரச்சினைகள் பலவாறாக இந்தச் சமூகத்தைச் சீரழிக்கின்றன. அழகான பெண், அழகான ஆண் என்னும் சித்திரங்களை ஒப்பீட்டு அடிப்படையிலேயே வரைகிறோம். கறுப்பு, சிவப்பு என்று நிறங்களை விரும்புவதிலும் ஒப்பீடுதான் முன்னிற்கிறது. மனித இயல்பாகிய இந்த ஒப்பீட்டு மனப்பான்மை பேச்சில் உவமையாக வெளிப்படுகிறது. உவமை இலக்கிய உத்தியாக மாறும்போது எத்தகைய வரையறைகளைப் பெறுகின்றது? உவமையின் பயனை இரண்டாக இலக்கணம் கூறுகின்றது. 'புலன் அல்லாதன புலனாதலும் அலங்காரமாகிக் கேட்டார்க்கு இன்பம் பயத்தலும்' என்பன அவை. இதுவரை அறிந்திராத ஒன்றை அறியச் செய்தல், புலன் அல்லாதன புலனாதல். அதாவது ஒரு பெண்ணின் தோள்களைத் தொட்டு அறியாதவனுக்கு அந்தத் தோள்கள் எப்படியிருக்கும் என்று உணர் 'வேய்த்தோள்' என்னும் உவமை பயன்படுகிறது. மூங்கில் போன்ற தோள்கள் என்றால் மூங்கிலைத் தொட்டு அதன் நெகுநெகுப்பை அறிந்தவன் உடனே பெண்ணின் தோள்களை யும் உணர்கிறான். இது ஒருவகைப் பயன். மற்றொன்று, அலங்காரமாகக் கேட்டார்க்கு இன்பம் பயத்தல். 'சிறுநீர் அடக்கிய அடிவயிறாய்க் கனத்தது மனம்' என்று கவிஞர் சுகுமாரன் எழுதுகிறார். மனம் கனத்ததைச் சிறுநீர் அடக்கிய

அடிவயிறு என்னும் உவமை மூலம் சொல்லும்போது எவ்வளவு பொருத்தமாகச் சொல்லியிருக்கிறார் என்று வியந்து அந்தச் சிறப்பை அனுபவிக்கிறோம். அதுதான் கேட்டார்க்கு இன்பம் பயத்தலும் அலங்காரமாதலும்.

இப்படி உவமையைப் பற்றி நம் இலக்கணங்கள் பல கருத்துகளைக் கூறியுள்ளன. உவமை என்பது 'ஒருபுடை ஒப்புமை' என்று சொல்வர். உவமையும் பொருளை முழுமையாக ஒத்திருக்க வேண்டியதில்லை. ஒரு பகுதி ஒத்திருந்தால் போதுமானது. 'புலி போலப் பாய்ந்தான்' என்றால் வேகம் மட்டும்தான் ஒத்த பகுதி. பாய்ந்தவன் புலி போன்ற தோற்றத்தில் இருந்தான் என்றாகாது. 'எனக்குக் கொஞ்சம் நிலம் இருந்தது. ஸ்டேசன் மாஸ்டர் கைக்கொடி போல' என ஞானக்கூத்தன் எழுதுகிறார். ஸ்டேசன் மாஸ்டர் கைக்கொடி அளவில் சிறியது. சிறுமைதான் இங்கு ஒத்த தன்மை.

உவமையை நான்கு வகையாக இலக்கணம் கூறுகிறது. வினை, பயன், மெய், உரு என்பன. உவமையும் பொருளும் எந்தத் தன்மையில் ஒத்திருக்கின்றன என்பதன் அடிப்படையில் இந்த வகைப்பாடு அமைகிறது. வினை – செயல்: பயன் – பயன்படுத் தன்மை: மெய் – வடிவம்: உரு – நிறம்: இவற்றை வினை உவமை, பயன் உவமை, மெய் உவமை, உரு உவமை என்று விவரிப்பர். உவமை, பொருள், ஒத்த தன்மை, உவமை உருபு என்னும் நான்கை விரிவாக விளக்குவர். தொல்காப்பியப் பொருளதிகாரத்தில் உவமவியல் என்று ஓர் இயல் அமைக்கப் பட்டுள்ளது. 38 நூற்பாக்களை உடைய இவ்வியலை விரிவான ஆய்வுக்கு உட்படுத்தினால் உவமை பறறிய தமிழரின் இலக்கியக் கோட்பாட்டையே வடிவமைக்க முடியும். கெட்ட வார்த்தை பேசிக் கோண்டிருக்கும் இத்தொடருக்கு அது நோக்கமல்ல.

அல்குலின் பரப்பு, குழிவு முதலியவற்றை விளக்கும் அடை மொழிகளைக் கையாண்ட சங்கப் புலவர்கள், அல்குலுக்குக் கூறியுள்ள உவமை எப்படிப்பட்டது என்பதைப் பார்க்கலாம். உடலின் மற்ற உறுப்புகள் போலல்லாது, ஆடையால் மறைக்கப்படும் உறுப்பு அல்குல். பெரும்பாலான ஆண்கள் திருமணத்திற்குப் பின்னரே பார்த்தறிகின்றனர். அதுவரைக்கும் கற்பனைகள்தாம். குழந்தைகளின் உறுப்பைப் பார்த்திருப்பதைக் கொண்டு இளம் பெண்களின் உறுப்பழகைப் புனைந்துகொள்கின்றனர். ஆகவே பார்த்தறியாதவர்களுக்கு உணர்த்தும் வகையில் உவமை இருக்க வேண்டும். பார்த்தறிந்தவர்கள் இவ்வளவு பொருத்தமான உவமையாக இருக்கிறதே என்று வியப்படைந்து மகிழ வேண்டும். அதாவது புலனாதல், இன்பம் பயத்தல் ஆகிய இரண்டு

பயன்களையும் ஒருசேரக் கொடுக்கும் விதத்தில் அல்குலுக்கு உவமை கூறியுள்ளனர்.

சங்க இலக்கிய நூலாகிய 'குறிஞ்சிப்பாட்டு'தான் அல்குலுக்கு முதன்முதல் உவமை கூறிப் பெருமையைப் பெறுகின்றது. உவமை கூறியவர் கபிலர்.

பைவிரி அல்குல் கொய்தழை தைஇ (102)

என்னும் அடியில் 'பாம்பின் படம் போன்ற அல்குல்' என உவமை வருகிறது. இதற்கு உரை எழுதியுள்ள நச்சினார்க்கினியர் 'பாம்பின் படத்தைப் போன்ற பரந்த அல்குல்' எனக் கூறுகின்றார்.

இதையடுத்துக் கலித்தொகையில் ஓரிடத்தில் இதே உவமையை நல்லந்துவனார் பயன்படுத்தி உள்ளார்.

இன்மணிச் சிலம்பிற் சின்மொழி ஐம்பால்
பின்னொடு கெழீஇய தடவர வல்குல் (கலி. 125)

இவ்வடிகளுக்கு உரை எழுதியவரும் நச்சினார்க்கினியர்தான். 'தடவர வல்குல்' என்பதை இங்கே அவர் வேறு விதமாகப் பொருள் கொள்கின்றார். 'பொருந்தின உறவின் பெருமை இடையறாது வாரா நிற்க, அவளல்குலின் நுண்ணிய வரி வாடும்படி' என எழுதிச் செல்கிறார். தடவு, வர, அல்குல் எனச் சொற்களைப் பிரித்துத் தடவு என்பதற்கு உறவின் பெருமை என்றும் வர என்பதற்கு இடையறாது வாராநிற்க என்றும் பொருள் சொல்கிறார். நச்சினார்க்கினியரின் இந்த உரைக்கு விளக்கம் கூறும் பொ.வே. சோமசுந்தரனார்,

தட அர அல்குல் – பெரிய அரவின் படம் போன்ற அல்குல் என்னலே அமையும்

எனப் பொருத்தமாகக் கூறுகிறார்.

அல்குலுக்குப் பாம்பின் படத்தை உவமையாகக் கூறியுள்ள பொருத்தம் வியக்கத்தக்கது. பாம்பின் படத்தை முன்பக்கமிருந்து பார்த்தால் எப்படித் தோன்றும்? மேல்நுனி (வாய்ப்பகுதி) வளைந்து மையப்பகுதி விரிந்து மீண்டும் கீழ்நுனி சுருங்கிச் செல்லும் தோற்றம். இது எப்படி அல்குலுக்குப் பொருந்தும்? பாம்பின் படத்தைப் பின்பக்கமிருந்து பாருங்கள். அதை அப்படியே எடுத்துப் பெண்ணுக்குப் பொருத்தினால் மிகச் சரியாகப் பொருந்திவிடும். படத்தின் வளைவு, விரிவு, சுருக்கம் என முன்பக்கத்தைவிடப் பின்பக்கப் படமே மிகப் பொருத்தம். பாம்பின் படத்தில் இருக்கும் வரிகள், அதன் நிறம் (கறுப்பு அல்லது மாநிறம்), வடிவம் என அனைத்தும் விலக்கின்றி இயைந்துபோகும். இன்னும் சொன்னால், பாம்புப் படத்தின் மென்மை அல்குலுக்கு உண்டு.

பாம்பின் படம் என்று சொன்னதை உரையாசிரியர்கள் அல்குலின் பரப்புக்கு உவமை என்று எடுத்துக்கொண்டனர். அது பொருத்தமல்ல. பைவிரி என்பதை விரிந்த படம் என்று கொள்ள வேண்டும். தட அரவு என்பதையும் அரவு விரித்த படம் எனக் கொள்ளலாம். 'உவமமும் பொருளும் ஒத்தல் வேண்டும்' என்கிறார் தொல்காப்பியர். விரி என்பது விரிந்த எனப் பொருள்படாது. விரித்தல் எனப்பட்டு வினைத்தொகையாகப் பொருள் தரும். பாம்பு விரித்த படம், பாம்பு விரிக்கின்ற படம், பாம்பு விரிக்கும் படம் என இதனை விரித்துப்பார்க்கலாம். பாம்பின் சிறப்பு படம் விரித்தல். அதைக் குறிப்பதுதான் பைவிரி என்பது. தட அரவு என்பதில் தட என்பது பெரிய எனப் பொருள்படும். இங்குப் பெரிது, பாம்பின் அளவையோ படத்தின் பரப்பையோ குறிப்பதாகாது. தன் அளவைப் பெரிதாக்கிக் கொள்ளுதல் என்னும் சிறப்பைக் குறிக்கும்.

தமிழ்ப் பண்டிதர்களாக இருக்கும் அழுகுணிச் சித்தர்கள் சிலர் பாம்புப் படம் போன்ற அல்குல் என்பதற்குக் கூறும் விளக்கம் விசித்திரமாயிருக்கும். பாம்பு படத்தில் விஷம் வைத்துள்ளது. அதுபோவே அல்குலும். அல்குலுக்கு ஆசைப்பட்டவன் தீர்ந்தான். படத்தின் விஷம் கொல்லும். ஆசைப்பட்டுச் செல்பவனை அல்குலும் கொல்லும். இப்படி விளக்கம் கூறுவதை வெற்று நகைச்சுவையாக வேண்டுமானால் எடுத்துக்கொள்ளலாம். அல்குல் தரும் இன்பத்தை உணராத மூட ஜென்மங்கள் இந்த நகைச்சுவைக்குச் சிரிக்கவும் செய்யலாம். பாம்பின் இயல்பைப் பற்றி அறியாதவர்கள் சொல்லும் விளக்கம் இது.

பாம்புக்கு விஷம் இருப்பது எதற்கு? அது ஆபத்திலிருந்து தன்னைத் தற்காத்துக்கொள்ள. நம் திரைப்படங்களில் வருவது போலப் பாம்புகள் தேடி வந்து யாரையும் கொத்துவதோ கடிப்பதோ கிடையாது. தெரியாமல் மிதித்துவிட்டவர்களையே பாம்பு தீண்டும். மற்றபடி மனிதனைக் கண்டு பயந்தோடும் இயல்புடையதுதான் பாம்பு. பாம்புகள் வசிக்கும் இடத்திற்கு நாம் போய் அவற்றைத் துன்புறுத்தினால் அவை தீண்டத்தான் செய்யும். பாம்பு படம் எடுத்தாடும் அழகை ரசிக்கும் மனம் உடையோர் படத்தின் வடிவமைப்பையும் அல்குலின் அமைப்பை யும் ஒத்துப் புரிந்துகொள்ள முடியும்.

பாம்புப் படம் போன்ற அல்குல் என்று உவமை சொன்ன வர்கள் பலர். பழமொழி நானூறு நூலில்,

பையரவு அல்குல் பணைத்தோளாய் (364)

என்றும் திணைமொழி ஐம்பது நூலில்,

படம் அணி அல்குல் (45)

என்றும் வருகின்றன. சிலப்பதிகாரத்தில்,

அங்கரவு அல்குல் ஆடலும் காண்குதும் (கடலாடுகாதை)
பையரவு அல்குல் தவமென்னை கொல்லோ (வேட்டுவ வரி)

என இரண்டு இடங்களில் வருகின்றது. மணிமேகலையில் இரண்டு இடங்களில் இந்த உவமை குறிப்பிடப்படுகின்றது.

பையர வல்குல் பலர்பசி களைய (19:1)

பைத்தர வல்குல் பாவைதன் கிள்வி (28:220)

புத்தமதத் துறவியான மணிமேகலையை 'அரவுப் படம் போன்ற அல்குலினை உடையாள்' என்றுதான் அதன் ஆசிரியர் கூறுகின்றார்.

பிற்கால நூல்களிலும் இந்த உவமை பல இடங்களில் பயன்படுத்தப்பட்டுள்ளது. அல்குலுக்கு மிகப் பொருத்தமான வேறு உவமை எதுவும் கிடைக்கவில்லை போலும். கண்ணுக்கு என்றால் மான், மீன், வேல் எனப் பல உவமைகள். பூ, மாவடு என ஏராளம். ஆனால் அல்குலுக்கு ஒன்றே ஒன்றுதான். வேறு உவமைகளை யாரும் இதுவரை சொன்னதாகத் தெரியவில்லை.

காலப்போக்கில் அல்குல் என்னும் உறுப்பைத் தமிழ் இலக்கியம் மறந்துவிட்டது என்றே நினைக்கிறேன். அசிங்கம், ஆபாசம் என உருவான கருத்துகள் அல்குலைப் புறக்கணிக்கக் காரணமாகிவிட்டன. இருபதாம் நூற்றாண்டுக் கவிஞர்கள் அல்குலை அறவே விட்டுவிட்டனர். அல்குல் என்பதை வேறு என்னென்னவோ சொற்களைப் பயன்படுத்திச் சொல்லி இருக்கின்றனர். ஆனால் அல்குல் என்னும் சொல்லைப் பயன் படுத்தவே இல்லை. முன்னர் வழங்கியதைக்கூட இருட்டடிப்புச் செய்யும் வேலையைத்தானே நம்காலமும் மும்முரமாகச் செய்துவருகிறது.

சங்க இலக்கிய நூல்களைச் சந்தி பிரித்து மிக எளிமையாக யாரும் படிக்கும் விதத்தில் வெளியிட்ட பதிப்பு மர்ரே எஸ்.ராஜம் பதிப்பாகும். சங்க இலக்கியச் சொற்களுக்கு ஓர் அகராதியைப் 'பாட்டும் தொகையும்' என்னும் தலைப்பில் அவர்கள் வெளியிட்டுள்ளனர். பையரவு அல்குல் என அருமை யான உவமை கூறிக் காலகாலமாகப் பாராட்டுப் பெற்றுவரும் சங்க இலக்கியப் புலவர்களுக்கு அந்த அகராதி உரிய மதிப்பைத் தரவில்லை.

அல்குல் – பக்கம், மருங்குல், இடை எனப் பொருள் தருகிறது. மருங்குல் எனினும் இடை என்றுதான் பொருள். பெண்ணின் பிறப்புறுப்பு என்னும் பொருளை இந்த அகராதி மறைத்துவிட்டது. எத்தனை பெரிய காரியம் செய்வோரும் மிகச் சிறியதோர் இழிவான செயலால் தம் பெருமையை இழப்பர் என்பதற்கு இதுதான் சான்று.

பயன்பட்ட நூல்கள்

1. உ.வே.சாமிநாதையர் (ப.ஆ), 1950, பத்துப்பாட்டு மூலமும் நச்சினார்க்கினியருரையும், சென்னை, கபீர் அச்சுக்கூடம், நான்காம் பதிப்பு.

2. பதிப்பாசிரியர் குழு (மர்ரே), 1981, பதினெண் கீழ்க்கணக்கு, சென்னை, நியூ செஞ்சுரி புக் ஹவுஸ் பிரைவேட் லிமிடெட், இரண்டாம் பதிப்பு.

3. பதிப்பாசிரியர் குழு (மர்ரே), 1981, பாட்டும் தொகையும், சென்னை, நியூ செஞ்சுரி புக் ஹவுஸ் பிரைவேட் லிமிடெட், இரண்டாம் பதிப்பு.

‘என்னுத ரெண்டையும் புடிச்சுக்கோ’

‘கெட்ட வார்த்தை பேசுவோம்’ தொடரில் இன்னும் எத்தனை நாட்களுக்குத்தான் அல்குல் பற்றியே எழுதிக் கொண்டிருப்பாரோ தெரிய வில்லை என்பதாக *இறக்கை* ஆசிரியர் சொல்லி யிருந்தார். நம் முன்னோர்கள் அல்குல் பற்றி நிறைய எழுதியிருக்கிறார்கள். பேசித் தீராது. அல்குலைப் பற்றிப் பேசுவதில் பெருத்த இன்பமும் இருக்கிறதல்லவா? ஆகவே நம் இலக்கியக் கடலி லிருந்து ஏதோ என் கண்ணுக்குப் பட்டவற்றை இன்னும் கொஞ்சம் எழுதலாம் என்றிருக்கிறேன். வேறு விசயங்கள் பற்றியும் எழுதுவேன். *இறக்கை* நாட்டார் வழக்காற்றியல் சிறப்பிதழாக வருவதால் தொடரோட்டத்திலிருந்து சிறிது விலகிப் பேச இப்போது வாய்ப்புக் கிடைத்திருக்கிறது. எல்லாம் நன்மைக்கே.

நாட்டார் வழக்காற்றியல் வாய்மொழி மரபை அடிப்படையாகக் கொண்டது. ஆகவே மக்கள் சாதாரணமாகப் பேச்சு வழக்கில் பயன்படுத்தும் பல சொற்களும் இயல்பாகப் புழங்கும் துறை இது. பாலுறவு தொடர்பான செய்திகள், பாலுறவுச் சொற்கள், பாலுறுப்புப் பெயர்கள் ஆகியவை எந்தத் தடையும் இல்லாமல் வழங்கி வருவதை நாட்டார் இலக்கியங்கள், கலைகள் ஆகியவற்றில் காணலாம். இவற்றை அச்சிடும்போது பலவிதச் சிக்கல்கள் ஏற்படுகின்றன.

வாய்மொழி இலக்கியங்களை அச்சுக்குக் கொண்டு வருபவர் பெரும்பாலும் கல்வி கற்ற கனவானாக இருப்பார். அவர் நாகரிகத்தை மிகவும் கடைபிடிப்பவராகவும் பண்பாட்டுக் காவலராகவும் விளங்குவார். ஆகவே வாய்மொழி இலக்கியத்தில் உள்ள ஆபாசமான விசயங்களைத் தவிர்த்துவிட வேண்டும் என்றே அவர் கருதுவார். வாய்மொழியாக எதை வேண்டுமானாலும் பேசலாம். எப்பேர்ப்பட்ட கேடுகெட்ட காரியத்தையும் செய்யலாம். ஆனால் அவற்றை எழுத்தில் மட்டும் பதிவு செய்துவிடக் கூடாது. எழுத்து அழியாதது. காலம் கடந்து நிற்பது. அசிங்கங்களை அதில் ஏற்றலாமா? என்ன இருந்தாலும் வரலாறு நமக்கு முக்கியம் அல்லவா?

நமது வாய்மொழி இலக்கிய வடிவங்களை முதலில் தேடித் தொகுத்தவர்கள் ஆங்கிலேயர்கள்தான். அவர்களில் ஒருவர் பர்ஸி மக்வின் என்பவர். சென்னை மாகாணத்தில் கலெக்டராக இருந்தவர். ஒரு வரிக்கு இத்தனை அணா என்று பணம் கொடுத்துப் பலரிடம் இருந்தும் பாடல்களைச் சேகரித்தவர் அவர். அவை கையெழுத்துப் பிரதியாகச் சென்னைப் பல்கலைக் கழக நூல் நிலையத்தில் பாதுகாக்கப்பட்டு வந்தன. தஞ்சாவூர் சரஸ்வதி மகால் நூல் நிலையம் இப்பாடல்களை வெளியிடக் கருதி அதைப் பதிப்பிக்கும் பணியைக் கி.வா. ஜகந்நாதன் அவர்களிடம் ஒப்படைத்தது.

கி.வா. ஜகந்நாதனைப் பலரும் அறிந்திருக்கக்கூடும். பழம் இலக்கியங்கள் பலவற்றைப் பதிப்பித்தவராகிய உ.வே.சாமிநாதையரின் மாணவர் அவர். இலக்கியப் பதிப்பில் பேரனுபவம் வாய்ந்தவர். *கலைமகள்* இதழின் ஆசிரியராக இருந்தவர். ஒரு நூலைப் பதிப்பிப்பதற்கு உ.வே. சாமிநாதையர் கொண்டிருந்த அடிப்படை நெறிமுறைகளில் ஒன்று 'உள்ளது உள்ளபடி' பதிப்பித்தல் என்பதாகும். அவரிடம் பாடம் கற்றவரும் அவர் உடனிருந்து பதிப்பு வேலைகளில் உதவியவரும் திருக்குறள் பதிப்பு உள்ளிட்ட சிறந்த பதிப்புகளை உருவாக்கியவருமாகிய கி.வா.ஜ. தான் பதிப்பித்த பர்ஸி மக்வின் தொகுப்புக்கு உள்ளது உள்ளபடி என்னும் நெறிமுறையைப் பின்பற்றவில்லை. அந்த நெறிமுறை ஏட்டிலக்கியங்களுக்குத்தான் என்று அவர் முடிவு செய்திருக்கக் கூடும்.

அந்நூலுக்கு மலையருவி என்று பெயரிட்டு 1958ஆம் ஆண்டு வெளியிடப்பட்டது. இதுவரை நான்கு பதிப்புகள் வெளியாகியுள்ளன. நாட்டார் வழக்காற்றியல் முன்னோடித் தொகுப்பு நூல்களில் ஒன்றாக அது கருதப்படுகிறது. பர்ஸி மக்வின் சேகரித்த பாடல்களின் முழுமையான தொகுப்பு நூல்

இது. இடக்கராக இருந்த பல பாடல்களை விட்டுவிட்டேன் என்று அவரே முன்னுரையில் கூறியுள்ளார். இடக்கர் என்றால் அவையில் சொல்லத்தகாத சொல் என்று பொருள். அத்தகைய சொற்கள் இடம்பெற்ற பாடல்களை எல்லாம் அவர் ஒதுக்கிவிட்டார். சேர்த்திருக்கும் பாடல்களிலும் அங்கங்கே சில வரிகளை நீக்கிவிட்டார். இதனைக் குறித்துச் சென்னைப் பல்கலைக்கழக முனைவர் பட்ட மாணவர் பா. ஜெய்கணேஷ் விரிவான கட்டுரை ஒன்றை எழுதியுள்ளார்.

நல்ல வேளையாகப் பாடல் வரிகள் விடுபட்டிருக்கும் இடங்களில் எல்லாம் புள்ளி வைத்துக் காட்டியுள்ளார். இடக்கர் என்று அவர் கருதும் சொல் வருமிடத்தில் மட்டும் புள்ளி வைத்திருந்தால் போதும். பாடலை வாசிப்பவர்கள் தங்கள் கற்பனைத் திறத்தால் அவ்விடத்தை நிரப்பிக்கொள்ள இயலும். அதற்கும் வாய்ப்பில்லாமல் முழு அடிகளையே அவர் நீக்கித் தொலைத்துவிட்டார். மாப்பிள்ளையைக் கேலி செய்து கொழுந்தியாள் பாடும் பாடல் ஒன்றில் 'பணியாரத்தைத் தின்னச் சொன்னால் பொத்தலெல்லாம் பண்ணிடுவார்' என்று வருகிறது. அதற்கு அடுத்த இரண்டு அடிகள் விடுபட்டுள்ளன. ஒன்றும் ஊகிக்க வழியில்லை. இத்தகைய கேலிப் பாடலில் பாலுறவு தொடர்பான இரட்டை அர்த்தக் கருத்துக்கள் வருவது இயல்பு. இந்தப் பாடலிலும் அப்படி உண்டு.

புண்ணாக்கும் புளியம்பிஞ்சும்
மல்லாக்கொட்டையும் தின்னவருக்கு
கண்மணி எங்கள் அக்காகிட்டக்
கணக்காச் சாப்பாடுமாச்சு

என்று வருமிடத்தில் சாப்பாட்டைப் பற்றி மட்டும் இது பேச வில்லை என்பது வெளிப்படை. அதுபோலத்தான் பணியாரம், பொத்தல் பற்றிப் பேசும்போதும் பாலுறவுக் குறிப்புடைய வரிகள் சற்று வெளிப்படையாக வந்திருக்கக் கூடும். இந்த அளவுக்குத்தான் ஊகிக்க முடிகிறது.

ஆனால் கி.வா.ஜவின் பதிப்புப் பணியை இரண்டு காரணங் களுக்காகப் பாராட்டலாம். ஆங்கிலேய அதிகாரிகளும் பாதிரிமார்களும் தேடிச் சேகரித்த அளவற்ற விசயங்களில் பெரும்பாலானவை இன்னும் வெளியிடப்படவில்லை. காலின் மெக்கன்சி என்னும் ஆங்கிலேய அதிகாரி சேகரித்த வரலாற்றுத் தரவுகளில் பத்து விழுக்காடுகூட அச்சுக்கு வரவில்லை. கோயம்புத்தூர் வரலாறு ஒன்றும் அவர் சேகரிப்பில் உண்டு. சந்தைகளின் வரலாறுகளைத் தொகுத்திருக்கிறார். இதுமாதிரி அச்சுக்கு வராமல் பல விசயங்கள் இருக்கும்போது பர்ஸி

மக்வின் சேகரித்த பாடல்களைப் பதிப்பித்தமைக்காக முதல் பாராட்டு.

மலையருவிக்குப் பிறகு பலபேர் நாட்டார் பாடல்களைத் தொகுத்து வெளியிட்டுள்ளனர். இடக்கர் வார்த்தைகள் வரும் பாடல்களை எல்லாம் பெரும்பாலும் தவிர்த்துவிட்டவையே இத்தொகுப்புகள். நா.வானமாமலை பதிப்பித்த ‘தமிழ் நாட்டுப் பாடல்கள்’ என்னும் தொகுப்பில்கூடக் கெட்ட வார்த்தைப் பாடல்கள் இல்லை. இந்நிலையில் புள்ளி வைத்தாவது காட்டியிருக்கிறாரே கி.வா.ஜ. என்பதற்காக இரண்டாவது பாராட்டு.

நாட்டார் பாடல்களைத் தொகுத்தவர்களில் முக்கியமானவர் க.கிருட்டிணசாமி. கொங்கு நாட்டுப்புறப் பாடல்களை இரண்டு தொகுதிகளாக அவர் வெளியிட்டுள்ளார். நாட்டார் பாடல்களுக்கான பதிப்பு நெறிமுறைகளுடன் சிறப்பாக உருவாக்கப்பட்டவை இத்தொகுதிகள். இதன் இரண்டாவது தொகுதியில் ‘மானிடவியல்’ என்னும் தலைப்பில் சில பாடல்கள் உள்ளன.

கார்த்திகை மாதத் தீபத்தின்போது கொங்குப் பகுதிக் கிராமங்களில் கூம்பு சுற்றுதல் அல்லது சூந்து சுற்றுதல் என்னும் நெருப்பு விழா நடைபெறும். அப்போது பாடப்படும் பாடல்கள் அவை. நூற்றுக்கும் அதிகமான பாடல்களை அவர் ஒலிப்பதிவு செய்திருக்கிறார். ஆனால் தொகுதியில் சேர்த்திருப்பதோ மிகச் சில பாடல்களை மட்டுமே. ஒலிப்பதிவு செய்யப்பட்டவை எல்லாம் இன்று உள்ளனவா என்பதே சந்தேகம்தான். நாட்டார் வழக்காற்றியல் ஆய்வுகளுக்கு அருமையான தரவுகளான அப்பாடல்கள் அச்சுக்கு வராமல் போனது நமது துரதிர்ஷ்டம். அந்தப் பாடல்களைப் பற்றி அவர் இப்படிக் கூறுகிறார்:

“கார்த்திகைக் கூம்பன்று நெருப்புப் பந்தை வேகமாகச் சுழற்றிக் கொண்டு ஆண் பெண் ஆகியோரின் இன்பப் பெருக்க உறுப்புகளைப் பற்றியும் உடலுறவு பற்றியும் பாடுவதில் ஒருவருக் கொருவர் திறமையைக் காட்டுகின்றனர்.” *(ப. 134)*

பாலுறவு தொடர்பான பாடல்கள் இத்தொகுதியில் இருந் தாலும் இவரும் இடக்கர் வார்த்தைகளை எழுதாமல் புள்ளி வைத்தே விட்டிருக்கிறார். பெரும்பாலான இடங்களில் என்ன வார்த்தையாக இருக்கும் என்பதை நம்மால் ஊகித்துக்கொள்ள முடிகிறது. சில பாடல்களுக்கு விடுபட்ட இடத்தில் என்ன வார்த்தை வரும் என்பதற்கான குறிப்புகளையும் கொடுத்திருக்கிறார்.

காடைக்குக் கண்ணாடி
கருப்புச் சீல ஒய்யாரி

வேலைக்குச் சோம்பேறி
. . . . ராஜா
கில்லலேலோ கீசா

இந்தப் பாடலுக்குக் குறிப்பாக 'விடுபட்ட இடத்தில் பச்சையான ஆண் பெண் உடலுறவுச் சொல் பயன்படுத்தப் படுகிறது' என்று கொடுக்கப்பட்டுள்ளது. நாம் நிரப்பிக் கொள்ளலாம். 'வேலைக்குச் சோம்பேறி ஓலுக்கு ராஜா' என்னும்படி. இன்னொரு பாடலிலும் ஊகித்துக் கொள்ளும் படியான குறிப்புகள் உள்ளன. நிரப்பினால் இப்படியான வரிகள் கிடைக்கும்.

சோளக் காட்டுக்குள்ளே நாமும்
சொகுசாக ஓக்கலாம்

கம்மங்காட்டுக்குள்ளே கட்டியணைத்து
கச்சிதமா ஓக்கலாம்

பருத்திக் காட்டுக்குள்ளே படுத்து
பாத்து ஓக்கலாம் (ப. 135,136)

ஆனால் வேறு சில பாடல்களில் புள்ளி வைத்துவிடப்பட்ட இடங்கள் உள்ளன. அவற்றிற்குக் குறிப்புகள் எதுவும் இல்லை. நாமாக ஊகித்துக்கொள்ள முடிகிற மாதிரியும் இல்லை. 'எலந்த மரத்து மேல எள்ளு அவ(ள்) பேரு... என்றே உள்ளது. அவள் பேரைக் கண்டுபிடிக்க எந்தச் சொல்லைப் போடுவது என்பது குழப்பம். இன்னும் சில இடங்களும் இப்படி உள்ளன. க. கிருட்டிணசாமியைப் பொறுத்தவரை இத்தகைய சொற்களைக் கொடுக்க வேண்டும் என்னும் கருத்துடையவர்தான். ஆனால் அப்படிக் கொடுக்க அஞ்சுகிறார். நூலின் பதிப்புரையில் அவர் கூறுவதைப் பார்ப்போம்.

"இப்பாடல்கள் நூற்றுக்கும் அதிகமாக ஒலிப்பதிவு செய்யப் பட்டன. அவற்றில் ஒரு சிலவே இந்நூலில் இடம் பெற்றுள்ளன. அவற்றிலும் உடலுறவு, உடலுறவு உறுப்புகளைப் பற்றிய சொற்கள் நீக்கப்பட்டுள்ளன. ஆய்வு நோக்கில் இந்நூல் வெளியிடப்படினும் சட்டத்தின் கரங்களில் சிக்கிச் சீரழிந்து ஆய்வாளர்கட்கும் அறிஞர்கட்கும் கிடைக்காமல் போய்விடக் கூடாதென்ற அச்சத் தின் காரணமாகவே இச்சொற்கள் நீக்கப்பட்டுள்ளன. ஆகவே இச்சொற்களை நீக்கி வெளியிடுவதற்கு நாட்டுப்புறவியல் அறிஞர் களிடம் என் வருத்தத்தைத் தெரிவித்துக் கொள்கிறேன்." (ப.xii,xiii)

சட்டச் சிக்கல் எதுவும் வருமோ என்பது அவர் அச்சம். சொற்களைக் கொடுக்காமல் புள்ளி வைத்தாவது எல்லாப் பாடல்களையும் அவர் வெளியிட்டிருந்தால் பரவாயில்லை என்பது நமது ஆதங்கம்.

நாட்டார் பாடல்களில் அரையும் குறையுமாக இப்படி யாவது சில பதிவாகி உள்ளன. நாட்டார் இலக்கிய வகைகளாகிய விடுகதை, பழமொழி ஆகியவற்றில் பாலுறவுச் சொல்லாடல்களைக் கொண்டவை பல உள்ளன. ஆனால் ஒன்றும் பதிவானதாகத் தெரியவில்லை.

ஒரு விடுகதை:

> என்னுத ரெண்டையும் புடுச்சுக்கோ
> இழுத்து இழுத்து அடிச்சுக்கோ
> தண்ணிய உட்டு எடுத்துக்கோ
> கழுவிக்கிட்டுப் போய்க்கோ

இதனைக் கேட்கும் யார்க்கும் உடலுறவுச் சொல்லாடல் இது என்பது உடனே விளங்கும். ஆனால் விடை 'அம்மி அரைத்தல்' என்று சொல்வர். இப்படிப்பட்ட விடுகதைகள் தொகுக்கப்படாமல், அச்சிடப்படாமல் மறைந்து கிடக்கின்றன.

விடுகதைத் தொகுப்புகள் அதிகம் வரவில்லை. ஆனால் பழமொழித் தொகுப்புகள் பல வந்துள்ளன. கி.வா. ஜகந்நாதனே பத்தாயிரத்திற்கும் மேற்பட்ட பழமொழிகளைத் தொகுத்துள்ளார். கொங்கு நாட்டுப் பழமொழிகளைத் திருமதி மீனாட்சி சுந்தரம் வெளியிட்டுள்ளார். சிறுசிறுநூல்களாகப் பல உள்ளன. ஆனால் எதிலுமே கெட்ட வார்த்தைப் பழமொழிகள் இடம் பெற்றதாகத் தெரியவில்லை.

மக்கள் வழக்கில் சாதாரணமாகப் புழங்கும் இத்தகைய பழமொழிகள் சேர்க்கப்படாமைக்குப் பண்பாடு காக்கும் ஒழுக்கப் பார்வையன்றி வேறெந்தக் காரணமும் இல்லை. பழமொழிகளைத் தொகுத்த பேராசிரியர்கள், தமிழ் ஆய்வாளர்கள், அறிஞர்கள் முதலியோரின் இயல்பு இதுதான். ஆனால் இப்படி எல்லாம் இருக்க மாட்டார்கள் என்று நாம் நினைக்கும் நவீன எழுத்தாளர்கள் சிலரும் நம்மை ஏமாற்றவே செய்கிறார்கள்.

பெருமாள்முருகன் எழுதிய நாவல் 'ஏறுவெயில்.' இதில் கெட்ட வார்த்தைகள் பலவற்றை அவர் சாதாரணமாகப் பயன் படுத்தியுள்ளார். முதன் முதலில் ஜட்டி போடும் மகனைப் பார்த்து 'இதில்லாம சுனி நிக்க மாட்டீங்குதா' என்று தாய் கேட்பதாக ஓரிடத்திலும் 'எஞ்சுனிக்குப் பொறந்தவன் நீ' என்று தந்தை சொல்வதாக ஓரிடத்திலும் எழுதியுள்ளார். நவீன இலக்கியத்தில் ஆண் உறுப்புப் பெயர் வெளிப்படையாக முதலில் வருவது இந்த நாவலில்தான். அது மட்டுமல்ல 'ஓத்தவன் ஓடிட்டான் ஒண்ணுக்கு உட்டவன் மாட்டிக்கிட்டான்' என்னும் பழமொழி நாவலில் ஓரிடத்தில் அப்படியே வரும். இப்படி

எல்லாம் எழுதியவர் தொகுத்ததுதான் கொங்கு வட்டாரச் சொல்லகராதி.

இந்த அகராதியின் இறுதியில் பழமொழிகளும் சேர்க்கப் பட்டுள்ளன. நாவலில் இத்தகைய பழமொழிகளை எல்லாம் பயன்படுத்திய பெருமாள்முருகன் அகராதியில் அவற்றை நிச்சயம் சேர்த்திருப்பார் என்ற எதிர்பார்த்தால் ஏமாற்றம்தான். நாவலில் இடம் பெற்றிருக்கும் பழமொழிகூட அகராதியில் இல்லை. கொங்குப் பகுதியில் வழங்கும் கெட்ட வார்த்தைப் பழமொழிகள் நூற்றுக்கணக்கில் இருக்கும். சான்றுக்குச் சில:

ஆச இருக்கு ஆனைய ஓக்க
ஆனாப் புழுலு எட்டல

ஆதி ஒறவு அடியோட போனாலும்
கூதி ஒறவு கொழுந்துவிட்டு எரியும்

கடவுளே கைமுட்டி அடிக்கறாராம்
பூசாரிக்குப் புண்ட கேக்குதாம்

கேக்கறவன் கேனக்கூதின்னா
கடுகு மொடாச் சோடும்பான்

இப்படிப்பட்ட பழமொழிகள் அகராதியில் இல்லை. சரி போகட்டும். சில பழமொழிகளில் சொற்களை மாற்றிப் பதிப்பித்துள்ள கொடுமையை என்னவென்று சொல்ல? 'அப்பங் கிட்டப் போனவள் அழுதாத் தீருமா?' என்று ஒரு பழமொழி அகராதியில் உள்ளது. அதன் சரியான வடிவம் 'அப்பன ஓத்தவ அழுதாத் தீருமா' என்பதுதான். பெருமாள்முருகன் இப்படி செய்யலாமா?

நாட்டார் வழக்காற்றியலையும் கெட்ட வார்த்தைகளையும் இணைத்துப் பேச இப்படிப் பல விஷயங்கள் இருக்கின்றன.

பயன்பட்ட நூல்கள்

1. கி.வா. ஜகந்நாதன் (ப.ஆ), மலையருவி, 2001, தஞ்சாவூர் சரசுவதி மகால் நூலகம், நான்காம் பதிப்பு.
2. க. கிருட்டிண சாமி, கொங்கு நாட்டுப்புறப் பாடல்கள் தொகுப்பு 2, 1980, சென்னை, மக்கள் வெளியீடு.
3. ம. இராசேந்திரன், காலின் மெக்கன்சி வரலாறும் சுவடிகளும், 2002, சென்னை, கணையாழி படைப்பகம்.
4. மே.அ. பாலமுருகன் முதலியோர் (ப.ஆ), நாட்டுப்புறக் கலை இலக்கியம் தொகுதி 3, 2004, ஈரோடு, கலைக்கல்லூரி.

5. பெருமாள்முருகன், ஏறுவெயில், 2003, சென்னை, மருதா பதிப்பகம், நான்காம் பதிப்பு.

6. பெருமாள்முருகன், கொங்கு வட்டாரச் சொல்லகராதி, 2000, கோபி, குருத்து வெளியீடு.

அல்குல் தைவரல்

தமிழ்ப்பேராசிரியர்கள், ஆராய்ச்சியாளர்கள் முதலியோர் ஏதாவது ஒரு விசயம் குறித்துப் பேசும் போதும் சரி, எழுதும்போதும் சரி தொல்காப்பியத்தில் இருந்து மேற்கோள் காட்டித் தொடங்குவது வழக்கம். இரண்டாயிரம் ஆண்டுகளுக்கு முந்தைய பழமை உடைய தொல்காப்பியம் இன்று பேசும் எல்லா விசயங்களுக்கும் தன்னிடம் மேற்கோள்களை வைத்திருக்கும் அதிசய நூல். இந்தக் கெட்ட வார்த்தைக்கு மட்டும் அதில் இடம் இல்லாமல் போகுமா? கெட்ட வார்த்தையைப் பயன்படுத்தும் முறையைப் பற்றி அதில் இலக்கணம் உண்டு. கெட்ட வார்த்தை அதில் உண்டா? உண்டு.

அல்குல் என்னும் வார்த்தையைத் தொல்காப்பியத்திலேயே காணலாம். அன்றைக்கு அது கெட்ட வார்த்தையாகக் கருதப்பட்டிருக்கவில்லை. காலப் போக்கில் சிலவற்றைக் கெட்ட வார்த்தைகளாக எண்ணும்போக்கு ஏற்பட்டுவிட்டது. அப்படிப்பட்ட ஒரு வார்த்தைதான் அல்குல். தொல்காப்பியம் அதனைச் சாதாரணமாகவே பயன்படுத்தியுள்ளது. தொகாப்பிய மெய்ப்பாட்டியல் மன உணர்வுகளுக் கேற்ப உடல் உறுப்புகளின் இயல்பு மாறுபடும்விதம் பற்றிப் பேசுவதாகும். அதாவது அகத்தின் அழகு முகத்தில் தெரியும் என்பதுதான் மெய்ப்பாடு. நாடகம் முதலிய நிகழ்த்துகலைகளில் மெய்ப்பாட்டிற்கு மிகுந்த முக்கியத்துவம் உண்டு. அதனை ஒரு வரையறைக்கு உட்படுத்தி இலக்கணம் வகுத் திருக்கிறது தொல்காப்பியம் என்பது ஆச்சரியமான செய்திதான்.

ஒருவனும் ஒருந்தியும் ஒருவரை ஒருவர் சந்தித்துக் காதல் கொள்ளும்போது அவர்களின் உணர்வு நிலைகள் எவ்வாறு வெளிப்படுகின்றன என்பதைப் பற்றி விரிவாகப் பேசுகிறது மெய்ப்பாட்டியல். காதலன் முன் தன் உணர்வுகளை வெளிப்படையாகக் காதலி காட்டமாட்டாள். அவளது மெய்ப் பாடுகள் அவள் விருப்பத்தைக் காட்டுவன. அதில் ஒன்றாகத்தான் அல்குல் தைவரல் என்பதைக் கூறுகின்றது.

அல்குல் தைவரல் அணிந்தவை திருத்தல்
இல்வலி றுத்தல் இருகையும் எடுத்தல்
சொல்லிய நான்கே மூன்றென மொழிப (15)

என்பது மெய்ப்பாட்டியல் நூற்பா.

காதலர் ஒருவரை ஒருவர் முதன்முதலாகப் பார்த்தது முதல் அவர்களிடம் உண்டாகும் உணர்வு நிலைகளைப் பத்தாகப் பகுத்து விளக்குகின்றார் தொல்காபியர். அவற்றுள் மூன்றாவது உணர்வுநிலை (அவத்தை) தொடர்பானது இந்நூற்பா. காதலன் முன் தன் விருப்பத்தைச் சொல்லால் வெளிப்படுத்தத் தயங்கும் காதலியின் உணர்வுநிலை எப்படி மெய்ப்பாடுகளாக வெளிப்படுகின்றது என்பதுதான் இது. அதாவது அவள் சொற்கள் பொய் சொல்லுகின்றன. ஆனால் அங்க அவயங்கள் உண்மையைப் பேசுகின்றன. இந்த நிலைதான் இங்கே பேசப்படுகின்றது. காதலனிடம் பேசிக்கொண்டிருக்கும் அந்தப் பெண்ணின் கைகள் சும்மா இருக்கவில்லை. அவள் செய்யும் செயல்கள் அவள் விருப்பத்தை உணர்த்துகின்றன. அவனோடு கூடி இருக்க அவள் மனம் விரும்புகிறது. கூடி இருத்தல் என்றால் கூடல், புணர்தல் என்று அர்த்தம். அதாவது உடலுறவு கொள்ளுதல் என்று பொருள்.

தமிழ் பண்பாடு பற்றிப் போலியாகப் பிதற்றுவோர் பலருக்குத் தமிழ் மரபு தெரியாது. தமிழ் மரபில் அகத்திணை என்பது களவு, கற்பு என இரு வகைப்படும். களவு என்றால் திருமணத்திற்கு முன் ஆணும் பெண்ணும் காதலித்தல். கற்பு என்பது திருமணத்திற்குப் பின்னான வாழ்க்கை. காதலுக்குப் பின் திருமணம் என்பதுதான் தமிழ் மரபு. காதல் என்றால் இன்று நம் திரைப்படங்களில் வருவது போல என நினைத்துவிடக் கூடாது. திருமணத்திற்கு முன் ஆணும் பெண்ணும் உடலுறவில் ஈடுபடுதல் பெரும்பாவம் என்பது இன்று தமிழ்ச் சமூகத்தில் நிலவும் ஒரு பொதுக்கருத்து. அதையே திரைப்படங்களும் பிரதிபலிக்கின்றன. அப்படி இருப்பது சாத்தியமா?

திருமணத்திற்கு முன் உடலுறவு கொள்ளுதலை நம் அகத்திணை மரபு விரிவாகப் பேசுகிறது. ஒருவர் மீது ஒருவருக்குக்

காதல் தோன்றுவதை உள்ளப்புணர்ச்சி என்றும் அடுத்து அவர்கள் உடலுறவுக் கொள்வதை மெய்யுறுபுணர்ச்சி என்றும் களவு இலக்கணம் கூறுகின்றது. உடலுறவு கொள்ள நிபந்தனையாகத் திருமணம் வலியுறுத்தப்படவில்லை. திருமணத்திற்கு முன்னமே உடலுறவு வலியுறுத்தப்பட்ட சமூகம் நம்முடையது. உடலால் ஒருவரையொருவர் நன்றாக அறிந்துகொண்ட பின்னரே திருமணம். காதலனோடு உடலுறவு கொள்ள விருப்பம் என்பதைக் காதலியின் மெய்ப்பாடுகள் தெரிவிக்கின்றன. அதில் ஒன்றுதான் 'அல்குல் தைவரல்' என்பது.

அல்குல் என்றால் தெரியும். தைவரல் என்பதற்குத் தடவுதல் என்று பொருள். அல்குலைத் தடவுவதுதான் அல்குல் தைவரல் என்பது. உடலுறவில் அல்குலைத் தடவுதல் மிக முக்கியமான நிலை. காதலன் காதலியின் அல்குலைத் தடவினான். அதுதான் அல்குல் தைவரல். அவள் அணிந்திருந்த ஆடைகளை உடலுறவுக்கு வசதியாகத் திருத்தினான். அதுதான் அணிந்தவை திருத்தல். உறவு கொள்வதற்குத் தோதான இடம் ஒன்றைத் தலைவி வலியுறுத்தினாள். அதுதான் இல்வலியுறுத்தல். வெட்கத்தினால் உடலை மறைத்துக்கொண்டிருந்த கைகள் இரண்டையும் விலக்கிக் கொண்டாள். அதுதான் இருகையும் எடுத்தல். இப்படி இதனை விளக்கலாம். ஏனென்றால் மெய்யுறு புணர்ச்சியைப் பற்றிப் பேசும் இடம் இது. ஆனால் இந்த விளக்கத்தை ஏற்றுக்கொள்ளவே மாட்டார்கள். தொல்காப்பியர் காம நூலா எழுதியிருக்கிறார் என்பார்கள். அகம் பற்றிப் பேசும் பகுதி உண்மையில் காமத்தைப் பற்றிப் பேசுவதுதான்.

இருந்தாலும் அந்த அளவுக்குப் போகாமல் கொஞ்சம் மரபுக்கு உட்பட்டே இந்தப் பிரச்சினையைப் பார்க்கலாம். அல்குலைத் தடவுபவள் பெண். அதாவது காதலி தன் புணர்ச்சி விருப்பத்தை வெளிப்படுத்தும் மெய்ப்பாடாக அல்குலைத் தடவுகிறாள். மற்றவர்களுக்குத் தெரிவது போலிருப்பதுதான் மெய்ப்பாடு என்றால் காதலனுக்குத் தெரிவிப்பது போல அல்குல் இருக்கும் இடத்தைத் தடவுகின்றாள் என்று கொள்ளலாம். மெய்ப்பாட்டியல் என்பதே நிகழ்த்துகலை பற்றிப் பேசுவது என்பதை நினைவுகொண்டால் வேறு ஒருவகை அர்த்தமும் எடுத்துக்கொள்ளலாம். அதாவது காதலனுக்குத் தன் புணர்ச்சி விருப்பத்தைத் தெரிவிப்பதை நிகழ்த்திக் காட்டுதல் இது என்று கொண்டாலும் சரியே.

இன்றைய பரத நாட்டிய அபிநயங்களை நினைவுபடுத்திப் பார்த்தால் இது புரியும். பரத நாட்டிய அபிநயங்களில் பெரும் பான்மையும் காமத்தை வெளிப்படுத்தும் மெய்ப்பாடுகள்தான்.

அல்குல் தைவரல் என்றால் ஆடையைக் களைந்து விட்டுத் தடவுதல் அல்ல. அல்குல் இருக்கும் இடத்தில் ஆடையைத் தடவுதல் என்றே கொள்ளலாம். கலை என்பது போலச் செய்தல் தானே. ஆடையைத் தடவினால் அதற்குள் இருக்கும் அல்குலைத் தடவுதல் என்று உணர்ந்துகொள்ளலாம் அல்லவா?

அடுத்து வரும் அணிந்தவை திருத்தல், இல்வலியுறுத்தல், இருகையும் எடுத்தல் ஆகியவையும் புணர்ச்சி விருப்பத்தினைக் குறிப்பாக உணர்த்தும் மெய்ப்பாடுகள் என்றே உரையாசிரியர்கள் விளக்குகின்றனர். ஆனால் அல்குல் தைவரல் என்பதற்குத் தரும் பொருளில் ஒழுக்கப்பார்வை வந்து முன்னால் நின்றுகொள்கிறது. உரையாசிரியர்கள் அல்குல் பகுதியைத் தடவுதல் என்று பொருள் கொள்ளாமல் நெகிழும் ஆடையைச் சரிசெய்து அல்குலை மறைத்துக்கொள்ளுதல் என்கின்றனர். இப்படிச் சொல்பவர்கள் பழைய உரையாசிரியர்களாகிய இளம்பூரணர், நச்சினார்க்கினியர் ஆகியோர்.

அல்குலைத் தடவுதல் என்றால் அது பெண்மைக்கு இழுக்காகிவிடுமாம். உடையைப் பாதுகாத்துப் பேணுதல்தான் பெண்டிர்க்கு அழகாம். ஆனால் அல்குல் என்பதைப் பிறப்புறுப்பு என்று கருதுவதில் அவர்களுக்குச் சிக்கல் இல்லை. ‘அற்றம் மறைக்குங் கையினைஅல்குல் தைவரல் என்றான் என்பது’ (ப. 121) என்று பேராசிரியர் கூறுகின்றார். அற்றம் என்றால் நாணுடையாரால் மறைத்தற்குரிய உடற்பகுதி. அல்குல் என்பதைப் பிறப்புறுப்பாகவே அவர்கள் கருதியிருக்கின்றனர் என்பது தெளிவு.

பழைய உரையாசிரியர்களுக்கே பெண்மையைக் காப்பாற்றும் கடப்பாடு வந்துவிட்டதென்றால் அதன்பின் கிட்டத்தட்டப் பத்து நூற்றாண்டுகள் கழித்து வந்து உரை சொன்ன இக்கால உரையாசிரியர்கள் எப்படி இருப்பார்கள்? தமிழ்ப் பண்பாட்டைக் காப்பாற்றும் பெரியதொரு பொறுப்பைத் தம் தலைமேல் சுமந்து கொண்டிருக்கும் இவர்கள் என்ன அநியாயம் செய்திருக்கிறார்கள் தெரியுமா?

அல்குல் என்னும் சொல் பெண்ணின் பிறப்புறுப்பைக் குறிப்பதே அல்ல என்று தீவிரமாக விவாதம் செய்திருக்கிறார்கள். தமிழ் எப்பேர்ப்பட்ட மரபுடைய மொழி. இதில் பிறப்புறுப்பைக் குறிக்கும் சொற்கள் இருக்கலாமா? பெண்ணுறுப்பைக் குறிக்கும் ஒரு பழைய சொல் நமக்கு இருக்கின்றது என்று மகிழ்ச்சி அடைவதுதான் மொழிப் பற்றுடையவர்கள் இயல்பு. இங்கே எல்லாம் தலைகீழ். ஆணுறுப்பைக் குறிக்கும் பழைய சொல் எதுவுமே பழந்தமிழ் இலக்கியத்தில் பதிவாகவில்லை. அது

நமக்குப் பெரிய இழப்புத்தான். பதிவாகியுள்ள அல்குலையும் ஒழுக்கப்பார்வை வந்து பறித்துக்கொள்ளப் பார்க்கிறது.

நாவலர் சோமசுந்தர பாரதியார் எழுதிய உரை தொல்காப்பிய மெய்ப்பாட்டியலுக்கு இருக்கிறது. அவர் கூறும் உரைப்பகுதிகள் சில வருமாறு:

...பொன்னோடு மணிமிடைந்த மேகலை இழைகளும் கலையின் மேலணி தழையுடை வகைகளும் அசைந்தாடும் உறுப்பெனக் குறிப்பதாலும் இடக்கரென அடக்காமல் அல்குல் எனச் செய்யுளில் பலகாலும் வருதலானும் அல்குல் அவையல் கிளவியாகாமையும் இருப்புறுப்பையே சுட்டுதலும் தெளிவாகும்.

கற்பிறவாக் குலமகள் மணவாளத் தலைவர் முன் மறந்தும் அது செய்ய ஒல்லாள் (பக். 124,125)

அல்குல்: இருப்புறுப்பு (ஆசனம்)

அல்குல் என்பதைப் பிருஷ்டம் என அவர் குறிப்பிடுகிறார். கொங்குநாட்டுப் பகுதியில் பொச்சுக்குட்டு என்பார்கள். பிற பகுதிகளில் சூத்தாம்பட்டை என்பதுண்டு. அந்தப் பகுதியைத்தான் அல்குல் குறிக்கிறதாம். திருமணம் ஆவதற்கு முன் காதலன் முன் மறந்தும்கூட ஆடையை நெகிழ்க்கவோ பிறப்புறுப்பைத் தடவவோ செய்ய மாட்டாளாம், கற்பைப் பாதுகாப்பதையே வேலையாகக் கொண்டிருக்கும் குலமகளாகிய தலைவி.

திருமணத்திற்கு முன் உடலுறவு கொள்வதை ஏற்று அதனை மெய்யுறுபுணர்ச்சி என்று சொல்கிறது தொல்காப்பியம். திருமணமாகிவிட்டால் இவர்கள் இரண்டு பேரும் உடலுறவு கொள்கிறார்கள் என்பது எல்லாருக்கும் தெரியும். அதனால் திருமணத்திற்கு முன்னான உறவைக் களவுப் புணர்ச்சி என்று அக இலக்கணம் கூறும். களவு என்றால் திருட்டுத்தனம் என்று அர்த்தமல்ல. மறைவானது என்று பொருள். திருமணத்திற்குமுன் உடலுறவு கொள்வது என்றால் எத்தகைய குலமகளாக இருந்தாலும் ஆடையை நெகிழ்த்தாமல் முடியுமா?

இப்பகுதிக்கு இக்காலத்தில் உரை எழுதிய இன்னொரு உரையாசிரியர் பாவலரேறு ச.பாலசுந்தரம் அவர்கள். அவர் ஓரளவு பரவாயில்லை. அல்குல் என்னும் சொல்லுக்கு இரண்டு பொருள் இருப்பதாகக் கருதுகின்றார். ஆசனம், பிறப்புறுப்பு ஆகியவை. அவரது உரைப்பகுதி வருமாறு:

அல்குல் தைவரலாவது உடை பெயர்த்துடுத்த வழி அவ்வுடை அற்றம் மறைய நன்கு பொருந்தியுள்ளதா என்பதனை அறிய இருப்புறுப்பினைச் சூழ்ந்துள்ள

ஆடையைத் தைவருதலாம். தலை மயிரை வாரி முடித்தலைத் தலைவாரி முடித்தல் என்பது வழக்காதலின் அல்குலைச் சூழ்ந்த ஆடையைத் தைவருதலை அல்குல் தைவருதல் என்றார் என்க. அல்குல் என்னும் இச்சொல் இருத்தல், தங்குதல் என்னும் பொருள்தரும் அல்கு என்னும் தொழிற் பெயரடியாக ஆக்கிக் கொள்ளப்பட்டதொரு திரிசொல்லாகும். ஆதலின் அஃது இருப்புறுப்பினையும் இடக்கர் உறுப்பினையும் இடத்திற்கேற்ப உணர்த்தி நிற்கும். இடைக்கால இலக்கியங்களில் பெரும்பான்மையும் இடக்கர் உறுப்பினையே குறித்து வழங்கி வருதலான் உரையாசிரியன்மார் நூலாசிரியர் கருத்துணராது விளக்கம் கூறிச் செல்வராயினர். *(ப. 300)*

இடைக்கால இலக்கியங்களில் அல்குல் என்பது பிறப்புறுப்பினைக் குறித்து வந்தாலும் தொல்காப்பியத்தில் ஆசனத்தையே குறிக்கிறது என்பது பாவலர் கருத்து. அல்குல் தைவரல் என்றால் பின்புறத்தைத் தடவுதல் என்றுதான் பொருள் காண்கிறார் இவரும்.

தமிழ் இலக்கணப் பேரகராதியைப் பதினேழு தொகுதிகளாக வெளியிட்டுள்ளவர் பண்டித வித்வான் தி.வே.கோபாலையர் ஆவார். பதினேழாவது தொகுதியில் மெய்ப்பாட்டியல் சொற்களுக்கு விளக்கம் தந்துள்ளார் அவர். அவ்விளக்கம்:

தலைவியைத் தலைவன் தீண்டிய வழித் தலைவி மனம் நெகிழ்தலின் அதன் செயலாகத் தலைமுடி அவிழ, காதணி ஒன்று கழல, வளையல்கள் நெகிழ, உடையும் சிறிது நெகிழ, அதனைப் பலகாலும் இறுக்கி உடுத்து உடை நெகிழாதவாறு தன் கையால் அதனைப் பாதுகாத்துக் கொள்ளுதல். வயிற்றின் அடிப்பகுதியில் உடுக்கப்பட்ட உடை நெகிழாதவாறு கைகளால் போற்றிக் கொள்ளுதல் *(ப. 9)*

உடை நெகிழாதவாறு பாதுகாப்பதையே தைவரல் எனக் கோபாலையரும் மற்றவர்களைப் போலவே குறிப்பிடுகிறார். அல்குல் பகுதியைத் தடவுதல் என்பதை அவராலும் ஏற்றுக் கொள்ள முடியவில்லை. இதற்கு முக்கியமான காரணம் கலையின்பாற்பட்ட மெய்ப்பாடு இது என்று காணாமல் எதார்த்த நிகழ்வு என்று கருதுதலே. எதார்த்த நிகழ்வு என்று கருதிப் பார்த்தால் அங்கே உடனடியாகப் பண்பாடு, ஒழுக்கம் உள்ளிட்ட விழுமியப் பார்வை வந்து அதற்கேற்பப் பொருளைத் திரித்துவிடும். சில விசயங்களைக் கலையில் சமூகம் ஏற்றுக்கொள்ளும். அதை எதார்த்தத்தில் கடுமையாக எதிர்க்கும்.

பாரதியார் காவியத்தில் கலைகளில் காதல் என்றால் அருமை என்போர் வீட்டருகே கிணற்றோரத்தில் காதலென்றால் வெறுத்து ஒதுக்குவார் என்பாரே, அதுதான்.

கலையையும் எதார்த்தத்தையும் போட்டுக் குழப்பிக் கொள்வதில் தமிழர்கள் கைதேர்ந்தவர்கள். ஒரு பெண் தன் காதலன் முன் புணர்ச்சி விருப்பத்தைத் தெரிவிப்பதற்கு அல்குல் பகுதியைத் தடவினாள் என்றால் என்ன குறைந்துவிடும்? தமிழ்ப் பெண்களின் கற்பைக் காப்பாற்றுவதில் ஆளாளுக்குப் போட்டிதான். உடலுறுவு கொள்ளாமலேயே தமிழர்கள் பெருகினர் என்று சொல்ல முடிந்தால் தமிழறிஞர்கள் இறும்பூது எய்துவர் என்பதில் ஐயமில்லை.

கோபாலையர் நல்லவேளையாக அல்குலைச் சூத்தாம் பட்டை என்று சொல்லவில்லை. வயிற்றின் அடிப்பகுதி என்கிறார். வயிற்றின் அடிப்பகுதி, கீழ்ப்பகுதி எனறு சொல்வதன் மூலமாகப் பிறப்புறுப்பு என்று உணர்ந்துகொள்ள முடியும் என்றாலும் நேர் பொருள் எடுத்துப் பார்த்தால் அடிப்பகுதி, கீழ்ப்பகுதி என்பவை வயிற்றின் பகுதியாகவே அர்த்தப்படும். வயிற்றின் கீழ் உறுப்பு என்று சொல்லியிருக்கலாம். இவ்வளவு கஷ்டம் எதற்கு? பிறப்புறுப்பு என்று நேரடியாகச் சொல்லிவிட்டால் என்ன நேர்ந்துவிடும்?

தமிழின் ஆதிநூலாக இன்று கிடைக்கும் தொல்காப்பியத்தில் அல்குல் என்னும் சொல் இடம் பெற்றுள்ளமை பெருமைப்பட வேண்டிய விஷயம். அதைச் சூத்தாம்பட்டை என்று சொல்வதன் தர்க்கத்தை என்னால் விளங்கிக்கொள்ள இயலவில்லை. புணர்ச்சியோடு தொடர்புடைய விஷயம் பேசுகையில் அதற்கான உறுப்பைச் சொல்வதுதானே இயல்பு.

பயன்பட்ட நூல்கள்

1. க.வெள்ளைவாரணன், தொல்காப்பியம் மெய்ப்பாட்டியல் உரைவளம், 1986, மதுரை காமராசர் பல்கலைக்கழகம், மதுரை.

2. ச. பாலசுந்தரம் (உ. ஆ), தொல்காப்பியம் ஆராய்ச்சிக் காண்டிகையுரை பொருளதிகாரம் II, 1981, தஞ்சாவூர், தாமரை வெளியீட்டகம்.

3. தி.வே. கோபாலையர், தமிழ் இலக்கணப் பேரகராதி தொகுதி 17, 2005, சென்னை, தமிழ் மண்பதிப்பகம்.

○ ○ ○

கம்பரசத்தில் ஒரு கோப்பை

கெட்ட வார்த்தை பேசுவோம் கட்டுரைத் தொடரில் இம்முறை நூல் ஒன்றை அறிமுகப்படுத்திக் கொள்வோம். இந்த நூல் முந்தைய தலைமுறையைச் சேர்ந்தவர்களுக்கு மிகவும் பரிச்சயமானது. சி.என். அண்ணாதுரை எழுதிய நூல். சி.என். அண்ணாதுரை என்ற பெயரைக் குறிப்பிட்டு எழுதினால் நான் ஏதோ மிக மோசமான கெட்ட வார்த்தை ஒன்றைப் பகிரங்கமாகச் சொல்லிவிட்டது போல் என்மேல் பலர் கோபம் கொள்ள வாய்ப்பிருக்கிறது. ஏனென்றால் இயற்பெயர்களைக் கெட்ட வார்த்தைகளாய்க் கருதும் காலம் இது. பட்டப்பெயர்களை அதாவது அடைமொழிகளைச் சொல்லித்தான் அழைக்க வேண்டும் என்று எழுதப்படாத விதி ஒன்று தமிழ்ச் சமூகத்தைப் பீடித்திருக்கிறது.

சில ஆண்டுகளுக்கு முன் சட்ட மன்றத்தில் விவாதம் (பெயருக்கு விவாதம் என்று சொல்கிறேன். அங்கே நடப்பவை துதிபாடல்களும் ஏசல்களும்தானே.) நடைபெற்ற போது திமுகவினர் ஜெயலலிதா என்ற பெயரைக் குறிப்பிட்டுப் பேச உடனே அதிமுகவினர் கொதித்தெழுந்து போயினர். அவர்கள் உடனே கருணாநிதி என்று பேச ஆரம்பித்துவிட்டனர். பட்டப்பெயரைக் குறிப்பிட்டுப் பேசாமல் இயற்பெயரை எப்படிச் சொல்லலாம்? இதைப் பற்றிப் பெரிய விவாதம். கிட்டத்தட்ட அன்றைய சட்டமன்ற அலுவலே இதுதான். அன்றைக்குத்தான் எனக்கு உறைத்தது. ஆகா, இந்தத் தலைவர்களுடைய இயற்பெயர்கள்

எல்லாம் கெட்ட வார்த்தைகளாய் மாறிப் போய்விட்ட சமூகம் நம்முடையது என்று.

அதனால்தான் சி.என்.அண்ணாதுரை என்று எழுத எனக்கு அச்சமாக இருக்கிறது. இன்னொன்று சி.என். அண்ணாதுரை என்றால் இப்போதைய தலைமுறையினருக்கு யாரென்று தெரிந்துகொள்வது கடினம். ஊர் ஊருக்கு முச்சந்தி நாற்சந்திகளில் விரல் நீட்டிக்கொண்டு போக்குவரத்துக் காவலர் போல நின்றிருக்கும் சிலையைப் பார்த்திருப்பீர்கள். (நான் கல்லூரியில் படிக்கும்போது 'பிகர் போகுதடா இந்தப் பக்கம்தான் பிகர் போகுதடா அப்பிடீன்னு கை காட்டறாரு அண்ணா' என்று மாணவர்கள் எல்லாம் அந்தக் கைநீட்டலுக்கு அர்த்தம் சொல்வர்.) அந்த அறிஞர், அல்ல அல்ல பேரறிஞர்தான் சி.என். அண்ணாதுரை. பேரறிஞர் அண்ணா என்று சொல்லி விட்டால் பிரச்சினையில்லை. சரி. அவருக்கு 2008 செப்டம்பரில் நூற்றாண்டு தொடங்குகிறது. அதை ஒட்டி அவருக்குச் செலுத்தும் அஞ்சலியாகவும் இந்த நூல் அறிமுகத்தைக் கொள்ளலாம்.

அண்ணா எழுதிய நூல்களுள் ஒன்று 'கம்பரசம்.' இந்த நூலை அவர் எழுதியதற்கு முக்கியமான ஒரு பின்னணி உண்டு. 1940 வாக்கில் பெரியார் ஒரு முக்கியமான போராட்டத்தை அறிவித்தார். தமிழர்களின் பகுத்தறிவைக் கெடுத்து ஆரிய மேன்மையைப் போற்றும் நூல்களாகக் கம்பராமாயணத்தையும் திருத்தொண்டர் புராணம் என்னும் பெரியபுராணத்தையும் அவர் கருதினார். ஆகவே அந்த இரண்டு நூல்களையும் தீயிட்டுக் கொளுத்த வேண்டும் என்றார். அதனைப் பின்பற்றி அண்ணா மேடைகளில் தீவிரமாகப் பேசினார். அவ்வாறு அவர் பேசிய பேச்சுத்தான் 'தீ பரவட்டும்' என்னும் தலைப்பிலான நூல். இந்த இலக்கியங்களைத் தீயிட்டுக் கொளுத்த வேண்டும் என்னும் கருத்தால் அன்றிருந்த தமிழ் அறிஞர்கள் அதிர்ச்சியடைந்தனர். அந்தக் கருத்துக்கு எதிராக எழுதவும் பேசவும் செய்தனர்.

அப்போது அண்ணா, அந்த அறிஞர்களை நேரடியாக மேடையில் விவாதிக்க அழைத்தார். சிலர் விவாதத்திற்கு ஒப்புக்கொண்டு மேடையேறினர். ஆனால் விவாதத்தில் அண்ணாதான் வெற்றி பெற்றதாகத் தெரிகிறது. சிலர் விவாதத் தில் அவர்கள் பேசி முடித்ததும் ரயிலுக்கு நேரமாகிவிட்டது என்று கிளம்பிவிட்டதாகத் 'தீ பரவட்டும்' நூல் தெரிவிக்கிறது. கம்பராமாயணத்தையும் பெரியபுராணத்தையும் ஏன் தீயிட்டுக் கொளுத்த வேண்டும் என முதலில் அண்ணா பேசுவார். அவருடைய வாதத்திற்குப் பதில் சொல்லி அறிஞர்கள் அடுத்துப் பேசுவர். அதன்பின் அவர்களுக்குப் பதில் சொல்லி

அண்ணா மீண்டும் பேசுவார். இதைக் கேட்க அந்த அறிஞர்கள் இருக்கமாட்டார்கள். இதுதான் விவாதம் நடந்த முறை.

இதில் அந்த அறிஞர்களைப் பற்றி மிகவும் உயர்வான அபிப்ராயத்தை அண்ணா தெரிவிப்பதும் கருத்து ரீதியாக மட்டுமே விவாதிப்பதும் அவரைப் பற்றி உயர்வான எண்ணத்தை ஏற்படுத்துகின்றன. தனிநபர் தாக்குதலில் அவர் ஈடுபடவில்லை என்பது விவாதத்தின் தரத்தைக் காட்டுகிறது. அண்ணாவோடு விவாதத்தில் பங்கேற்றவர்கள் ரா.பி. சேதுப்பிள்ளை, நாவலர் சோமசுந்தர பாரதியார் ஆகியோர். அண்ணாவின் வெகுஜனத் தளம் சார்ந்த தருக்கம் வலுவாகவே இருக்கிறது. அரசியல் பேச்சாளர் ஒருவரின் கூட்டத்தைக் கவரும் பேச்சாற்றல் நன்றாகவே வெளிப்படுகின்றது.

ஆரிய திராவிடப் போராட்டத்தைக் கூறும் நூல் ராமாயணம் என்பது திராவிட இயக்கத்தின் கருத்து. இராவணனாகிய திராவிடனை இழித்துக் கூறும் கதையை எடுத்துக் கம்பர் எழுதியிருக்கிறார். அத்தகைய நூலை நாம் படிக்கலாமா? என்பதுதான் அண்ணா பேச்சின் சாரம். ரா.பி. சேதுப்பிள்ளை, இராவணன் திராவிடன் அல்லன், அவனும் ஆரியனே என்று கருத்துரைத்துள்ளார். நாவலர் சோமசுந்தர பாரதியார், அண்ணா வின் பேச்சு விவாதத்திற்கான தருக்க முறை சார்ந்தது அல்ல என்றும் உணர்ச்சியைத் தூண்டும் சொற்பொழிவு அவருடையது என்றும் பேசியுள்ளார். அத்துடன் கம்பன் மாபெரும் கவிஞன் என்றும் போற்றியுள்ளார். தமிழ்நாடு வேண்டுமா கம்பன் கவிதை வேண்டுமா என்று தன்னிடம் யாரேனும் கேட்டால் கம்பன் கவிதைதான் வேண்டும் என்று சொல்லிவிடுவேன் என்றும் கூறியுள்ளார்.

இந்த விவாதத்தை நடத்தியவர்கள் திராவிடர் கழகத்தைச் சேர்ந்தவர்கள். பார்வையாளர்கள் அனைவரும் அவ்வியக்கத்தைச் சேர்ந்தவர்களே. ஆகவே யாருடைய பேச்சுக்கு வரவேற்பு இருந்திருக்கும் என்பது தெளிவு. அண்ணாதுரையின் பேச்சிலிருந்த தந்திரங்களை எல்லாம் சோமசுந்தர பாரதியார்கூடக் கண்டு பேசியிருக்கிறார். இந்த விவாதங்கள் 'தீ பரவட்டும்' என்னும் தலைப்பில் அண்ணாதுரையின் நூலாக வெளியாகி இன்றும் பரவலாகக் கிடைக்கிறது. 'தீ பரவட்டும்' என்பது விவாதத்தின் தொகுப்பு. ஆனால் நான் அறிமுகப்படுத்த விரும்புவது இந்த நூலை அல்ல.

இந்தப் பின்னணியில் 1943ஆம் ஆண்டில் பரதன் என்னும் புனைபெயரில் *திராவிட நாடு* இதழில் அண்ணாதுரை எழுதிய கட்டுரைத் தொடர் 'கம்பரசம்.' அதே தலைப்பிலேயே நூலாக

கெட்ட வார்த்தை பேசுவோம்

வந்திருக்கிறது. கம்ப ராமாயணத்தைத் தீயிட்டுக் கொளுத்த வேண்டும் என்று திராவிடர் கழகத்தினர் பேசியபோது அதற்கு எதிரணியினர் வைத்த முக்கியமான எதிர்வாதம் கம்ப ராமாயணம் மிக அற்புதமான கவிதை. கவிதையை யாராவது அழிப்பார்களா? என்பதுதான்.

இந்த வாதத்திற்குப் பதில் சொல்லும் முகமாக அண்ணாதுரை எழுதியதுதான் கம்பரசம். கம்பன் நல்ல கவிஞன்தான். ஆனால் அவன் எழுதிய கம்ப ராமாயணம் ஆபாசக் களஞ்சியமாக இருக்கிறதே. அதைப் படிக்கலாமா என்று கேட்டு அது ஆபாசக் களஞ்சியம் என்று நிரூபிக்கும் சான்றுகளை இந்த நூலில் அண்ணாதுரை எடுத்துக் காட்டுகிறார். எதிர் தரப்பினர் சொல்லும் கருத்துக்களை முதலில் உடன்பட்டு ஏற்றுக்கொள்வதும் ஆனாலும் இப்படி இருக்கிறதே என்று தன் கருத்தை வலியுறுத்தி எதிர்க்கருத்தை முறியடிப்பதும் அண்ணாவின் பாணி. கம்பன் நல்ல கவிஞன்தான் என்பதை முதலில் ஏற்றுக்கொண்டுவிடுவார். அதன்பின்தான் அவன் கவிதைகள் மீதான விமர்சனம்.

கம்ப ராமாயணத்தில் வரும் 'கெட்ட' வார்த்தை இடங்கள் பலவற்றை இந்த நூலில் தொகுத்துக் கொடுத்திருக்கிறார் அண்ணா. கம்பரைப் பற்றி வழங்கி வரும் செவிவழிக் கதைகள் பலவும் அவர் காமக் களியாட்டத்தில் பெருவிருப்பமுள்ளவர் என்றும் வேசியர் வீடுகளில் தங்கிக் கிடந்தவர் என்றும் சொல்கின்றன. அதனை நிரூபிப்பது போலத்தான் கம்ப ராமாயணக் காட்சிகள் இருக்கின்றன. பெண்களின் உறுப்புக்களை வருணிப்பதில் (குறிப்பாக முலைகளையும் அல்குலையும்) கம்பருக்கு நிகர் அவரேதான். வாய்ப்புக் கிடைக்கும் போதெல்லாம் பெண்களின் உறுப்புக்களைப் பற்றிப் பேசத் தொடங்கிவிடுவார் கம்பர். அப்படிப் பேச வாய்ப்பில்லாத போதும் வலிந்து சந்தர்ப்பத்தை உருவாக்கிக்கொள்வார் அவர். இவ்வாறு கம்பருக்குப் புகழ் மாலை சூட்டுகிறார் அண்ணா.

கம்பரசம் என்பது அவர் கவிதை நயங்களை எடுத்துக் காட்டுவது அல்ல. கம்பனில் காணப்படும் காமரசத்தை எடுத்துக்காட்டி இப்படி எல்லாம் ஆபாசமாக எழுதியிருக்கிறாரே, இதைத் தமிழர்கள் படிக்கலாமா? இதுவா கடவுளாகிய காகுத்தன் பெருமையைப் பாடும் முறை? என்றெல்லாம் கேட்கிறார் அண்ணா. அது அவர் நோக்கம். ஆனால் கம்பரசம் நூலைப் படிப்பவர் அட்டா இப்படி எல்லாம் கம்ப ராமாயணத்தில் இருக்கிறதா என்று ஆர்வம் உற்றுக் கம்ப ராமாயணத்தைப் படிக்க விரும்புவர் என்பது உறுதி. அண்ணாவின் சொல்லாற்றல் அப்படி.

சீதையை இராவணன் தூக்கிச் சென்றுவிட்டான். அவள் எங்கிருக்கிறாள் என்று தேடி வரக் குரங்குப் படை எல்லாத் திசைகளுக்கும் செல்கிறது. அனுமன் இலங்கைக்குச் செல்ல ஆய்த்தம் ஆகிறான். சீதை எப்படி இருப்பாள் என்று அனுமனிடம் ராமன் வருணிக்கிறான். ஒரு பாடல் இரண்டு பாடல் அல்ல, முப்பத்து நான்கு பாடல்களில் வருணிக்கிறான். அவள் முகம், கண், காது என்று கூறி அடையாளம் காட்டினால் சரி. ஆனால் தன் மனைவியாகிய சீதையின் முலைகளையும் அல்குலையும் பற்றிக் கூறுகிறான் ராமன்.

சீதையினுடைய முலைகளை நினைத்ததும் பலவிதமான உவமைகள் ராமனுக்கு நினைவு வருகின்றன. 'செப்பென்பன் கலசம் என்பன் செவ்விள நீரும் தேர்வன்' என்று விதவிதமாக வருணிக்கிறான். அது மட்டுமல்ல, அவளுடைய முலைகள் கலசங்கள். அல்குலோ பெரிய கடல். ராமன் தன் மனைவியைப் பிரிந்து பலகாலம் ஆகிவிட்டபடியால் மூளை பிசகிவிட்டதோ? தன் மனைவியின் உள் உறுப்புக்களை எல்லாம் புட்டுப்புட்டு வைக்கிறான். பிரம்மச்சாரியான அனுமன் அதையெல்லாம் ஊன்றிக் கேட்டதால்தானோ அசோகவனத்தில் சீதையைக் கண்டதும் என் தோள் மேல் ஏறிக்கொள் என்று அழைக்கிறான்?

அண்ணா எழுதுகிறார், 'குரங்குக்குக் கோமளவல்லிகளின் ஆடைக்குள்ளிருக்கும் அங்கங்களைக் கண்டு ஆராயக் கோதண்டபாணி கூறுவாரா?' இப்படி ஓரிடமா ஈரிடமா? கம்ப ராமாயணத்தை மட்டும் வைத்துக்கொண்டு ஏராளமான முலை ஆராய்ச்சியும் அல்குல் ஆராய்ச்சியும் நடத்தலாம். அதைத்தான் அண்ணா செய்திருக்கிறார்.

இன்னோர் இடம். கம்ப ராமாயணத்தில் 'அண்ணலும் நோக்கினான் அவளும் நோக்கினாள்' என்பது புகழ் பெற்ற தொடர். வால்மீகி ராமாயணத்தைத் தமிழ் மரபுக்கேற்பக் கம்பர் மாற்றியுள்ள இடங்களுள் இதுவும் ஒன்று. காதலுக்குப் பிறகுதான் திருமணம் என்பது தமிழ் அகப்பொருள் மரபு. அதன்படி ராமனும் சீதையும் ஒருவரை ஒருவர் பார்த்துக் காதல் கொண்டதைக் கம்பர் கூறுகிறார். அதன் பின்னரே ராமன் வில்லை ஒடித்தான். வில்லை ஒடித்த செய்தி தோழி மூலமாகச் சீதைக்குத் தெரிகிறது. விசுவாமித்திர முனிவருடன் மேகம் போல வந்தவன்தானா வில்லை ஒடித்தவன் என்று கேட்டுத் தன் சந்தேகத்தைப் போக்கிக்கொள்கிறாள். அவன்தான் என்று உறுதியானதும் மகிழ்ச்சி தாங்க முடியவில்லை.

அதைக் கம்பர் ஓரடியில் இப்படிச் சொல்கிறார். 'வாம மேகலையிற வளர்ந்தது அல்குலே.' அதாவது இடையில்

அவள் அணிந்திருக்கும் மேகலை என்னும் அணிகலன் அறுந்து விழுந்ததாம். ஏன்? தன் மனத்தில் இருப்பவன்தான் வில்லை ஒடித்தவன் என்னும் செய்தி கொடுத்த ஆனந்தத்தில் அவள் அல்குல் புடைத்துப் பெருத்ததாம். அதனால் மேகலை அறுந்து விழுந்தது. இந்தப் பகுதியை விவரித்துவிட்டு அண்ணா எழுதுகிறார்: 'ஆடைக்குள்ளே ஆனந்தத்தால் வளர்ந்த அல்குல் மான்மியம் அறுபடாதிருந்தால் சம்பூர்ணமாகி இருக்காது போலும் சத்விஷயம்! மறைவிடத்தை அம்பலத்துக்கு அவர் அழைத்து வந்த இந்த அருந்திறனைத்தான் எக்ஸ்ரே என்றேன்.' கம்பருக்கு எக்ஸ்ரே கண்கள் இருந்ததால்தான் சீதையின் அல்குல் பெருத்ததைக் கண்டறிந்து சொல்ல முடிந்திருக்கிறது என்பது அண்ணாவின் கேலி.

சீதையின் அல்குலைக் கம்பர் படாதபாடு படுத்தியிருக்கிறார். எந்த இடத்தில் சீதையை வருணித்தாலும் அவள் அல்குலைக் கம்பர் தொடாமல் விடுவதில்லை. நாகப்பாம்பின் படம் என்றும் தேர்த்தட்டு என்றும் வருணிப்பார். கடல் போன்றது என்பார். சோகமான காட்சி ஒன்றில்கூட இந்தக் காமக்காட்சி வருணிப்பை அவர் விடவில்லை. அந்தப் பகுதியை அண்ணா தனக்கே உரிய பாணியில் சுவையாக விவரித்துள்ளார்.

'பந்தலிலே பாவக்கா' என்னும் நாட்டுப்புறக் கதையை எல்லாருக்கும் நினைவுபடுத்துகிறார். இழவு வீட்டுக்குப் போன பெண்கள் பந்தலிலே தொங்கும் பாவக்காயைப் பற்றிப் பாடுவதைப் பற்றிய கதை நமக்குத் தெரியும். அதுபோலத்தான் இருக்கிறது சீதை ராமனை நினைந்துருகிக் கொண்டிருக்கும் அந்தத் துயரக் கட்டத்தில்கூடக் கம்பர் தன் வருணனைத் திறனைக் காட்டுவதைப் பார்க்கலாம். சீதை அழுத கண்களோடு இருக்கிறாள். இடைவிடாமல் கண்ணீர் வழிகிறது. கண்ணீரைத் துடைத்துக்கொள்ளும் எண்ணமும் அவளுக்கில்லை. அவள் கண்களிலிருந்து புறப்பட்ட கலங்கல் நீராகிய நதிகள் கன்னத்தில் வழிந்து கழுத்தில் இறங்கி முலைகளின்மீது ஏறிப் பின் ஓடி அவள் அல்குலில் போய்க் கலந்தனவாம். அல்குலைத் தாண்டிச் செல்லவில்லை.

சீதையின் முலைகள் மலைகள். எங்கோ உற்பத்தி ஆகும் ஆறு மலையின் மீதிருந்து அருவியாகக் கொட்டுகிறது. அதன்பின் தரையில் பெருக்கெடுத்து ஓடுகிறது. வெகுதூரம் ஓடிக் கடலில் சென்று கலந்துவிடுகிறது. கடல்தான் எல்லாவற்றையும் உள் வாங்கிக் கொள்ளும் ஆழம் கொண்டதாயிற்றே. சீதையின் கண்களில் உற்பத்தியாகும் ஆறு அவளுடைய முலைகளாகிய மலையின் மீதேறி அருவியாகக் கொட்டுகின்றது. அதன்பின்

அவள் வயிறாகிய தரைமீது வெகுவேகமாக ஓடுகிறது. அப்புறம் ஆழமான கடலாகிய அல்குலுக்குள் போய் அடங்கிவிடுகிறது. சீதையின் அல்குலைப் பற்றிக் கம்பர் தரும் சித்திரம் இதுதான்.

அண்ணாவின் சொற்களைப் பாருங்கள்: 'கண்ணீராகிய ஆறு மலையாகிய முலைகளிலே ஏறி இறங்கிற்றாம். மலை போன்றது மட்டுமல்ல மேலிடம். அந்த இரு மலைகளுக்கிடையே கணவாய் அதிகப் பெரிதல்ல!... ஆறு நடுவினில் நின்றாவிடும்? கண்ணிலிருந்து புறப்பட்டது கலவையை வண்டலாக அடித்துக்கொண்டு சென்றது. மேலிடமாகிய மலைகளைக் கடந்து கடலிலே கலக்க வேண்டாமோ? ... மேகலாபரணம் தரிக்கப்பட்டிருந்த அல்குல் கடலில் புகுந்தது.' (ப.74) இப்படி விவரித்துவிட்டு அண்ணா கம்ப ராமாயணம் பற்றிய தன் நோக்கத்தை நோக்கிச் சென்றுவிடுகிறார்.

இதிலே நாம் கண்டது சீதையின் அல்குலைப் பற்றிய சில பகுதிகளை மட்டும்தான். இன்னும் பார்க்காத பகுதிகள் பல உள்ளன. சீதையின் அல்குல் பற்றிய விஷயத்திலேயே இந்த அளவு கம்பர் இறங்கியிருக்கிறார் என்றால் மற்ற பெண்களின் அல்குலை விடுவாரா? அரண்மனையைச் சுற்றி இருக்கும் அகழியைப் பார்த்தாலும் பெண்களின் அல்குல்தான் கம்பருக்கு நினைவுக்கு வருகின்றது. இப்படிப் பலவிதமான அல்குல் வருணனைகளைக் கம்பராமாயணத்தில் கண்டு மகிழலாம். கம்பரசத்தை டோஸ் 1, 2, 3 என வரிசைப்படுத்தி அண்ணா தருகிறார். ரசம் ரொம்பவும் காட்டமாகவே இருக்கிறது.

இந்தத் தொடர் கட்டுரையை அவர் எழுதியதும் கம்ப ராமாயணத்தைப் பக்திக் காப்பியமாகவும் ராமனைத் திருமாலாகவும் போற்றும் பக்தர்களிடமிருந்தும் கம்பன் கவிதைச் சுவையை மாந்தும் கலா ரசிகர்களிடமிருந்தும் எதிர்ப்புகள் வந்துள்ளன. கம்பரசத்துக்குச் சாவுமணி, கம்ப ரசத்துக்கு மண்டையிலடி, அண்ணாதுரைக்கு ஆப்பு முதலிய தலைப்புகளில் மறுப்புரைகள் வெளியாகி இருக்கின்றன. இத்தகைய மறுப்புரைகளை எழுதியவர்கள் யாரெனத் தெரியவில்லை. அவர்கள் என்ன வகையில் மறுப்பு எழுதினார்கள் என்பதையும் அறிய முடியவில்லை.

சிலர் அல்குல் என்பதற்குப் பொருள் இடை என்று வாதிட்டனராம். சிலர் அல்குல் என்பது முன்னிடம் அல்ல பின்னிடம்தான் என்று கூறினராம். அவர்கள் மீது பரிதாபப்பட்டு அண்ணா எழுதுகிறார். கம்பரசம் சுவாரஸ்யமான புத்தகம். அத்தோடு இந்தப் பிரச்சினை பற்றிய முழுமையான விவரங்களைத் தொகுத்துப் பதிவாக்கினால் நல்லதொரு ஆவணமாக இருக்கும்.

கம்ப ராமாயணம், பெரியபுராணம் ஆகியவற்றைத் தீயிட்டுக் கொளுத்த வேண்டும் என்று பெரியார் சொன்னதற்கான பின்னணி, அது தொடர்பான பெரியாரின் எழுத்துக்கள், நடைபெற்ற போராட்டங்கள், அண்ணாவின் பேச்சுக்கள், எழுத்துக்கள், திராவிட இயக்கத்தைச் சேர்ந்த பிறரின் பேச்சுக்கள், எழுத்துக்கள், இதற்கு எழுந்த எதிர்ப்புக்கள், மறுப்புரைகள், இந்தப் போராட்டம் முடிவுக்கு வந்த சூழல், இதனால் கம்ப ராமாயணத்திற்குக் கிடைத்த முக்கியத்துவம் என நேர்ந்த பிற விளைவுகள் அனைத்தையும் தேடித் தொகுத்தால் ஒரு சுவாரஸ்யமான ஆவணப் பதிவும் சுவையான வரலாறும் கிடைக்கும். அத்துடன் அண்ணாவின் சார்பையும் கண்டுகொள்ள முடியும்.

கம்ப ராமாயணத்தில் வரும் பெண் பாத்திரங்களாகிய சீதை உள்ளிட்ட ராமனோடும் அயோத்தியோடும் தொடர்புடைய பெண்களின் முலைகளைப் பற்றியும் அல்குலைப் பற்றியும் கம்பர் கூறுவனவற்றை எடுத்துரைத்துள்ளார் அண்ணா. ஆனால் அதே கம்பர் கிட்கிந்தா காண்டம், சுந்தர காண்டம் ஆகியவற்றில் குரங்கினப் பெண்கள், அரக்கர் இனப் பெண்கள் ஆகியோரின் முலைகளையும் அல்குலையும் பற்றிப் பாடியுள்ளார். ஒரு உதாரணம் பாருங்கள்.

அனுமன் சீதையைத் தேடி இலங்கைக்குச் செல்கிறான். அங்கே இராவணனின் உரிமை மகளிர் பலரைப் பார்க்கிறான். இராவணன் புணர்ச்சியை எண்ணி அந்தப் பெண்கள் படும் பாட்டைக் கம்பர் எழுதியுள்ளார். அரக்கியரின் தொடைகளையும் அல்குலையும் குறித்து எழுதியுள்ளார். வாழைத் தொடைகளுக் கிடையே அல்குல் தட்டு இருப்பதையும் அதன்மீது அணிந்துள்ள பூந்துகில்கள் விலகிக் கிடப்பதையும் கம்பர் வருணிக்கின்றார். கள்ளைக் குடித்துவிட்டுத் தடுமாறும் அரக்கியர் பூந்துகிலும் இடையணியும் கலைந்து சிதற அல்குல் வெளிப்படத் தடுமாறிக் கிடப்பதைக் கம்பர் காட்சிப்படுத்துகிறார். 'தண்டலை வாழை யன்ன குறங்கிடை அல்குல் பூந்துகில் கலாபம் மீறி' எனவும் 'பிச்சரிற் பிதற்றி அல்குல் பூந்துகில் கலாபம் மீறி' எனவும் கம்பர் பாடும் பகுதிகளும் ரசமானவைதாம்.

ஆனால் கம்பரசத்தில் இவற்றைப் பற்றி அண்ணா எதுவும் பேசவில்லை. காரணம் அவரது இனப்பார்வைதான். சீதை உள்ளிட்ட அயோத்திப் பெண்கள் ஆரிய இனம். ஆகவே அவர்களது உறுப்புக்களைக் கம்பர் வருணிக்கும் பகுதிகளை அண்ணா ரசமாக எடுத்துக்காட்டுகிறார். குரங்கு, அரக்கர் பெண்கள் திராவிட இனம். ஆகவே அவர்களைக் கம்பர்

வருணித்திருந்தாலும் அவற்றை எடுத்துக்காட்ட அண்ணா மனம் ஒப்பவில்லை. இப்படிக் கம்பரசத்தில் விடுபட்ட ரசமும் ரசமானதுதான்.

பயன்பட்ட நூல்கள்

1. சி.என். அண்ணாதுரை, கம்பரசம், 2004, சென்னை, பூம்புகார் பதிப்பகம், மூன்றாம் பதிப்பு.

2. சி.என். அண்ணாதுரை, தீ பரவட்டும், 2005, சென்னை, பூம்புகார் பதிப்பகம், இரண்டாம் பதிப்பு.

3. கம்ப ராமாயணம் – சுந்தர காண்டம், 1958, சென்னை, மர்ரே அண்டு கம்பெனி.

காளமேகத்தின் காரச் சரக்கு

அல்குல் என்னும் சொல் இலக்கியத்தில் பல இடங்களில் வருகிறது. அல்குலைக் குறிக்கும் வேறு சொற்கள் இலக்கியத்தில் வருகின்றனவா? ஒரு பொருளைக் குறிக்கப் பல சொற்கள் மொழியில் வழங்குவது இயல்பு. அதுவும் மனிதனுக்கு மிகவும் பரிச்சயமான பொருள் என்றால் தாராளமாகப் பல சொற்கள் வழங்கும். மனித இனத்தின் உற்பத்தி ஸ்தானமான அல்குலைக் குறிக்க வேறு சொற்கள் நிச்சயம் இருந்திருக்கும். அவை இலக்கியத்தில் பதிவாகி இருக்கின்றனவா என்பதுதான் கேள்வி.

சங்க இலக்கியம், காப்பியங்கள் என்று தொடர்ந்து வரும்போது எல்லாவற்றிலும் அல்குல் தான் இருக்கிறது. அனேகமாகப் பதினைந்தாம் நூற்றாண்டுக்குப் பின் அல்குல் காணாமல் போய் விட்டதாகத் தெரிகிறது. சிற்றிலக்கியங்களில் அல்குலைத் தேடித்தான் பார்க்க வேண்டும். அது பெரிய வேலை. சங்க இலக்கியங்களுக்குச் சொல்லடைவுகள் பல உள்ளன. அவற்றின் மூலம் எந்தெந்த இடங்களில் அல்குல் வருகிறது எனக் கண்டுபிடிப்பது எளிது. ஆனால் பிற்கால இலக்கியங்களுக்கு அத்தகைய சொல்லடைவுகள் எதுவும் இல்லை.

தமிழ் செம்மொழி ஆகி அதற்கெனக் கோடிக்கணக்கான ரூபாய்கள் ஒதுக்கப்பட்டுக் கொண்டிருக்கின்றன. அவற்றை எப்படிச் செலவு செய்வது எனத் தெரியாமல் தவித்துக் கொண்டிருக்கிறார்கள். இத்தகைய சொல்லடைவுகள்

உருவாக்கப்பட்டால் ஆராய்ச்சிகளுக்கு மிகவும் பயன்படும். அந்தத் தொகைகள் இவ்வாறு பயன்படுத்தப்படுமா என்பது கேள்விதான். இன்றைய காலத்தில் உழைக்காமல் கிடைக்கும் பணத்துக்குத்தான் மவுசு அதிகம். செம்மொழிக்குத் தேவைகள் இப்படிப் பல உள்ளன. தமிழ்த்தாயின் எந்தப் பிள்ளை நிறைவேற்றப் போகிறதோ?

உ.வே. சாமிநாதையர் பதிப்பித்துள்ள காப்பியங்களாகிய சீவக சிந்தாமணி, பெருங்கதை ஆகியவற்றிற்கு அவர் அரும்பத அகராதி கொடுத்திருக்கிறார். ஆனால் அவற்றில் அல்குல் இல்லை. அனைவருக்கும் தெரிந்ததுதான் அல்குல் என்பதால் விட்டுவிட்டாரா? அந்தச் சொல் வேண்டாம் என்று தவிர்த்து விட்டாரா? இரண்டு காரணமும் இருந்திருக்கலாம். இதே நிலைதான் எல்லா நூல்களுக்கும். என் வாசிப்பு மனத்தின் நினைவிலிருந்து பார்க்கும்போது அல்குல் காணாமல் போன காலம் என்று சுமாராக அல்லது ஏறக்குறைய பதினைந்தாம் நூற்றாண்டு எனலாம்.

அல்குல் போனாலும் அதன் இடத்தில் வேறு சொற்கள் வந்து நிரம்பிவிட்டன. அதற்கு மிக நல்ல சான்று காளமேகப் புலவர் பாடல்கள். கவி, ஆசுகவி என்றெல்லாம் குறிக்கப்படும் காளமேகம் ஒரு மகாகவிஞனுக்குரிய மனநிலை கொண்டவர். அதனாலேயே நாடோடியாகத் திரிந்தவர். இன்றைய வழக்கில் சொல்வதானால் எந்தப் பொறுப்புமற்றுத் தான்தோன்றியாக நாடு முழுக்கவும் அலைந்து திரிந்தவர். பரதேசம் சுற்றுவது அனுபவப் பரப்பை விரிவாக்கும். பல்வேறு வகைப்பட்ட அனுபவங்களுக்குச் சொந்தக்காரர் காளமேகம். தன்னை ஒத்த புலவர்களிடம் வீராப்பும் புலமைச் செருக்கும் காட்டும் அவர், சாதாரண மக்களிடம் வெகு சாதாரணமாக இயைந்து பழகியவர். கோபம், அன்பு, எரிச்சல் என்று எல்லா வகை உணர்ச்சிகளையும் அப்படி அப்படியே பாடல்களில் பொதிந்து வைத்திருப்பவர்.

அவருடைய கவிதைக்கான உரிப்பொருள் பெரும்பான்மையும் அவ்வப்போதைய நிகழ்வுகள். கவிதை மொழி மக்கள் வழக்கு மொழி. அவர் ஆசுகவி ஆகையால் யார் எதைப் பற்றிப் பாடக் கேட்டாலும் உடனே அதைப் பற்றிப் பாடும் ஆற்றல். தொடக்கச் சொல், முடிப்புச் சொல் கொடுத்தால் அதற்கும் உடன்பட்டுப் பாடும் திறன். எந்த இடத்திலும் எதற்கும் சளைக்காத நாவன்மை. இவையெல்லாம் காளமேகப் புலவர் பாடல்களிலிருந்தே நாம் திரட்டிக்கொள்ள முடியும் விஷயங்கள்.

இங்கே காளமேகப்புலவர் பெறும் முக்கியத்துவம் அவரது இந்த இயல்புகளால்தான். காளமேகப்புலவர் பாடல்களில் அவர் பதிவு செய்திருக்கும் கெட்ட வார்த்தைகளைக் கொண்டு அவரது சாதனைகளென மூன்றைச் சொல்லலாம்.

1. பலகாலம் அல்குல் என்ற சொல்லே கோலோச்சிக் கொண்டிருந்த இலக்கியத்திற்குள் அதற்குப் பதிலாக மக்கள் வழக்கிலிருந்த வேறு பல சொற்களைப் பயன்படுத்தியுள்ளார்.

2. அல்குலைப் பதிவு செய்து வைத்திருக்கும் நம் செம்மொழி ஆண்குறி பற்றிய சொற்களைக் கண்டுகொள்ளாமல் விட்டுவிட்டது. முதன் முதலாகக் காளமேகம்தான் ஆண்குறிக்கான சொற்களைப் பாடல்களில் கொண்டு வந்தார்.

3. உடலுறவை நம் அக இலக்கணம் மெய்யுறுபுணர்ச்சி என்று குறிப்பிடும். ஆனால் அதற்கான வழக்குச் சொற்கள் இலக்கியத்தில் கிடையாது. அவற்றையும் காளமேகம்தான் தம் பாடல்களில் முதன்முதலில் கையாண்டுள்ளார்.

இத்தகைய பெருமைகளுக்குரிய காளமேகப் புலவரின் பாடல்களைக் கொண்டு முதலில் அவரது முதல் சாதனையைக் காணலாம். அல்குலைப் பெண்குறி என்று குறிப்பிடுவதை நாகரிகமானதாக இன்று கருதுகிறோம். பெண்குறி, பெண்ணுறுப்பு, பிறப்புறுப்பு என்னும் சொற்களைக் கையாள்கிறோம். இவை யெல்லாம் இரண்டு சொற்கள் இணைந்தவை. ஒரு பொருளைக் குறிக்க ஒற்றைச் சொல் இருப்பதுதான் மொழி வளம் ஆகும். ஒன்றுக்கு மேற்பட்டசொற்கள் இணைந்தால் அது விளக்குதல் என்னும் செயலாகிவிடும். அல்குல் என்பது ஒற்றைச் சொல். ஆனால் நாகரிகம் கருதி இரட்டைச் சொல் முறையையும் பயன்படுத்துகிறோம். அது காளமேகப் புலவர் காலத்திலேயே வழக்கிற்கு வந்திருக்க வேண்டும்.

காளமேகப் புலவரிடம் ஒருவர் கரண்டகத்திற்கும் அல்குலுக்கும் சிலேடை பாடும்படி கேட்கிறார். கரண்டகம் என்பது சுண்ணாம்பு டப்பா. கிராமங்களில் பார்த்திருக்கலாம். வெற்றிலை போடும் பழக்கம் உள்ளவர்கள் தம் மடிப்பையில் இந்தச் சுண்ணாம்பு டப்பாவை வைத்திருப்பார்கள். தகரத்தால் ஆன சிறிய டப்பா. அதற்குள் சுண்ணாம்பைப் போட்டு வைத்திருப்பார்கள். வெற்றிலை போடும்போது சுண்ணாம்பு தேட வேண்டியதில்லை. கைவசம் டப்பா இருக்கும். புகை பிடிப்பவர்கள் லைட்டர் வைத்துக்கொள்வது போல.

சுண்ணாம்பு டப்பாவையும் அல்குலையும் இணைத்துக் காளமேகம் பாடிய பாடல்:

இட்டிட்டு வாங்குதலால் இன்பவெள்ளை தோன்றுதலால்
மட்டிட்டு மூடி மறைத்தலால் - முட்டத்
தெருண்டோர்கள் போற்றும் திருமலைரா யன்சீர்க்
கரண்டகமும் பெண்குறியாம் காண்.

இதற்கான உரை விளக்கம் வருமாறு:

நிரம்பத் தெளிந்தவர்கள் போற்றும் திருமலைராயனது வரையில் கரண்டகம் என்னும் சுண்ணாம்பு வைக்கும் சிமிழில் உள்ள சுண்ணாம்பானது அடிக்கடி எடுக்கப்பட்டு மீண்டும் அதிலேயே வைக்கப்பெறும். அச்சிமிழில் வெற்றிலைக்கு இனிய சுவை தரும் வெண்ணிறச் சுண்ணாம்பு இருக்கும். ஓரளவோடு சுண்ணாம்பு மூடி வைக்கப்படும். (அதே மலையில்,) பெண் குறியானது புணர்ச்சிச் செயலுக்கு உள்ளாகும். அதிலிருந்து இன்பத்திற்குக் காரணமான வெள்ளை நீர் தோன்றும். அளவான அரைமூடி இட்டு மறைக்கப்படும். ஆதலால் சுண்ணாம்பு வைக்கும் சிமிழும் பெண்குறியும் ஒப்பானது என்று அறிக.

இன்னும் கொஞ்சம் தெளிவாகச் சொன்னால் இப்படி வரும். உள்ளே விட்டுவிட்டு எடுத்தல், இனிய வெள்ளை நிற நீர் தோன்றுதல், பின் மூடிவைத்தல் ஆகிய இம்மூன்று செயல்பாடுகளில் சுண்ணாம்பு டப்பாவும் பெண்குறியும் ஒத்தவை என்பது பாடற்பொருள். இப்பாடலில் பெண்குறி என்னும் சொல்லைக் காளமேகம் கையாண்டுள்ளார்.

அவர் எழுதியுள்ள இன்னொரு பாடலைப் பார்ப்போம். காளமேகம் ஒரு குயவனின் வீட்டுக்குப் போகிறார். அப்போது வீட்டில் குயவனின் மனைவிதான் இருந்தாள். அவளைப் பார்த்ததும் அவளிடம் கொஞ்சம் சொல் விளையாடக் காளமேகத்திற்கு ஆசை வந்துவிட்டது. ஒவ்வொரு சாதியாரிடமும் அவரவர் சாதி சார்ந்து சில குழூஉக்குறிகள் வழங்கும். அதாவது கேட்பவர்களுக்குப் பொது அர்த்தம் தரும் சொற்கள் சம்பந்தப்பட்டவர்களுக்கோ வேறு அர்த்தம் தரும். இதுதான் குழூஉக்குறி. குயவர்களிடமும் அப்படியான குழூஉக்குறிகள் இன்றும் உண்டு. அடுப்பு என்றால் அல்குல் என்று அர்த்தம். அடுப்பிற்குள் நுழையும் விறகு ஆண்குறி.

இதுபோலக் காளமேகப் புலவர் காலத்திலும் குழூஉக்குறிகள் வழங்கியிருக்கும். மக்கள் வழக்குகளை நன்கறிந்த புலவராகிய காளமேகத்திற்குக் குயவர் குழூஉக்குறிகள் நன்கு தெரிந்திருக்கும் போல. ஆகவே குயத்தியிடம் போய் சொல் விளையாட்டு நிகழ்த்துகிறார். தோண்டி என்ன விலை? என்று கேட்கிறார்.

கெட்ட வார்த்தை பேசுவோம்

தோண்டி என்பது குவிந்த வாயுடைய மண்பாண்டம். ஆனால் காளமேகம் கேட்ட தொனி தோண்டியைக் குறிப்பதாக இல்லை. தோண்டி ஒரு குழூஉக்குறி. அது அல்குலைக் குறிக்கும்.

குயத்திக்குக் காளமேகம் கேட்கும் வினயம் புரிந்தது. ஆகவே அவளுக்குக் கோபம் வந்துவிட்டது. 'நீயெல்லாம் ஒரு மனுசனாய்யா' என்று திட்டித் துரத்தினாள். அவள் திட்டத்திட்டக் காளமேகத்திற்கு உற்சாகம் பீரிட்டது. 'சரி தோண்டி கொடுக்காட்டிப் போகுது, கலயம் ரெண்டு கொடேன்' என்றார். கலயம் முலைகளைக் குறிப்பது. அந்தக் குயத்திக்கு வந்ததே ஆங்காரம். கைகளையும் கால்களையும் தூக்கிக் கொண்டு ஆட ஆரம்பித்துவிட்டாள். அவள் கால்களைத் தூக்கும்போது உள்ளே இருந்து சக்கரம் தெரிந்ததாம் காளமேகத்திற்கு. சக்கரமும் அல்குலைக் குறிப்பதே.

இதனை அந்தக் குயவனிடம் சொல்வது போல ஒரு பாட்டாக எழுதியுள்ளார் காளமேகம். பாடல்:

ஆண்டிக் குயவா அடாஉன்பெண் டாட்டிதனைத்
தோண்டியொன்று கேட்டேன் துரத்தினாள் – வேண்டியிரு
கைக்கரகம் கேட்டேன்நான் காலதனைத் தூக்கியே
சக்கரத்தைக் காட்டினாள் தான்.

நெல்லிக்காய் திருடிய பெண்களைப் பார்த்துக் காளமேகம் பாடியதாக ஒரு பாடல் உண்டு. காளமேகப் புலவரின் ஆசை நாயகி மோகனாங்கி என்னும் தாசி. அவள்மேல் காளமேகத்திற்குக் கடுங்காதல். மோகனாங்கி நெல்லிக்காய் ஊறுகாய் போட்டு வைத்திருந்தாள். நெல்லிக்காய் எளிதாகக் கிடைத்ததும் அல்ல. எங்கெங்கோ அலைந்து பல பாடுபட்டுத் தேடிக் கொண்டு வந்த நெல்லிக்காய். நெல்லிக்காய் உடனே ஊறுகாய் ஆகிவிடுமா? காரம், உப்பு ஆகியவற்றைத் தயாரித்துச் சேர்த்து நெல்லிக்காயை ஊறுகாய்க்குப் பொருத்தமான அளவில் உடைத்துக் காயவைத்துப் பலநாள் பாதுகாத்து உருவாக்கிய ஊறுகாய். பத்திரமாகத் துணியால் வேடுகட்டி மூடி வைத்திருந்தாள் மோகனாங்கி.

ஆனால் அதையும் திருடுவதற்கு என்று சில பெண்கள் இருந்தார்கள். இந்தத் தகவலை மோகனாங்கி காளமேகத்திடம் சொல்லி அழுதாள். காதலி அழுதால் காளமேகத்தின் மனம் தாங்குமா? உடனே அந்தப் பெண்களை வசைக்கவியால் தூற்றிப் பாடிவிட்டார். வசை என்றால் சாதாரண வசையா? இதோ பாடல்:

பாடுபட்டுத் தேடிப் பலகாரம் உப்பமைத்தே
ஓடுவட்ட மாக வுடைத்தடைத்து – வேடுகட்டும்

நெல்லிக்கா யைத்திருடும் நீலிகாள் உங்களிடை
இல்லிக்கார் ஆப்பேற்று வார்?

இப்பாடலின் கடைசி அடியைப் பிரித்துப் பார்ப்போம். உங்கள் இடை இல்லிக்கு யார் ஆப்பு ஏற்றுவார்?

வீட்டிலே பெண் குழந்தை குறும்பு செய்தால் திட்டும் பெண்கள் 'உன்னய எவன் கட்டி அடக்கப் போறானோ' என்று சொல்வது வழக்கம். கட்டி அடக்குதல் என்பதைத்தான் காளமேகம் வெளிப்படையாகச் சொல்கிறார். இடை இல்லி என்றால் இடையில் இருக்கும் ஓட்டை என்று பொருள். இல்லிக்குடம் என்று கடைமாணாக்கரைக் குறிக்க நன்னூல் உவமை சொல்லும். இல்லிக்குடம் என்றால் ஓட்டைக்குடம். இதுபோல இடையில் இருக்கும் ஓட்டை இடை இல்லி. அல்குலைத்தான் அவ்வாறு சொல்கிறார். இடையில் இருக்கும் ஓட்டையில் ஆப்பை ஏற்ற வேண்டுமாம். ஆப்பு புரிகிறதல்லவா? உங்கள் இடை இல்லியில் ஆப்பை வைத்து ஏற்ற எவன் வரப் போகிறானோ? என்பதுதான் காளமேகம் சொல்வது.

இன்னொரு பாடல். திருவாரூர் தியாகராசப் பெருமான் மீது நிந்தாஸ்துதியாகப் பாடியது. நிந்தாஸ்துதி என்றால் நிந்திப்பது போல் போற்றுதல் என்று அர்த்தம். உண்மையில் நிந்திப்பதுதான். ஆனால் எதையும் உள்ளடக்கிக் கொள்ளும் மதம் நிந்தித்தாலும் போற்றுவதுதான் என்று சொல்லி ஏற்றுக்கொள்கிறது. இந்த வகையில் பார்த்தால் பெரியார்கூட நிந்தாஸ்துதி செய்தவர்தான். கடவுளைப் பழித்துப் பேசினாலும் கடவுளைப் பற்றித்தானே பேசிக்கொண்டிருந்தார். ஆகவே அவர் எப்போதும் கடவுளையே நினைத்துக் கொண்டிருந்தவர் ஆகிவிடுகிறார் அல்லவா? இந்தத் தர்க்கம்தான் நிந்தாஸ்துதியின் அடிப்படை.

காளமேகம் தியாகராசரை மனித நிலைக்குக் கொண்டு வந்துவிடுகிறார். திருவாரூரில் தியாகராசர் நடனம் ஆடிக் கொண்டிருக்கிறார். சந்தோச நடனம். ஆனால் நின்று ஆட முடியவில்லை. உட்கார்ந்த நிலையில் ஆடுகிறார். நிமிர முடிய வில்லை. எப்படி முடியும்? சும்மா இருந்தால்தானே. என்ன காரணம்?

ஒருமுறை அல்ல. அவர் மனைவி விரும்பினாள் என்று இருமுறை 'சந்து' போனார். அதுதான் காராணம். அது என்ன சந்து போதல்? இருகாலுக்கு நடுவில் உள்ள சந்துதான். அன்று இரவு அவருக்கு அதிர்ஷ்டம் அடித்தது. இரண்டு முறை வாய்ப்பு. ஆகவேதான் சந்தோசம். சந்து என்பதற்கு நேர் பொருள் தூது என்றும் எடுத்துக்கொள்வர். ஆனால் அது எப்படி நிந்தாஸ்துதி ஆகும்? அல்குலைத்தான் சந்து என்று சொல்கிறார். பாடல்:

கெட்ட வார்த்தை பேசுவோம்

திருத்தாள் அரவணியும் தென்கமலை ஈசர்
இருந்தாடா தென்செய் திடுவார் – பொருந்த
ஒருகாலே அல்லவே ஒண்டொடிக் காஅன்(று)
இருகாலும் சந்துபோ னால்.

அல்குலைக் குறிக்கக் காளமேகம் பயன்படுத்தும் சொற்கள் பெண்குறி, தோண்டி, சக்கரம், இடை இல்லி, சந்து ஆகியவை. இவற்றில் பெண்குறி என்பது நாகரிக வார்த்தையாக அக்காலத்திலேயே வழக்கில் வந்துவிட்டது என்று கருதலாம். தோண்டி, சக்கரம் ஆகியவை குழூஉக்குறிச் சொற்கள். இடை இல்லி என்பது புலமைச் சொல். குறிப்பாகப் பொருள் உணர்த்துவது. சந்து என்பதும் ஓட்டை என்னும் பொருள் தருவதுதான். ஆனால் மக்கள் வழக்குச் சொல்லாக இருக்கக்கூடும். இவ்வளவுதான் காளமேகத்தின் சரக்கு என்று முடிவு செய்துவிடாதீர்கள். காளமேகத்தின் சரக்கு காரச் சரக்கு. இன்னும் தொடரும்.

பயன்பட்ட நூல்கள்

1. ச. சீனிவாசன், நா. பழநியப்பன் (உ.ஆ.), 2003, கவி காளமேகம் பாடல்கள், சென்னை, சாந்தா பப்ளிஷர்ஸ், மறுபதிப்பு.
2. கா. சுப்பிரமணிய பிள்ளை (உ.ஆ.), 2007, தனிப்பாடல் திரட்டு முதல் தொகுதி, சென்னை, நல்லறப் பதிப்பகம், மறுபதிப்பு.

❍ ❍ ❍

கலக மனம் கொண்ட புலமை

நம்முடைய சமூகம் சாதிப் பிரிவினைகளைப் பிரதானமாகக் கொண்டது. ஓதல், ஓதுவித்தல் என்னும் கற்றலும் கற்பித்தலும் பார்ப்பனர்களுக்கே உரியவை. சத்திரியர்களும் வைசியர்களும் கொஞ்சம் படிக்கலாம். சூத்திரர்களுக்குப் படிப்பு வாசனையே இன்னதென்று தெரியக் கூடாது. சூத்திரர்களுக்கே இப்படி என்றால் நால்வருணத்திலேயே சேர்க்காத பஞ்சமர்களுக்கும் படிப்புக்கும் என்ன சம்பந்தம் இருக்கப் போகிறது?

இதன் காரணமாகப் படிப்பு தொடர்பான எழுத்து, ஓலைச்சுவடி, புத்தகம் ஆகியவை எல்லாம் புனிதமானவையாகக் கற்பிக்கப்பட்டுவிட்டன. இன்றும் எழுத்தைக் கற்றுக்கொள்ள விஜயதசமி நாளைத் தேர்வு செய்து அதைக் கொண்டாட்டமாக நடத்துவோர் உள்ளனர். சரஸ்வதி பூஜை போடு கிறோம். புத்தகம், நோட்டுக்களின் மேல் தெரியாமல் கால் கை பட்டுவிட்டால் உடனே தொட்டுக் கும்பிடுகிறோம். எழுத்தறிவித்தவன் இறைவன் என்கிறோம். படிப்பறிவைக் கடவுளோடு தொடர்பு படுத்திப் புனிதமாக்கி வைத்திருக்கிறோம். புனிதம் என்றால் அதைக் கீழ்ப்பட்ட சாதிகள் தொடலாமா?

இந்தப் புனிதம் பல்வேறு நிலைகளில் செயல் படுகின்றது. சமூகம் எவற்றை எல்லாம் அசிங்கம், ஆபாசம் என்று கருதுகின்றதோ அவற்றை எழுத்தில் கொண்டு வந்துவிடக்கூடாது என்பதும்

அப்படிப்பட்டதுதான். நடைமுறையில் இருக்கலாம். ஆனால் எழுத்தில் வரக் கூடாது. எழுத்து புனிதமானது. புனிதமான விசயங்களை மட்டுமே எழுத்தில் கொண்டு வர வேண்டும். இந்த வரையறை எழுதப்படாத விதியாக நம் சமூகத்தில் தொடர்ந்து வருகிறது.

அதனால்தான் 'கெட்ட' வார்த்தைகளைத் தேடியாக வேண்டியுள்ளது. இந்த விதிகளை மீறி எழுதப்பட்டவற்றைத் திட்டமிட்டு அழித்தும் மறைத்தும் விட்டார்கள். எப்போதுமே விதி என்று ஒன்று இருக்கும்போது விதி மீறலும் இருக்கவே செய்யும். விதிகள் மைய நீரோட்டத்தில் கவனத்தைப் பெற்றுத் தம்மைத் தொடர்ந்து தக்க வைத்துக்கொள்கின்றன. விதி மீறல்கள் ஒதுக்கப்படுவதும் பதிவுகளில் இருந்து அகற்றப்படுவதும் நடக்கின்றன. எப்படியோ பதிவு பெற்றுவிட்டாலும் அவற்றை விதிகளுக்குள் அடக்கிவிடும் முயற்சிகள் காலத்திற்கும் தொடர்கின்றன.

அப்படியான ஒரு விதி மீறல்தான் காளமேகப் புலவர். அவர் பிற்காலத்தவர் என்பதாலும் தனிப்பாடல்களைப் பாடியவர் என்பதாலும் எப்படியோ தப்பிப் பிழைத்து நமக்குக் கிடைத்திருக்கிறார். புனிதம் என்று நம்பப்பட்டவற்றை அனாயாசமாக உடைத்தெறிந்தவர் அவர். ஆனால் அவர் பாடல்களைத் தங்களுக்கு உவப்பான விழுமியங்களைச் சுமந்து கொண்டிருக்கும் விதிகளுக்குள் அடக்குவதற்கான முயற்சிகள் தனிப்பாடல் திரட்டு முழுவதும் மலிந்து கிடக்கின்றன. எனினும் எப்பேர்ப்பட்ட விதி அழுத்தத்தையும் உதறித் தள்ளி மேலெம்பி வரும் ஆற்றல் கொண்டவர் காளமேகம். அவர் பாடல்கள்மேல் படிந்துள்ளது வெறும் தூசிப் படலம்.

அல்குல் பற்றிப் பாடத் தயக்கம் என்பதே அவரிடம் இல்லை. ஓடம், அல்குல் இரண்டுக்கும் சிலேடை பாடும்படி அவரிடம் கேட்கப்பட்டது. எதையும் எதனோடும் இணைத்துவிடும் வல்லமை பெற்றவர் அவர். ஓடமும் அல்குலும் மிகவும் பொருந்துகின்றன. ஓடம் என்று சொன்னாலே அல்குல் நினைவு வந்துவிடும். சிலேடை என்பது அதுதான். தமிழில் இரட்டுற மொழிதல் என்பார்கள். மிகவும் எளிமைப்படுத்திச் சொன்னால் இன்றைய திரைப்படங்களில் வரும் இரட்டை அர்த்த வசனம் போன்றதுதான் சிலேடை. இரட்டை அர்த்த வசனங்களில் ஒன்றைச் சொன்னால் இன்னொன்றைப் புரிந்துகொள்ளலாம். சிலேடையில் இரண்டுமே சொல்லப்பட்டுவிடும். மறைவு இல்லை. இதுவும் இதுவும் இன்னின்ன வகைகளில் ஒத்தவை என்று சொல்வது சிலேடை.

சிலேடை பாடுவதில் வல்லவர் காளமேகம். அவரை 'வசைபாடக் காளமேகம்' என்று சொல்வர். வசைபாடுதல் என்றால் திட்டுதல் என்பதைக் குறிப்பதாக மட்டும் கொள்வர். ஏராளமான பேரை அவர் திட்டியிருக்கிறார். பரத்தையர், வள்ளல்கள், சாதாரண மனிதர்கள் ஆகியோரைத் திட்டியிருக்கிறார். ஆனால் வசைபாடுதல் என்பது திட்டுவதை மட்டுமல்ல, வசைச்சொல் என்று கருதப்பட்டவற்றைத் தாராளமாகப் பயன்படுத்திப் பாடல் பாடியதையும் குறிக்கும் எனக் கொள்ளலாம். அந்த அளவு ஒதுக்கப்பட்ட சொற்களை இலக்கியத்திற்குள் கொண்டு வந்தவர் காளமேகம். சிலேடை அவருக்குக் கை வந்த கலை.

ஓடத்திற்கும் அல்குலுக்கும் அவர் பாடிய சிலேடைப் பாடல்:

பலகை யிடுமுள்ளே பருமாணி தைக்கும்
சலமிறைக்கும் ஆளேறித் தள்ளும் – உலகறிய
ஓடமும் ஒன்றே உலகநாதன் பெண்டீர்
மாடமும் ஒன்றே மதி.

ஓடம் மரப்பலகையால் உருவாக்கப்படுகிறது. அதுதான் 'பலகை இடும்' என்பது. பலகைகளை இணைக்க ஆணி அடிக்கப்படும். அதாவது, 'பருமாணி தைக்கும்.' ஓடம் ஆற்றில் போகும்போது நீரைப் பிளந்து செல்லும். 'சலம் இறைக்கும்.' ஓடத்தைச் செலுத்துவதற்கு அதில் ஆள் ஏறித் துடுப்பால் உந்தித் தள்ள வேண்டும். 'ஆளேறித் தள்ளும்.' ஓடத்தைப் பற்றிச் சொல்லும் இதே விசயங்கள் உலகநாதன் என்பவனுடைய பெண்களின் அல்குலுக்கும் பொருந்துமாம். எப்படி?

பல பேருடைய கை படும் இடம் அது. அதாவது 'பல கை இடும்.' பருத்த ஆணி போன்ற ஆண்குறி உள்ளே நுழைந்து வெளியேறும். 'பரும ஆணி தைக்கும்.' தைத்தல் என்னும் செயல் நுழைந்து வெளி வருதல் ஆகும். அல்குல் புணர்ச்சிக்குத் தயாராகும்போது அதில் மதனநீர் ஊறும். 'சலம் இறைக்கும்.' அல்குலின் மீது ஆள் ஏறித் தன் ஆண்குறியை உள்ளே தள்ளுவான். அது 'ஆளேறித் தள்ளும்.' ஆகவே ஓடமும் அல்குலும் ஒன்று என்கிறார் காளமேகம். அல்குல் என்னும் சொல் இல்லை. அதற்குப் பதிலாகப் 'பெண்டிர் மாடம்' என்று சொல்கின்றார்.

மாடம் என்பது பழைய கால வீட்டுச் சுவர்களில் இருக்கும் பகுதி. முக்கோண வடிவம் கொண்ட மாடம் அழகிய வேலைப் பாடுகளுடன் அமைக்கபட்டிருக்கும். மையப்பகுதி குழிவாக இருக்கும். ஆகவே இதற்கு மாடக்குழி என்றும் பெயருண்டு. விளக்கு வைப்பதற்கு மாடத்தைப் பயன்படுத்துவர். மாடம் என்பதற்கு நேர்பொருளாக அல்குல் என்பது இல்லை.

மாடக்குழியை ஒப்புமை கருதித்தான் காளமேகம் அல்குலைக் குறிக்கப் பயன்படுத்துகிறார். ஓட்டை உடைய அல்லது குழிவு கொண்ட எப்பொருளைக் கண்டாலும் நம் ஆட்களுக்கு அல்குல் தானே நினைவு வரும். அவற்றை அல்குலைக் குறிக்கும் வகையில் இரட்டை அர்த்தமாகப் பயன்படுத்தும் வழக்கம் இன்றும் உள்ளது. அவ்வகையில் இங்கு மாடம்.

இன்னொரு பாடலில் அல்குலைக் குறிக்கும் வேறொரு சொல்லைக் காளமேகம் கூறியுள்ளார். ஆனால் அந்தப் பாடலுக்கு உரை எழுதியவர்கள் அனைவரும் மரபான பொருளையே கூறியுள்ளனர். காளமேகம் எதற்குள் எதை வைப்பார் என்று தீர்மானிக்கவே முடியாது. இதில் என்ன சொல்லிவிடுவார் என்று அலட்சியமாக எதையும் ஒதுக்க இயலாது. காளமேகத்தைப் பொறுத்தவரை எத்தகைய விழுமியமும் உயர்ந்ததல்ல. எல்லா வற்றையும் உடைப்பதும் மீறுவதும் அவர் இயல்பு. பாடல்:

வாலி மடிந்ததுவும் வல்லரக்கர் பட்டதுவும்
கோலமுடி மன்னர் குறைந்ததுவும் – சால
மதியுடைய நூற்றொருவர் மாண்டதுவும் ஐயோ
சதவிகரத் தால்வந்த தாழ்வு.

இந்தப் பாடலைப் பொருள் கொள்வதில் பெரிய இடர் பாடு ஒன்றும் இல்லை. தன் தம்பி சுக்ரீவனின் மனைவிமீது ஆசை கொண்டான் வாலி. அதுவே அவன் இறப்புக்குக் காரண மாயிற்று. சீதை மீது இராவணன் கொண்ட ஆசையால் அவன் மட்டுமல்ல, அரக்கர் குலமே மடிந்தது. முடி தரித்து ஆட்சி செய்த மன்னர் பலர் தம் மதிப்பில் குறைந்து போனதற்குக் காரணம் பெண்ணாசைதான். மகாபாரதத்தில் கௌரவர்கள் நூற்றொரு பேர்களும் மாண்டு போகக் காரணம் துரியோதனன் திரௌபதி மீது வைத்த ஆசைதான். இதனைத் தொகுத்துச் சொல்கிற பாட்டு இது.

வாலி, அரக்கர், மன்னர், நூற்றொருவர் ஆகிய எல்லாருடைய வாழ்க்கை முடிவுக்கும் காரணம் என்ன? பாடலின் கடைசி அடி பதில் சொல்கிறது. 'சதவிகரத்தால் வந்த தாழ்வு.' காளமேகம் 'ஐயோ' என்று ஒரு வார்த்தையைப் போட்டுத் தன் பரிதாபத்தைக் காட்டுகின்றார். எல்லாருடைய சாவுக்கும் பெண் விவகாரம்தான் காரணம் என்பது புரிகிறது. அப்படிச் சாதாரணமாகப் பொத்தாம் பொதுவாகச் சொல்லிவிடக் கூடியவரா காளமேகம்? சதவிகரம் என்னும் சொல்லைப் பயன் படுத்துகிறார் அவர். சதவிகரம் என்பதற்குப் பொருள் என்ன?

சைவ சித்தாந்த நூற்பதிப்புக் கழகத் தனிப்பாடல் திரட்டு 'சதவிகரம் – இடக்கரடக்கல்' என்று குறிப்பிடுகின்றது. ஆனால்

அந்தச் சொல்லுக்குப் பொருள் தரவில்லை. புலியூர்க் கேசிகன் வேறு வகையில் இதனை விளக்குகின்றார். 'சதவிகரம் என்பது சகரம் எனவும் தகர இகரம் எனவும் பிரிவுபடும். ஆதலால் சதி என்றனம்' என்கிறார். சதி என்றால் பெண் எனப் பொருள். ஆகவே பெண்ணைப் பற்றிய செயலால் வந்த தாழ்வு என்று விளக்குகின்றார். சத விகரம் என்பதைச் சதி விரகம் எனக் கொண்டு வேறொரு விளக்கமும் தருகின்றார். 'சதி விரகம் – பிறருடைய மனைவி மேற்கொள்ளும் காமம்.' இப்படிப் பொருள் கொள்ள எந்த நியாயமும் இல்லை. விகரத்தை விரகமாக மாற்றுவது எந்த அடிப்படையில்? சதவிகரம் என்பதைச் சதி என்று கொள்வதும் பொருத்தமில்லை.

கடைசிக்கு முதலடியாகிய ஈற்றயலடி 'மதியுடைய நூற்றொருவர் மாண்டதுவும் ஐயோ' என்று வருகின்றது. ஆகவே அதற்குப் பொருத்தமான எதுகையோடு 'சதியினா லேவந்த தாழ்வு' என்று எழுதியிருந்தால் வெண்பா இலக்கணத்திற்கு எந்தப் பங்கமும் நேராது. அப்படி எழுதாமல் 'சதவிகரம்' என்று குறிப்பாகச் சொல்வதால் வெறும் பெண்ணைக் குறித்து அவர் எழுதவில்லை என்பது தெளிவு.

நூற்றொருவர் என்பதற்குப் புலியூர்க் கேசிகன் கௌரவர்கள் நூறு பேர்தானே என்று கேள்வி எழுப்புகிறார். கடைசியாகப் பிறந்த ஒரு பெண்ணோடு சேர்த்துத்தான் நூற்றொருவர். மாண்டவர்களில் அந்தப் பெண்ணைச் சேர்க்க முடியாது. அப்புறம் எப்படி நூற்றொருவர்? 'துரியோதனாதியர் நூற்றுவரே எனினும் நூற்றொருவர் என்கிறார் கவிஞர். இது குந்தி புத்திரனாகிய கர்ணனையும் சேர்த்துச் சொல்லியது' என்பது அவர் சமாதானம். அது மட்டுமல்ல, 'நூற்றுவர்கள் மாண்டதுவும்' எனவும் பாடம் என்று பாட வேறுபாட்டையும் குறிப்பிடுகின்றார். இதை விளக்குவதில் இத்தனை சிரத்தை எடுத்துக்கொள்ளும் புலியூர்க் கேசிகன் 'சதவிகரம்' என்பதைச் சாதாரணமாகப் பெண் என எழுதிச் செல்கிறார். புலியூர்க் கேசிகனுக்குச் சதவிகரத்தில் உள்ள நுட்பம் பிடிபடாத விசயம் அல்ல. அவர் அதை விளக்க விரும்பவில்லை என்பதுதான் உண்மை.

ச. சீனிவாசன், நா. பழனியப்பன் ஆகியோர் காளமேகம் பாடல்களுக்கு உரை எழுதியுள்ளனர். அவ்வுரையில் 'சகர இகரம், தகர இகரம் ஆகிய சிதியால் – பெண்ணைப் பற்றிய விவகாரங்களால் – நேர்ந்த இழிவாகும்' என்று எழுதியுள்ளனர். மேலும் 'ச இகரம் – சி, தகரம் இகரம் – தி. சிதி – பெண்கள் பற்றிய செயல்கள் (இடக்கர் அடக்கல்)' என்று விளக்கமும் உள்ளது.

இதிலும் சிதி என்றால் பெண்கள் பற்றிய செயல்கள் என்பதாகக் கருத்து உள்ளது. இடக்கர் அடக்கல் என்றும் சொல்கிறார்கள். அப்படி என்றால் இந்தச் சொல்லுக்கு மறைவான பொருள் ஒன்று இருப்பதாக அர்த்தம். அது என்ன? தெரியவில்லை.

புலவர் மாணிக்கம் எழுதிய உரையில் 'சத இகரத்தால் (பெண்ணைப் பற்றிய விவகாரத்தால்) உண்டான இழிவாகும். (சத இகரத்தால்; சகர இகரம் – சி; தகர இகரம் – தி; இதைக் கூட்டிப் பொருள் காணக)' என்று உள்ளது. சிதி என்று கூட்டிக் கொள்ளலாம். அந்தச் சொல்லுக்குப் பொருள் என்ன? தனிப் பாடல் திரட்டுக்கு உரை எழுதிப் பதிப்பித்த நூல்களுள் மிகவும் முக்கியமானதும் 1939இல் வெளிவந்ததுமான கா.சு. பிள்ளையின் நூல்களைத் தற்போது 'நல்லறப் பதிப்பகம்' வெளியிட்டுள்ளது. ஆனால் அதில் இந்தப் பாடலையே காணோம்.

தமிழ் அகராதிகளைப் பார்த்தால் பொருள் கிடைக்கும் எனத் தமிழ் லெக்சிகன் தொடங்கிப் பல அகராதிகளில் தேடி விட்டேன். சதவிகரம், சிதி ஆகிய சொற்களுக்கு எதிலும் பொருள் இல்லை. ஒருவேளை வடமொழிச் சொல்லாக இருக்குமோ எனக் கருதி வடமொழிச் சொல்லுக்குத் தமிழ்ப் பொருள் கொடுத்திருக்கும் பாம்பன் சுவாமிகளின் 'வடமொழி அகராதி'யையும் பார்த்தேன். சொல் இல்லை.

ஒரு கவிஞன் தன் பாடலில் வெளிப்படையாக எழுதி யிருக்கிறான். அப்பாடல் பல நூற்றாண்டுகளைக் கடந்து வந்திருக்கிறது. ஆனால் அதற்குச் சரியான பொருள் தர இந்த ஆட்களால் முடியவில்லை. பொருள் தெரியவில்லை என்றால் பிரச்சினையில்லை. இடக்கர் அடக்கல் என்று சொல்ல முடிகிறதென்றால் பொருள் தெரிந்திருக்கிறது என்றுதானே அர்த்தம். என்னுடைய ஊகம் சதவிகரம் என்னும் சொல் அல்குல் என்று பொருள்படும் என்பதுதான். அதாவது அல்குலைக் குறிக்கும் ஏதோ ஒரு சொல் வடிவத்தை மறைத்துச் சதவிகரம் எனக் கூறுகின்றார். அந்தச் சொல் வடிவம் என்ன என்பது தெரியவில்லை.

உரையாசிரியர்களையும் அகராதிகளையும் நம்பிப் பயனில்லை என்று புரிந்தது. ஆகவே அறிஞர்களைத் தொடர்பு கொண்டு கேட்டேன். என் அனுமானத்தை அவர்களும் உறுதிப்படுத்தினார்களே தவிரச் சரியான சொல் வடிவம் இதுதான் என்று சொல்லவில்லை. அப்புறம் ஒருவழியாகத் தஞ்சாவூரைச் சேர்ந்த சிவனடியாராகிய தமிழறிஞர் ஒருவர்தான் என் சந்தேகத்தைத் தெளிவாகத் தீர்த்தார். இந்தக் கட்டுரை எழுதுவதில் ஏற்பட்ட சுணக்கம் அவரால்தான் நீங்கியது.

சிதி என்னும் சொல் அல்குலைக் குறிக்கும் சொல்தான். இது தஞ்சாவூர் வட்டார வழக்குச் சொல்லாகும். அப்பகுதியில் இப்போதும்கூட இந்தச் சொல் மக்கள் வழக்கில் உள்ளது. கிராமத்து டீக்கடைகளில் நடுவே பொத்தல் உள்ள மெதுவடையைக் கையில் எடுத்துக் கொண்டு 'என்ன இது சின்னப் பொண்ணு சிதி மாதிரி இருக்குது' என்று யாராவது கேலி செய்து பேசுவதை இன்றும் கேட்கலாம். காளமேகப் புலவர் திருகுடந்தையாம் கும்பகோணத்தைச் சேர்ந்தவர். அங்கு பிறந்து வளர்ந்து பரிசாரகத் தொழில் செய்தவர். வரதன் என்னும் இயற்பெயர் கொண்டவர். புலவரான பின்னர் பல இடங்களுக்கும் அலைந்து மக்கள் வழக்கை நன்கு கற்றவர். ஆகவே மக்கள் வழக்காகிய சிதி என்பது அவருக்கு நன்கு தெரிந்திருக்கும். அந்தச் சொல்லைத்தான் இந்தப் பாடலில் மறைத்துச் சொல்கிறார். இவ்வாறு அந்தத் தமிழ் அறிஞர் வழியாகச் சதவிகரத்திற்கு எனக்குப் பொருள் கிடைத்தது.

சிதி என்பதைப் போல அல்குலைக் குறிக்க வட்டார வழக்குகளில் வேறு சொற்களும் நிச்சயம் இருக்கும். இன்று பல்வேறு வட்டார வழக்கு அகராதிகள் வந்திருக்கின்றன. ஆனால் தஞ்சாவூர்ப் பகுதிக்கு இத்தகைய அகராதி எதுவும் இதுவரை வரவில்லை. யாராவது உருவாக்குவார்களேயானால் சிதி என்னும் சொல்லைக் கட்டாயம் அதிலே சேர்க்க வேண்டும். பழந்தமிழ் இலக்கியத்தைப் பொருள் கொள்வதற்கு வட்டார வழக்கு அறிவும் அவசியம் என்பது சிதி மூலமாகப் புலப்படுகிறது. சிதிக்குச் சரியான பொருள் தெரிந்த பின் காளமேகத்தின் பாடலுக்குச் சிறப்பான கூடுதல் விளக்கம் கிடைக்கிறது. வாலி, அரக்கர், மன்னர், கௌரவர் ஆகிய அனைவரும் வீழ்ந்ததற்குக் காரணம் அல்குல்தான். அல்குல் மீது அவர்கள் கொண்ட ஆசையே வீழ்ச்சியைத் தந்தது. பெண் மீது அவர் காரணத்தைச் சுமத்தவில்லை. அல்குல் மேல் காரணத்தை ஏற்றுகின்றார்.

நான் பதின்பருவத்தில் இருந்தபோது என்னுடைய எதிர்கால நலன் கருதியோ இந்த வாழ்க்கையைச் சரியாக நான் அணுக வேண்டும் என்னும் நல்லெண்ணத்திலோ தெரியவில்லை, என் தந்தை ஊரில் சிலரது வாழ்க்கை பற்றி எனக்கு விவரித்தார். அவர்களது வீழ்ச்சியைப் பற்றியும் சொன்னார். பிறகு ஆசி வழங்குவது போல வலக்கையை உயர்த்தி உள்ளங்கையைக் குவித்துக் காட்டிச் சொன்னார். 'எல்லாம் இதுக்குள்ள அடங்கிப் போயிருதுடா.' கிராமத்தில் உள்ளங்கையைக் குவித்துக் காட்டினால் அது அல்குலைக் குறிக்கும் என்பது சிறுபையன்களுக்கும் புரியும். சுட்டு விரலையும் பெருவிரலையும் இணைத்து நடுவில் உள்ள ஓட்டையைக் காட்டும் வழக்கமும் உண்டு. அல்குலைச் சுட்டுவதற்கு மொழியே தேவையில்லை.

காளமேகம் பாடலுக்குப் பொருள் புரிந்தபோது என் தந்தையின் நினைவுதான் வந்தது. ஒரு தந்தையின் ஸ்தானத்திலிருந்து காளமேகம் பேசுவது போல எனக்குத் தோன்றியது. சிதியால் வாழ்வில் தாழ்வு உண்டாகும் எனக் காளமேகம் எச்சரிக்கை செய்கிறாரா? இன்னொரு விதமாக யோசித்தால் வேறுவகையிலும் காளமேகத்தின் குரலைக் கேட்கலாம். காளமேகம் அறிவுரை சொல்லக் கூடியவர் அல்ல. தாசியரோடு மிகுந்த பழக்கம் உடையவர். ஆகவே அவர் குரல், பெரும்பெரும் மன்னர்கள் எல்லாம் வீழ்ந்தது சிதியால் என்னும்போது சாதாரண மனிதனாகிய என்னால் மட்டும் அதிலிருந்து தப்பிக்க முடியுமா என்று ஒலிக்கிறதோ?

பெரிய ஆட்கள் எல்லாம் தங்கள் மதிப்பு, மரியாதை, செல்வம் எல்லாவற்றையும் இழந்ததோடு அல்குலுக்காக உயிரையும் விட்டிருக்கிறார்கள். அப்படி என்றால் அல்குல் தரும் இன்பம் சாதாரணமாகிவிடுமா என்று காளமேகம் கேட்கிறாரோ? பெரும் தாழ்வு ஏற்படும் என்றாலும் எல்லாரும் அல்குலில் இத்தனை ஈடுபாடு வைத்திருக்கிறார்களே என்று வியப்படைகிறாரா? இப்படி எல்லாம் யோசிக்க வைப்பது அல்குலைக் குறிக்கும் சிதி என்னும் சொல்தான். சிதியைக் குறிப்பிடுவதால் உடலுறவு வேட்கையை, காமத்தை அவர் சுட்டுகிறார் என்னும் குறிப்பான அர்த்தமும் பாடலுக்கு வந்துவிடுகிறது.

அல்குலைக் குறிக்கும் மற்றொரு சொல்லையும் காளமேகத்தின் பாடலில் காணலாம். இந்தப் பாடலுக்கு அல்குல் என்று பொருள் வருகிற மாதிரி எந்த உரையாசிரியரும் எழுதவில்லை. 'ஈயேற மலை குலுங்கும்' என்று பொருள் வருகிற மாதிரி ஒரு பாடல் பாடும்படி ஒருவர் கேட்கிறார். புலியூர்க் கேசிகன் இந்த மாதிரியான பாடல்கள் வரும்போது காளமேகப் புலவரின் உடனிருந்து பார்த்தவர் போல விவரிப்பார். இந்தப் பாடலுக்கு அவர் கொடுக்கும் முன்னுரை:

ஒரு புலவர் கொஞ்சம் குறும்புக்காரர். அவருடைய சிந்தனை அந்தப் பாதையிலேயே சென்றது. "ஈயேற மலை குலுங்கும்" என்ற கருத்துடன், ஆனால் பொருள் நயமுள்ளதாக ஒரு வெண்பாவைச் சொல்ல முடியுமா? என்று கேட்டார். காளமேகம் அதனைக் கேட்டுத் தமக்குள் சிரித்துக்கொண்டார். கண்ணபிரானின் பால லீலைகளை நினைத்தார். வெண்ணெய் திருடியுண்ட மாயன், இடைச்சியின் கை மத்தினால் அடியுண்ட அந்தச் சம்பவம் அவர் கண்முன் நிழலாடியது.

இப்படிப் புலியூர்க் கேசிகன் முன்னுரை கொடுத்த பாடல்:

வாரணங்கள் எட்டும் மகமேரு வும்கடலும்
தாரணியும் எல்லாம் சலித்தனவால் – நாரணனைப்
பண்வாய் இடைச்சி பருமத்தி னாலடித்த
புண்வாயில் ஈமொய்த்த போது.

ஆயர்பாடியில் கண்ணனாக அவதரித்த நாராயணனை ஓர் இடைச்சி பெரிய மத்தினால் அடித்தாள். அதில் ஏற்பட்ட புண்மீது ஈ மொய்க்கத் தொடங்கியபோது திசை யானைகள் எட்டும் மேரு மலையும் ஏழு கடலும் ஏழ் உலகங்களும் அசைந்தன என்பது பாடல் பொருள். இடைச்சி எதைக் கொண்டு கண்ணனை அடித்தாள் என்பதுதான் பிரச்சினை.

காளமேகம் பாடலில் ‘பண்வாய் இடைச்சி பருமத்தினால் அடித்தாள்’ என்று வருகிறது. இதற்குப் பரு மத்து எனப் பிரித்து பெரிய மத்து எனப் பொருள் கொள்கின்றனர். மேலோட்டமான அர்த்தம் அதுதான். ஆனால் காளமேகம் பொடி வைக்காமல் எதையும் எழுதுவதில்லை. இதற்குள்ளும் அப்படி ஒரு விசயம் இருக்கிறது. பரு மத்தினால் என்று சொல்லைப் பிரிக்காமல் ‘பருமம் (அத்து இன்) ஆல்’ என்று கொண்டால் வரும் பொருள் வேறு. பருமம் என்றால் அல்குல் என அகராதிகள் பொருள் கூறுகின்றன. பண்வாய் இடைச்சி கண்ணனைத் தன் அல்குலால் அடித்தாள் என்று பொருள் கொள்ளவும் இதில் வழியிருக்கிறது. அல்குலைக் கொண்டு எப்படி அடிக்க முடியும்?

மனிதர்களைச் சொல்லால் அடிக்கலாம். இசையால் கிறங்க வைக்கலாம். கேள்விக்குப் பதிலடி கொடுக்கலாம். ஒருவன் செல்வத்தை இழந்துவிட்டால் அல்லது பெரும் துயர் ஏற்பட்டால் அவனுககுப் பெரிய அடி விழுந்துவிட்டது என்கிறோம். அடிப்பதற்குப் பருண்மையான ஒரு பொருள் வேண்டும் என்பதில்லை. இத்தகைய அடி போலத்தான் ‘பருமம்’ கொடுத்த அடியும். பருமத்தைக் காட்டினால் போதாதா? பார்ப்பவனுக்குப் பெரிய அடிதான். அந்த இடைச்சியிடம் இருக்கும் ஆயுதங்களில் பருமத்தைவிடப் பெரிய ஆயுதம் எதுவாக இருக்க முடியும்? பருமம் கொடுத்த அடி மொய்க்கும் அளவுக்குப் பெரிய புண்ணை உண்டாக்கிவிட்டது. காமம் என்னும் மனப் புண். இதுதான் காளமேகம் வைத்திருக்கும் உட்பொருள்.

‘பண்வாய் இடைச்சி பெருமத்தினால் அடித்த’ என்று எழுதியிருந்தால் பெரிய மத்து என்று மட்டும்தான் பொருள் வரும். உட்பொருள் வர வேண்டும் என்பதற்காகத்தான் ‘பருமம்’ என்னும் சொல்லைக் காளமேகம் கையாண்டிருக்கிறார். அல்குலைக் குறிக்கும் இந்தச் சொல் நிகண்டுகளிலேயே குறிப்பிடப்பட்டுள்ள ஒரு சொல்தான்.

இத்தகைய சொற்களை மட்டுமல்ல, அல்குலைக் குறிக்க இன்று வழக்கில் உள்ள சொல் ஒன்றையும் காளமேகம் கையாண்டுள்ளார். புண்டை, கூதி ஆகிய இரண்டு சொற்கள் இன்று மக்கள் வழக்கில் உள்ளவை. புண்டை என்னும் சொல் பேச்சு வழக்கில் சாதாரணமாகப் பயன்பட்டாலும் நாகரீகவான்கள் பேச்சிலோ எழுத்திலோ கையாள்வதில்லை. நம் இலக்கிய நெடுவரலாற்றில் இந்தச் சொல் எங்கும் பதிவு பெற்றிருக்கவில்லை. ஆனால் அதன் மாற்றுச் சொல்லாக வழக்கில் உள்ள கூதி என்பதை இலக்கியத்தில் காளமேகம்தான் பதிவு செய்திருக்கிறார். இந்தச் சொல்லைப் பதிவு செய்திருப்பது சாதாரண விசயம் அல்ல. கலக மனம் கொண்ட புலமைதான் இதைச் செய்ய முடியும். அவர் பாடல் அடிகள்:

கூதிக்கட் டேழும் குலைந்து நடுநடுங்கிப்
பூதிக்கொப் பாகவன்றே போய்விடுமே

இப்பாடல் கூதி என்று தொடங்குகிறது. பதினைந்தாம் நூற்றாண்டளவில் இந்தச் சொல் அல்குலைக் குறிக்க வழக்குக்கு வந்துவிட்டது என்று அறியமுடிகிறது. இந்தப் பாடலில் காளமேகத்தின் சமத்காரம் மிக்க புலமை கூதி என்று தொடங்குகிறது. ஆனால் பாடல் பொருளோ வேறு. 'கூதிக்கட்டேழும்' என்பதைக் 'கூ திக்கு எட்டு ஏழும்' எனப் பிரிக்க வேண்டும். கூ என்பது ஓரெழுத்தொருமொழி. அதாவது ஓர் எழுத்து மட்டுமே நின்று ஒரு சொல்லாகச் செயல்படுவது. கூ என்றால் பூமி என்று பொருள். பூமியின் திசைகள் எட்டும் உலகங்கள் ஏழும் என்று பொருள் வருகிறது. கூ திக்கு இரண்டையும் இணைத்துக் கூதி என்னும் சொல் தொடக்கம் வரும்படி அமைத்துப் பாடியிருக்கிறார் காளமேகம். பூமியின் எட்டுத் திசைகளும் ஏழு உலகங்களும் குலைந்து நடுநடுங்கிப் புழுதியாகப் போய்விடுமாம். எதனால்? பாடலின் பின்பகுதியில் பொருள் இருக்கிறது. அந்தப் பகுதி இன்னொரு வகையில் முக்கியத்துவம் வாய்ந்தது. அதையும் பார்ப்போம்.

இப்படி அல்குல் தொடர்பான பல சொற்களை இலக்கியத்தில் பதிவு செய்திருக்கிறார் காளமேகம். ஏதாவது நான்கு வரி உளறிவிட்டு இத்தனை காலம் சோறின்றிப் பசியோடு வாடித் தவித்த தமிழ்த்தாய்க்குப் பிரியாணிப் பொட்டலம் வாங்கிக் கொடுத்துவிட்ட மமதை ஏறித் திரியும் கவிமாமணிகளைக் கொண்டது தமிழ்நாடு. அதைத் தமிழுக்குச் செய்த தொண்டாக, தமிழ்த் தாய்க்குக் கொடுத்த கொடையாகப் பீற்றித் திரியும் கவிப்பேரரசுகள் பவனி வரும் நாடு. உண்மையில் மாபெரும் கொடையாளி காளமேகம்தான். மாடம், சிதி, பருமம், கூதி ஆகிய சொற்கள் காளமேகம் தமிழுக்குக் கொடுத்திருக்கும் கொடைகளுள் சில.

பயன்பட்ட நூல்கள்:

1. சு.அ.இராமசாமிப் புலவர் (உ.ஆ.), தனிப்பாடல் திரட்டு முதல் தொகுதி, 1963, சென்னை, கழக வெளியீடு.

2. புலியூர்க் கேசிகன், காளமேகம் தனிப்பாடல்கள், 1998, சென்னை, முல்லை நிலையம், மூன்றாம் பதிப்பு.

3. அ.மாணிக்கம், தனிப்படல் திரட்டு முதற்பகுதி, 1966, சென்னை, பூம்புகார் பிரசுரம், நான்காம் பதிப்பு.

4. ச. சீனிவாசன், நா. பழனியப்பன், கவி காளமேகம் பாடல்கள், 2003, சென்னை, சாந்தா பப்ளிசர்ஸ், மறுபதிப்பு.

பருமாணியும் நஞ்சுணியும்

தமிழ் இலக்கிய நெடும்பரப்பில் அல்குல் பற்றிய பதிவுகள் பல உள்ளன. அல்குலின் வடிவம், அமைப்பு பற்றிய வருணனைகள் ஏராளம். ஆனால் ஆண்குறி பற்றிய பதிவுகள் உள்ளனவா? தீராநதி நவம்பர் 2008 இதழில் கோவை ஞானியை நகைச் சுவைப் பாத்திரமாக்கித் 'தமிழியம் ஓர் ஆய்வு' என்னும் தலைப்பில் ஜெயமோகன் எழுதியிருந்த கட்டுரையில் ஒரு தமிழறிஞர் பேசுவதாக வரும் பகுதி: 'சங்கம் தொட்டு இங்குவரை நீளும் நந்தமிழர் மரபில் எங்கும் ஆண்குறி குறித்து ஒரு சொல்லேனும் இல்லை. ஐயம் தெளிவுபெற அடியேன் சிற்பங்களில் நோக்கினேன். அங்கும் பெண்டிருக்குக் குறியுளதே அல்லாமல் ஆண்களுக்குக் காணப்படவில்லை. தொல் தமிழருக்குக் குறியுளதா என்ற ஐயம் என்னை வாட்டுகிறது' (ப. 40). இப்படி எல்லாம் எகத்தாளம் செய்யும்படி இருக்கிறது நிலைமை.

ஆனால் ஆண்குறி பற்றிய பதிவு இல்லை என்று சொல்ல முடியாது. ஆண்குறியைக் குறிக்கும் நேரடிச் சொல் பதிவு இல்லை என்று வேண்டுமானால் சொல்லலாம். ஏன் நேரடிப் பதிவு இல்லை? அதற்கான காரணங்களைப் பற்றி விரிவாக யோசிக்க வேண்டியிருக்கிறது. பெரும்பாலான புலவர்கள் ஆண்களாக இருந்தது காரணமாக இருக்குமா? பெண்கள் எழுதியிருந்தாலும் அவர்களுக்கும் ஆண் சார்ந்த விழுமியங்களையே அக்காலச் சமூகம் வழங்கியிருந்தது என்று கருதலாமா? அகப் பாடல்கள் பெரும்பான்மையும் பெண்களின் காதல், காமப் புலம்பல்களாக இருந்த காரணத்தால்

ஆண்குறி பற்றிப் பேச வேண்டிய தேவை நேரவில்லையோ? பெண்களின் காமம் பற்றிப் பேசும்போதுதானே ஆண்குறி பற்றி அதிகம் பேசியிருக்க வேண்டும். ஏன் பேசவில்லை? பெண் தன் அல்குலைப் பற்றிப் பேசியிருக்கிறாள், தன் காதலனின் குறியைப் பற்றிப் பேச என்ன தயக்கம்? அதற்கு இருந்த சமூகத் தடைகள் எவை?

பழங்குடி மக்கள் மனித உற்பத்திக்குக் காரணமான அல்குலைத்தான் முக்கியமாகக் கருதி இருக்கிறார்கள். வளமை சார்ந்த சடங்குகள் முதலியவற்றில் அல்குலுக்கு இன்றும் குறிப்பான இடம் இருக்கிறது. நம் சங்க இலக்கியமும் பழங்குடித் தன்மை கொண்டதுதானே. ஆகவே அத்தகைய தாக்கத்தால் அல்குலுக்கு முக்கியத்துவமும் ஆண்குறிக்குப் பின்னடைவும் ஏற்பட்டிருக்குமோ? நம் சங்க இலக்கியம் என்பது தேர்ந்தெடுக்கப்பட்ட தொகுப்புத்தான். தேர்ந்தெடுத்தவர்கள் புறக்கணித்த எத்தனையோ பாடல்களில் ஆண்குறி இடம் பெற்றிருக்கலாம். அப்படி நாம் நம் முன்னோர்களின் ஆண் குறியைத் தொலைத்துவிட்டோமோ?

ஆனால் ஆண்குறியைக் குறிப்பால் உணர்த்தும் பல பாடல்கள் உள்ளன. பழந்தமிழ் இலக்கியம் தொடங்கி இன்றுவரைக்கும் அப்படிப் பல இடங்களை எடுத்துக்காட்ட முடியும். சங்க இலக்கிய நூலாகிய ஐங்குறுநூற்றில் இருந்து ஒரு பாடலைப் பார்க்கலாம். பாடல்:

சாரல் பலவின் கொழுந்துணர் நறும்பழம்
இருங்கல் விடரளை வீழ்ந்தென வெற்பில்
பெருந்தேன் இறாஅல் கீறு நாடன்
பேரமர் மழைக்கண் கலிழத்தன்
சீருடை நன்னாட்டுச் செல்லும் அன்னாய் (214)

தன் ஊரிலிருந்து தன் காதலியின் ஊருக்கு வந்து அவளோடு கூடியிருந்து சுகித்துவிட்டுத் திரும்பத் தன் ஊருக்குச் செல்கிறான் காதலன். ஓரிரு நாளில் திரும்பிவிடுவான். சுவை கண்டவன் விடுவானா? ஆனால் அந்தச் சிறுபிரிவையும் தாங்கிக்கொள்ள முடியாத காதலி சொல்வதாக அமைந்தது இந்தப் பாடல். காதலனுடைய ஊர் எப்படிப்பட்டது என்று சொல்கிறாள் அவள்.

மலைச்சாரலில் பெரிய பலாமரம் உள்ளது. அதிலே செழிப்போடு கொத்தாகப் பலாக்கள் காய்த்துள்ளன. அக் கொத்துக் காய்களில் ஒன்று பழுத்திருக்கிறது. நறுமணம் வீசக் கூடிய அருமையான பழம். அப்பழம் கனிந்து தானாகக் கீழே வீழ்கிறது. அது வீழ்ந்த இடம் எப்படிப்பட்டது தெரியுமா? கீழே

பெரியகற்பாறை. அப்பாறை இரண்டாக வெடித்திருக்கிறது. அவ்வெடிப்பினுள் ஒரு பொந்து. சரியாக அப்பொந்தினுள் சென்று பழம் வீழ்கிறது. பொந்தினுள் பழம் வீழ்ந்ததால் என்ன நேர்ந்தது? அந்தப் பொந்தினுள் நிறைந்த தேனை உடைய தேன்கூடு பாதுகாப்பாக இருந்தது. பழம் அந்தத் தேன்கூட்டில் போய் வேகமாக மோதிக் கூட்டைச் சிதைத்துக் கொண்டு ஆழத்தில் போய்ச் சேர்ந்தது. அப்படிப்பட்ட மலைக்குத் தலைவன் அவன். இப்போது என்னுடைய பெரிய கண்கள் கண்ணீரைச் சிந்தும்படியாக என்னை விட்டுவிட்டுத் தன் நாட்டுக்குச் செல்கின்றானே என்று அவள் சொல்கிறாள்.

இதிலே காதலனது மலைநாட்டின் வளம் சொல்லும் பகுதி வெறும் இயற்கைக் காட்சியை வருணிப்பதல்ல. அன்றைக்குக் காதலனும் காதலியும் கூடிப் புணர்ந்திருந்த அந்த உடலின்பத்தைக் குறிப்புணர்த்துவது அது. பலாப்பழம் காதலனின் ஆண்குறி. அது கொத்தோடு இருக்கிறது என்று போற்றுகின்றாள். சுவைத்துப் பார்த்திருப்பாள். பலாப்பழம் வெடிப்பை உடைய பாறைப் பொந்துக்குள் வீழ்ந்தது. வெடிப்பும் பொந்தும் அவளது அல்குலைக் குறிப்பவை. வேகமாக உள்ளே செல்லும் பலாப்பழம் பெரிய தேனடையைக் கிழித்துச் சிதைக்கிறது. அது பெண்ணின் கன்னிமை. முதல் உடலுறவு பற்றிய அனுபவத்தை எத்தனை நேர்த்தியாக அந்தப் பெண் சொல்கிறாள். இதில் பலாப்பழம் என்று ஆண்குறியைக் குறிக்கிறாள். நீண்டிருக்கும் பலாப்பழத்தைக் காட்சிப்படுத்திக் கொள்ளலாம். உருவத்திற்கு மட்டுமல்லாமல் சுவை, செயல் அனைத்துக்கும் பலா பொருந்துகிறது.

இதுபோலக் குறிப்பாக ஆண்குறியைச் சுட்டும் இடங்கள் ஆங்காங்கே உண்டு. இலக்கணத்தில் உரையாசிரியர்கள் கூறும் சான்றுத் தொடர் ஒன்றில் அப்படி ஓரிடம் வருகிறது. அவையல்கிளவி என்று ஒன்றைத் தொல்காப்பியர் குறிப்பிட்டு 'அவையல் கிளவி மறைத்தனர் கிளத்தல்' (சொல். 442) என நூற்பா இயற்றியுள்ளார். அதாவது பலபேர் கூடியிருக்கும் இடத்தில் சில சொற்களை வெளிப்படையாகச் சொல்லக்கூடாது. மறைத்து வேறு மாதிரி சொல்ல வேண்டும். அவையில் சொல்லக் கூடாத சொற்களைத்தான் அவையல் கிளவி என்று கூறுகின்றார். இதற்கு நம் நடைமுறையில் பல உதாரணங்கள் உள்ளன. கழிப்பறை ஒன்றில் சமீபத்தில் நான் கண்ட வாசகம் இது: 'தம்பிக்குத் தடி கொஞ்சம் நீளம், தாயோலி மகளுக்குக் குழி கொஞ்சம் ஆழம்.' பாடல் போன்ற இத்தொடர் புரிவதில் எந்தச் சிக்கலும் இல்லை. தடி, குழி ஆகிய சொற்கள் எவற்றைக் குறிக்கின்றன என்பது தெளிவு. இவை அவையில் சொல்லத்தக்கவை. உண்மையில்

இவை குறிக்கும் பொருள்களுக்கான சொற்கள் அவையில் சொல்லத்தகாதவை.

ஆண், பெண் குறிகளுக்கான சொற்கள் அவையல் கிளவி ஆகும். பீ, மல் (சிறுநீர்) ஆகியவையும் அப்படித்தான். இந்த அவையல் கிளவி என்பதற்குச் சான்று தரும் உரையாசிரியர் சேனாவரையர், 'கருமுகமந்தி, செம்பின்னேற்றை' ஆகிய இரு தொடர்களைக் காட்டுகின்றார். இவற்றிற்கு இப்போதைய பதிப்பாசிரியர் கொடுக்கும் விளக்கம் 'கருமுகமந்தி, செம்பின்னேற்றை என்பவற்றுள் கருமுகம், செம்பின் என்பன மகடூஉ, ஆடூஉவாகிய இவ்விருபாலார் இடக்க ரவயங்களை முறையே உணர்த்துமென்ப' (ப. 234) என்பது. இவை அவையல் கிளவிக்கு மாற்றானவை. மாற்றுக்களைச் சான்றாகக் கொடுப்பது வழக்கம்.

அதாவது கருமுகம் என்பது அல்குலைக் குறிக்கும் சொல். செம்பின் என்பது ஆண்குறியைக் குறிப்பது. முகம் என்பதிலிருந்து வேறுபடுத்திக் காட்டுவதற்காகக் கரு என்னும் நிற அடையைக் கொடுத்துக் கருமுகம் என்று அல்குலை வழங்கியுள்ளனர். செம் என்பது நிறச் செம்மையை குறிக்கும் அடை. பின் என்பதற்கு இடம் எனப் பொருள் உண்டு. சிவப்பானது என்னும் பொருளில் செம்பின் ஆண்குறிக்கான சொல்லாகியிருக்கலாம். ஆண்குறியின் முனை சிவப்பு என்பது அதன் தனிச்சிறப்புக்குக் காரணமாகியிருக்கலாம். என்ன காரணம் பொருட்டு இவை உருவாயின என்பது இப்போது தெளிவாகவில்லை. ஆனால் இவற்றின் பொருள் தெளிவு. தேவநேயப் பாவாணர் உள்ளிட்டோர் இப்பொருளையே ஏற்றுக்கொண்டுள்ளனர். ஆனால் சிலருக்கு வழக்கம்போல் இதை ஏற்றுக்கொள்ளத் தயக்கம் இருந்துள்ளது.

அண்ணாமலைப் பல்கலைக்கழகத் தமிழ் விரிவுரையாளராக இருந்த வித்வான் ஆ. பூவராகம் பிள்ளை என்பவர் இதற்கு எழுதிய விளக்கவுரையில் இப்படிக் கூறுகின்றார்: கருமுகமந்தி செம்பினேற்றை என ஒரு தொடராகக் கொண்டு கரிய முகத்தையுடைய மந்தியினது (கணவனாகிய) சிவந்த பின்பாகத்தையுடைய ஆண் குரங்கு எனப் பொருள் கூறலாம். "செம்பின்" என்பது அவையல் கிளவி. (ப. 158). இந்த விளக்கம் வலிந்து சொல்லப்படுவதற்கான எல்லாக் கூறுகளையும் கொண்டிருக்கிறது. கருமுகம் என்பதை முகத்திற்கே பொருத்தியிருக்கிறார். மந்தியையும் ஏற்றையும் கணவன் மனைவி ஆக்கியுள்ளார். ஆண் குரங்கைக் கடுவன் என்று சொல்வதுதான் வழக்கு. இங்கு ஏற்றை என்பதைப் பின்பாகம் என்கிறார். எதற்கு இத்தனை சிரமம்? அல்குலையும் ஆண்குறியையும் குறிப்பவை என்று சொன்னால் என்ன முழுகிவிடும்?

இந்த விளக்கவுரை எழுதிய வித்துவானுக்கு இலக்கண நுட்பம் எந்த அளவுக்குப் புரிந்திருக்கிறது என்பதற்கு இதற்குள்ளேயே இன்னொரு சான்றும் இருக்கிறது. செம்பின் என்பதை அவையல் கிளவி என்று குறிப்பிட்டுள்ளார். அவையல் கிளவி என்றால் அவையிலே தவிர்க்கப்பட வேண்டிய சொல் என்று பொருள். அப்படியானால் செம்பின் அவையல் கிளவியாகுமா? சுண்ணி என்பது அவையல் கிளவி. அதைத் தவிர்த்து அதற்குப் பதிலாகச் செம்பின் பயன்படுத்தப்படுகின்றது. செம்பின் அவையேற்புக் கிளவியாகும். இந்த நுட்பம் பிடிபடாத அந்த ஒழுக்கவாதியான வித்துவானின் விளக்கம் நல்ல நகைச்சுவை.

அவையல் கிளவிக்கு இதே சான்றுகளைத் தரும் பாவலர் பாலசுந்தரம் தரும் விளக்கம்: 'கருமுகம் – கருவுயிர்க்கும் வாயிலாகிய பெண் உறுப்பு, செம்பின் – சிவந்த பின்புறம். அஃதாவது இருப்புறுப்பு, (ப.404). கருமுகம் என்பதற்குப் பெண் உறுப்பு என்று சொல்பவர் செம்பின் என்பதற்குப் பின்புறம் என்று சொல்வதற்கான காரணம் என்னவென்று தெரியவில்லை. மலவாய் பற்றிச் சொன்னால் பரவாயில்லை, ஆண்குறியைப் பற்றிச் சொல்லக்கூடாது என்பதன் தருக்கம் விளங்கவில்லை. அல்குல் என்பதையே பிருஷ்டம் என்று கருதுபவர்தான் இவர். கருமுகம் என்பதைக் கருத்த பிருஷ்டம் என்று சொல்லாமல் விட்டாரே, அந்த வரைக்கும் நல்லது.

நம் இலக்கியங்களில் அல்குலும் ஆண்குறியும் எப்படியோ பதிவாகியுள்ளன. ஆனால் மலவாய் பற்றி எந்தச் சொல்லும் இருப்பதாகத் தெரியவில்லை. அல்குலைக் குறித்து எழுதும்போது பின்புறம், இருப்புறுப்பு என்று எழுதுகிறார்களே தவிர மல வாய்க்கான நம் முன்னோர் வழக்கு எங்கும் பதிவானதாகத் தெரியவில்லை. சூத்து மலவாயைக் குறிக்கும் சொல். ஆனால் இது வடசொல் என்று நினைக்கிறேன். ஆசனவாய் என்றும் சொல்கிறார்கள். ஆசனம் என்றால் இருக்கை. இருக்கைக்குப் பயன்படும் உறுப்பு. அங்கிருக்கும் வாய் ஆகவே ஆசனவாய். போஜனவாய்க்கு எதிரானது ஆசனவாய். பிருஷ்டம் என்பது மலவாயின் இருபுறமும் இருக்கும் மேடுகளைக் குறிக்கும். இது சமஸ்கிருதம் என்பது நிச்சயம். பொதுவழக்கில் சூத்தாம்பட்டை என்னும் சொல் வழங்குகிறது.

கொங்கு வட்டார வழக்கில் பொச்சு என்பது மலவாயைக் குறிக்கப் பயன்படுகிறது. தமிழகத்தின் வேறு பகுதிகளில் பொச்சு என்றால் அல்குலைக் குறிப்பதாக வழங்குகிறது. அல்குலுக்குரிய சொற்களைச் சொல்வது நாகரிகக் குறைவு என்று கருதி மலவாயைக் குறிக்கும் பொச்சு என்பதையே அதற்கும்

கையாளும் வழக்கம் வந்திருக்கலாம். ஒரு வகையில் இதுவும்கூட இடக்கரடக்கல்தான். பிருஷ்டம் அல்லது சூத்தாம்பட்டையைக் கொங்கு வட்டாரத்தில் பொச்சுக்குட்டு என்பார்கள். அடுப்பில் சட்டி பொருந்துவதற்காக அதன் மூன்று பக்கங்களிலும் வைக்கப் பட்டிருக்கும் குமிழ்களுக்கு அடுப்புக்குட்டு என்று பெயர். அது போலப் பொச்சுக்குட்டு.

இவற்றிற்குப் பொதுத்தமிழில் சொற்கள் இருக்கின்றனவா? அவை இலக்கியத்திலேனும் கல்வெட்டுக்கள் போன்ற பிறவற்றிலேனும் பதிவாகி இருக்கின்றனவா? இலக்கணத்தில் இடக்கரடக்கல் என்பதற்குக் கொடுக்கப்படும் சான்றுகளில் ஒன்று 'மலம் கழீஇ வருதும் என்பதைக் கால்கழீஇ வருதும்' என்று சொல்வதாகும். இதில் மலம் கழுவுதல் வருகிறது. ஆனால் மலம் கழிக்கும் உறுப்புப் பெயர் வரக் காணோம். அதே போலப் பீ என்னும் சொல்லையும் இலக்கணங்கள் குறிப்பிடுகின்றன. ஆனால் அதற்குரிய உறுப்புப் பெயர் சொல்லப் படுவதில்லை.

மலவாயோடு ஒப்பிட்டால் ஆண்குறி நம் இலக்கியங்களில் பரவாயில்லை என்று சொல்லும் அளவுக்குப் பதிவாகியிருக்கிறது. குறிப்பாக அதை இலக்கியம் சுட்டி வந்தபோது முதலில் வெளிப்படையாக ஆண்குறிக்குரிய சொற்களைக் கையாண்டவர் காளமேகப் புலவர்தான். ஓடத்திற்கும் பெண்டிர் மாடத்திற்கும் சிலேடையாக அவர் எழுதிய பாடலொன்றை ஏற்கனவே பார்த்தோம். அந்தப் பாடலில் ஆண்குறிக்கான சொல் என்று கருதத்தக்க ஒன்றை அவர் பெய்துள்ளார்.

பலகை யிடும்உள்ளே பருமாணி தைக்கும்

என்பது அப்பாடலின் முதல் அடி. அல்குலில் பல பேருடைய கை படும்; பருத்த ஆணி போன்ற ஆண்குறி உள்ளே சென்று வரும் என இதற்கு ஏற்கனவே பொருள் சொல்லியிருந்தேன். உரையாசிரியர்களும் அப்படித்தான் கருதி எழுதியுள்ளனர். அல்குலுக்குத் தஞ்சை வட்டார வழக்கில் உள்ள சிதி என்னும் சொல்லை இலக்கியத்திற்குள் கொண்டு வந்தவர் காளமேகம். அவர் நாடோடியாகச் சுற்றித் திரிந்தவர். ஆகவே பல பகுதி மக்களின் வாழ்க்கை முறையும் அவர்களின் பேச்சு முறையும் மொழியும் காளமேகத்திற்கு நல்ல பரிச்சயம். ஆண்குறியைக் குறிக்க வட்டார வழக்கில் பல சொற்கள் உள்ளன.

குஞ்சு என்பது பொதுவழக்கில் பரவலாகப் பயன்பட்டு வருகிறது. 'தம்பி' என்பதுகூட ஆண்குறிக்கான சொல்லாக உள்ளது. அதுபோலக் கொங்குவட்டார வழக்கில் 'மாணி'

என்னும் சொல் வழங்குகிறது. ‘மாணிய ஆட்டிக்கிட்டு வந்துட்டான்.’ ‘நான் நெனக்கவே இல்ல, இருந்திருந்தாப்பல மாணிய எட்டிப் புடிச்சிக்கிட்டு உடவே மாட்டீன்னுட்டான்,’ ‘காலங்காத்தால பாக்கோணுமே அவனுக்கு மாணி எந்திரிச்சி வேட்டிக்கி மேலெ நிக்குது’ எனப் பேச்சில் சாதாரணமாக இந்த ‘மாணி’ என்னும் சொல்லைக் கொங்கு வட்டாரத்தில் கேட்கலாம். காளமேகம் ஆண்குறிக்கான இந்தச் சொல்லைத்தான் பாடலில் கையாண்டுள்ளார் என்று தோன்றுகின்றது.

‘பருமாணி தைக்கும்’ என்பதை ஓடத்திற்குச் சொல்லும்போது பருத்த ஆணி கொண்டு அதன் உள்பகுதியைச் சேர்ப்பர் என்பது பொருள். அதையே அல்குலுக்குச் சொல்லும்போது பருத்த ஆணி போன்ற ஆண்குறியை உள்ளே நுழைப்பர் என்பது பொருள். அல்குலுக்கான பொருள் அவ்வளவு சரிவரப் பொருந்தவில்லை. சிலேடை என்றால் ஒரு சொல்லுக்கு இரு பொருள் வரவேண்டும். இதில் இரண்டும் இல்லை. ஆணி என்பது ஒரே பொருளைத்தான் தருகிறது. ஆணி போன்ற ஆண்குறி என ஆணியை உவமையாக்கிப் பொருள் சொல்வது சரியல்ல. ஓடத்தில் ஆணி அடிக்கப்படும். அல்குலுக்குள் மாணி நுழைந்து வெளி வரும். அதாவது பரும் ஆணி என்றும் பருமாணி என்றும் இரண்டு விதமாகப் பிரித்துப் பொருள் கொள்ளலாம். கொங்கு வட்டாரச் சொல்லாகிய ‘மாணி’ காளமேகப் புலவர் பாடலில் பயன்படுத்தப்பட்டுள்ளது என்று சொல்வது மிகவும் பொருந்துகிறது.

இது மட்டுமல்ல. ஆண்குறிக்கான சொல்லாகிய ‘சுண்ணி’ என்பதை நம் செவ்விலக்கியத்திற்குள் காளமேகம் இரண்டு இடங்களில் பதிவு செய்திருக்கிறார். சுண்ணி என்னும் இந்தச் சொல் பேச்சுவழக்கில் ‘சுணி’ என்று வழங்கும். நடுவில் உள்ள ஓர் எழுத்தை உச்சரிக்காமல் விட்டுவிடும் வழக்கம் நம் மொழியில் உண்டு. யாப்பிலக்கணத்தில் இதை இடைக்குறை என்று சொல்வார்கள். உள்ளம் என்னும் சொல் உளம் என்று வரும். ஓந்தி என்பது ஓதி என்றாகும். அவற்றைப் போலத்தான் சுண்ணி சுணி ஆதலும். இடைக்குறைச் சொல்லாகிய சுணியைத்தான் காளமேகம் தம் பாடல்களில் தமக்கே உரிய சமயோசிதத்துடன் பயன்படுத்தியுள்ளார். சுணி என்பதே பழைய வழக்காகவும் இருக்கலாம். கொஞ்சம் அழுத்தம் கொடுத்துச் சொல்ல வேண்டும் என்பதற்காக இப்போது நாம் இடையில் ண் சேர்த்துச் சுண்ணி என்கிறோமோ? கிராமப்புறங்களில் இன்றும் சுணி என்பதுதான் வழக்காக இருக்கிறது என்பதையும் கவனத்தில் கொண்டு சிந்திக்கலாம்.

சிவபெருமான் சுண்ணி இரண்டுக்கும் சிலேடையாக வரும் காளமேகத்தின் பாடல்:

சிரித்துப் புரமெரித்தான் சிந்துரத்தைப் பற்றி
உரித்துதிரம் பாய உடுத்தான் – வருத்தமுடன்
வாடும்அடி யாருடன் வானவரும் தானவரும்
ஓடுபயம் தீர்த்தநஞ் சுணி.

இப்பாடலின் இறுதி 'பயம் தீர்த்த நஞ்சுணி' என்று முடிகிறது. நஞ்சுணி என்றால் நஞ்சை உண்டவன் என்று பொருள். பாற்கடல் கடைந்தபோது வெளிப்பட்ட நஞ்சை எடுத்து உண்டு அதனால் கண்டம் கருத்தவனாகிய நீலகண்டன் சிவனைத்தான் நஞ்சுணி என்கிறார் காளமேகம். சிவனடியார்கள், தேவர்கள், தேவரில் ஒரு வகையினராகிய வித்யாதரர்கள் ஆகிய அனைவரின் பயத்தையும் தீர்த்தவன் சிவன். அந்தச் சிவனின் செயல்கள் எப்படிப்பட்டவை தெரியுமா? அவன் சிரித்துக்கொண்டே முப்புரம் என்று சொல்லப்படும் மூன்று அரக்கர்களின் கோட்டைகளை எரித்தான். யானையின் தோலை உரித்து அதனைத் தன் ஆடையாக உடுத்தான். இது சிவனுக்குப் பொருந்தும் பொருள்.

சரி, சுண்ணிக்குப் பொருந்தும் பொருள்? நஞ்சுணி என்பதை நம் என்று பிரித்துக் கொண்டால் நம்முடைய சுண்ணி என்றாகிவிடும். சுண்ணியைத் தம்பி என்று அழைக்கும் வழக்கம் உண்டு என்றேன். ஆகவே இங்கு 'அவன்' ஆகிவிடுகின்றான். 'வருத்தத்துடன் தனக்கு அடிப்பகுதியில் தொங்கிக் கொண்டிருக்கும் இரண்டு கொட்டைகளுடன் தேவர்கள் குடிக்க விரும்பும் அமுதமாகிய விந்தை விட்டுத் தீர்த்தவனாகிய நம் சுண்ணி அதற்கு முன் சிரித்தபடி தன் தோல் பகுதியை வெளியே எடுத்து ஒளிரச் செய்தான். சிவப்பு நிறமுடைய முன்பகுதியை உரித்து அல்குலுக்குள் உதிரம் வெளிப்படும் வகையிலே வேகமாகச் செலுத்தினான்.' இப்படிப் பொருள் கொள்ள இந்தப் பாடலில் வாய்ப்பிருக்கிறது. சிந்துரம் என்பதற்கு யானை என்றும் சிவப்பு என்றும் பொருள்கள் உண்டு. புரம் என்பதற்குப் பல பொருள்கள் உள்ளன. உடல், தோல், முன் என்பன அவற்றுள் முக்கியமானவை. இவ்வாறு அகராதிப் பொருள் கொண்டு பார்த்தால் எளிதாகச் சிலேடைப் பொருள் சொல்லலாம்.

இது கொஞ்சம் வலிந்து பொருள் சொல்வது போலத் தோன்றலாம். சிலேடை என்பதே வலிந்து பொருள் கொள்ளும் முறைதான். இதற்கு இப்படி ஒரு பொருள் இல்லை என்றால் இந்தப் பாடலுக்கு உரை எழுதாமல் பலபேர் தவிர்த்திருக்கக் காரணம் என்ன? சிவனுக்கும் சுண்ணிக்கும் சிலேடையா என்று பலர் முகம் சுளித்து இதைத் தொடாமல் விட்டிருக்கிறார்கள்.

கெட்ட வார்த்தை பேசுவோம்

காளமேகத்தைப் பொறுத்தவரை சிலேடை பாட அவனுக்குத் தேவை இரண்டு பொருள்கள். அவ்வளவுதான். சிவனைக் காளமேகம் படுத்தியிருக்கும் பாடு கொஞ்ச நஞ்சமல்ல. இன்னொரு பாடலையும் பார்க்கலாம். அது கூதி என்று தொடங்கி சுணி என்று முடியும் பாடல்:

கூதிக்கட் டேழும் குலைந்து நடுநடுங்கிப்
பூதிக்கொப் பாகவன்றே போய்விடுமே – ஆதி
நரக்காட் டகவரியை நற்சரப மாகிச்
சுருக்கா விடினஞ் சுணி.

யாரோ ஒரு குசும்புக்காரர் கூதி என்று தொடங்கி சுணி என முடியும் வகையில் ஒரு வெண்பா எழுதச் சொல்லிக் கேட்டிருக்கிறார். அந்தப் பாடல் சிவனுக்கும் சுண்ணிக்கும் சிலேடையாகவும் அமைய வேண்டும் என்பது அவர் விருப்பமாக இருந்திருக்கலாம். அவருக்கு எழுதிய பாடல் இது. அல்லது அப்படிக் கேட்டவருக்குக் கூதி என்று தொடங்கி சுணி என்று முடிப்பது மட்டுமல்ல. அது சிவனுக்கும் சுண்ணிக்கும் சிலேடையாகவும் அமையும் படி பாடுகிறேன் என்று சவாலோடு காளமேகம் பாடியிருக்கலாம். அவர் ஆசுகவி. கேட்டதும் பாடக் கூடியவர். ஒருவர் கொடுக்கும் குறிப்புக்குப் பாடுவதைச் சமுத்திப் பாடல் என்பர். அதிலே கை தேர்ந்தவர் காளமேகம். இந்தப் பாடல்கள் எப்படியோ நம் முன்னோர்களின் ஒழுக்கக் கத்திரிக்கோலுக்குத் தப்பி இத்தனை காலம் வந்திருக்கின்றன. அது நாம் செய்த பூஜா பலன். மேற்கண்ட பாடலிலும் சிவனுக்கும் சுண்ணிக்கும் ஒரு வகையில் சிலேடைப் பொருள் அமைவதைக் காணலாம்.

நஞ்சை உண்டவனாகிய சிவன் வலிமையான சிம்புள் பறவையாகித் திருமாலாகிய நரசிங்கத்தை அடக்காமலிருந்தால் பூமியில் எட்டுத் திசைகளும் ஏழு உலகங்களும் நரசிங்கத்தின் கோபத்தால் வெறும் புழுதியாகப் போய்விடும் என்பது சிவன் பற்றிய கருத்து. நரசிம்ம அவதாரம் எடுத்த திருமாலின் சினத்தைத் தணித்தவர் சிவன் என்னும் கதையைக் கொண்டு இந்தப் பொருளைப் பார்க்க வேண்டும். உயிர்கள் தோன்றுவதற்கு மூலமாக விளங்கும் நம் சுணியைச் சுருக்கி வைக்காமல் இருந்தால், அது உள்ளிருந்து நீண்டு சிம்புள் பறவையாகி எழுமானால் எட்டுத் திசைகளிலும் வசிக்கும் ஏழுவகைப் பருவப் பெண்களின் கூதிகள் குலைந்து நடுநடுங்கிப் புழுதியாகிவிடும். அவ்வளவு வேகம் உடையவன் அவன் என்பது சுண்ணிக்குப் பொருள்.

இப்படிப் பொருள் கொள்ளச் சிலேடைப் பாடல்கள் வாய்ப்பளிக்கின்றன. ஒருவேளை இது வலிந்து பொருள்

கொள்ளுதல் என்றாலும் கூதி என்று தொடங்கிச் சுணி என்று முடித்திருப்பதை யாரும் மறுக்க முடியாது. எந்த ஒரு சொல்லையும் மொழி புறக்கணிப்பதில்லை. மொழியைக் கருவியாகக் கொண்டு தனது படைப்பை உருவாக்கும் படைபாளன் மொழியின் மீது அளவற்ற வேட்கை கொண்டவன். மொழி தோன்றிய காலம் தொட்டுச் சேர்த்து வைத்திருக்கும் அத்தனை சொற்களையும், அத்தனை வளங்களையும் பயன்படுத்த வேண்டும் என்று விரும்புவன்.

படைப்பாளன் எந்தச் சொல்லையேனும் இது நல்ல சொல், இது மோசமான சொல் என்று பிரித்து ஒதுக்குவானா? அவன் பொருத்தமான சொல்லா பொருந்தாத சொல்லா என்றுதான் பார்ப்பானே தவிர நல்லது கெட்டது என்ற பார்வை கொண்டிருக்க மாட்டான். மொழியில் உள்ள ஒரு சொல்லை வெறுப்பவன் படைப்புத் தொழிலில் ஈடுபட முடியுமா? காளமேகம் படைப்பு மனம் கொண்ட முழுக் கவிஞன். அதனால்தான் இவ்வாறு ஆண்குறிப் பதிவு காளமேகம் மூலமாக நடந்தேறியிருக்கிறது.

பயன்பட்ட நூல்கள்

1. சு.அ.இராமசாமிப் புலவர் (உ.ஆ.), தனிப்பாடல் திரட்டு முதல் தொகுதி, 1963, சென்னை, கழக வெளியீடு.

2. உ.வே. சாமிநாதையர் (ப.ஆ.), ஐங்குறுநூறு மூலமும் பழையவுரையும், 1957, சென்னை, கபீர் அச்சுக்கூடம், ஐந்தாம் பதிப்பு.

3. கந்தசாமி, ஞா. தேவநேயப் பாவாணர் (குறிப்புரை), ஆ. பூவராகம் பிள்ளை (விளக்கவுரை), தொல்காப்பியம் சொல்லதிகாரம் சேனாவரையருரை, 1952, சென்னை, கழக வெளியீடு, மறுபதிப்பு.

4. ச.பாலசுந்தரம், தொல்காப்பியம் ஆராய்ச்சிக் காண்டிகை யுரை சொல்லதிகாரம், 1988, தஞ்சாவூர், தாமரை வெளியீட்டகம்.

அக்காளை ஏறுதலும் மகளைப் புணர்தலும்

புணர்ச்சி என்னும் சொல்லுக்கு இணைதல் என்று பொருள். இலக்கணத்தில் இச்சொல் இரண்டு இடங்களில் கலைச்சொல்லாகப் பயன்படுத்தப் படுகின்றது. எழுத்திலக்கணத்தில் புணர்ச்சி என்றால் சொல்லும் சொல்லும் இணைதல். அதாவது இரண்டு சொற்கள் இணையும்போது முதலில் (நிலைமொழி) உள்ள சொல்லின் ஈற்றெழுத்தும் இரண்டாவதாக வரும் சொல்லின் (வருமொழி) முதல் எழுத்தும் பெரும்பாலும் மாற்றங்களைப் பெறலாம். எழுத்துக்களில் மாற்றம் ஏற்படுவதால் இது எழுத்திலக்கணம் சார்ந்த சொல்லாகப் பயன்படுகின்றது. இதை இயல்புப் புணர்ச்சி, விகாரப் புணர்ச்சி என்று இரண்டு வகையாகப் பிரிப்பர். மாற்றம் எதுவும் ஏற்படாமல் இணைந்தால் இயல்பு. மாற்றங்கள் உண்டானால் விகாரம்.

புணர்ச்சி என்பது பொருள் இலக்கணம் சார்ந்தும் கலைச்சொல்லாக வரும். அப்போதும் இணைதல் என்னும் பொருள்தான். இங்கே ஆணும் பெண்ணும் இணைதல். ஆண் மனமும் பெண் மனமும் இணைந்தால் அது உள்ளப்புணர்ச்சி எனப்படும். ஆண் உடலும் பெண் உடலும் இணைந்தால் அது மெய்யுறுபுணர்ச்சி. உடலுறவு கொள்வது மெய்யுறுபுணர்ச்சி. அகப்பொருள் இலக்கணம் இப்படி இரண்டாகச் சொன்னாலும் புணர்ச்சி என்றாலே உடலுறவு என்னும் பொருள் உண்டு. இலக்கியங்கள் பலவற்றில் இப்பொருளில் வரும்.

உடலுறவு என்னும் சொல் இன்று நாகரிகமானதாகக் கருதப்படுகிறது. வெகுஜனப் பத்திரிகைகளில் வரும் மருத்துவ ஆலோசனைகளில் இந்தச் சொல் பயன்படுகின்றது. நவீன இலக்கிய கர்த்தாக்கள்கூட இச்சொல்லைப் பயன்படுத்துகிறார்கள். எழுத்திலும் பேச்சிலும் இச்சொல் இடக்கரடக்கலாகப் பயன்படுகின்றது. இதில் உடல், உறவு என்னும் இரண்டு சொற்கள் உள்ளன. ஒரு பொருளைக் குறிப்பிட ஒற்றைச் சொல் மொழியில் இருப்பதுதான் சிறப்பு. ஒற்றைச் சொற்கள் பெரும்பாலும் மரபுச் சொற்களாக இருக்கும். ஒன்றுக்கு மேற்பட்ட சொற்கள் இருப்பின் அவை உருவாக்கப்பட்ட சொற்கள் என்று கருதலாம். மொழிக்குச் சிறப்பு ஒற்றைச் சொற்கள் நிறைந்திருப்பதுதான். உடலுறவு என்பது நாகரிகமாகப் பேசவும் எழுதவும் என இக்காலத்தில் உருவாக்கிக் கொண்ட சொல்லாகத் தெரிகிறது.

ஆனால் புணர்ச்சி என்பது புணர் என்னும் வினையடியிலிருந்து உருவான பெயர். இத்தகைய தொழிற்பெயர்கள் மிகவும் பழமையானவை. ஒற்றைச் சொல்லாகிய புணர்ச்சி இருக்க நாம் உடலுறவு என்னும் சொல்லைப் பயன்படுத்துவது மொழி உணர்வின்மை காரணமாகத்தான். உடலுறவு கொண்டார்கள் என்று எழுதுவதைவிடப் 'புணர்ந்தார்கள்' என்று எழுதுவது சுருக்கமும் செறிவும் கொண்டது. அத்தோடு ஒரு செயலைக் குறிக்க வினைச்சொல்தான் பல வகைகளில் பயன்படும். புணர்ச்சி என்னும் சொல் மிகப் பழமையான இலக்கணச் சொல். ஆகவே இன்று இடக்கரடக்கலாகவும் விளங்கும் தன்மையது. பொருள் வெளிப்படை இன்மையால் பூடகம் நிறைந்த சொல்லாகவும் விளங்குகிறது.

உடலுறவு என்பதற்கு இத்தகு முக்கியத்துவங்கள் இல்லை. இன்றைய சூழலில் பொருள் விளக்கம் உடைய சொல்லாக இது உள்ளது. ஆனால் மொழி உணர்வு மிக்க சமூகம் 'புணர்ச்சி' என்பதையே கையாளும். புணர்ச்சிக்கு நிகராக மக்கள் வழங்கும் சொல் அனைவருக்கும் தெரிந்ததுதான். ஓல் என்பது. இச்சொல்லுக்கு ல், ள், ழ் ஆகியவற்றில் எது வரும் எனத் தெளிவாகத் தெரியவில்லை. சிலர் ஓழ் என்பதைப் பயன்படுத்துகின்றனர். எனக்கு அது சரியாகப் படவில்லை. மொழி ஆய்வில் திறனுடையவர்கள் இதைக் கண்டறிந்து காரண காரியத்தோடு விளக்கலாம். மனிதனின் ஆதித்தொழிலாகிய மனித உற்பத்தியைக் குறிக்கும் தமிழ்ச்சொல்லுக்கு இந்த நிலைமை.

இந்த வினைச்சொல்லை அடியாகக் கொண்டு பலவிதமான சொற்கள் வழங்குகின்றன. ஓல், ஓலன், ஓலி, ஓத்தல் என்பன

முக்கியமானவை. ஓத்தான், ஓத்தாள் என அது பலவாறு வரும். இலக்கண முறையில் ஒரு வினைச்சொல் என்னென்ன வகைகளில் விரியுமோ அவ்வகைகளில் எல்லாம் அது வரும். நண்பர் ஒருவர் உவத்தல் என்பதுதான் ஓத்தல் என மருவிவிட்டது என்றார். பொருத்தமற்ற விளக்கம். ஓல் என்பதே வழக்கில் இருக்கும்போது ஓத்தல் – உவத்தல் என்னும் ஒற்றுமை கொண்டு இணைப்பது பொருந்தவில்லை. ஓல் என்பது விரிந்து பலவகைப் பயன்பாடு கொண்டதாக மொழியில் அமைகிறது. உவ என்பதை அப்படி விரிக்கமுடியாது.

வழக்கில் இப்படிப் பலவிதமாக விளங்கும் இச்சொல்லுக்குப் பழம் இலக்கியப் பதிவாகச் சான்று எதையும் காட்ட முடியவில்லை. மக்கள் வழக்கில் இச்சொல் சாதாரணமாகப் புழங்குகிறது. குறிப்பாக வசைக்கு இந்தச் சொல் விதவிதமாகப் பயன்படுகிறது. ஓலி என்பதைப் பின்னொட்டாக இணைத்துக்கொண்டு தாயோலி, கண்டாரோலி, ங்கொக்காலோலி எனப் பல திட்டுச் சொற்கள் வழக்கில் உள்ளன. எனினும் இதற்கு இலக்கியப் பதிவு இல்லாமைக்குக் காரணம் என்னவாக இருக்க முடியும்? புணர்ச்சி பற்றி நம் இலக்கியங்களில் ஏராளமாகப் பேசப்படுகிறது. ஆண், பெண் உறுப்புகள் பற்றிய பதிவும்கூட ஓரளவுக்கு உண்டு. ஆனால் புணர்ச்சிச் செயல்பாடு பற்றிய வழக்குச் சொல் பதிவே இல்லை என்பது ஆச்சர்யமான விஷயம்.

குறிப்பாகப் பேசும் பல பாடல்கள் உள்ளன. சங்க இலக்கியத்திலேயே நல்ல சான்றுகள் காட்ட முடியும். குறுந்தொகை 399ஆம் பாடல்:

ஊருண் கேணி உண்துறைத் தொக்க
பாசி யற்றே பசலை காதலர்
தொடுவுழித் தொடுவுழி நீங்கி
விடுவுழி விடுவுழிப் பரத்த லானே

இப்பாடல் பசலை பற்றிப் பேசுவதாக மேலோட்டமாகத் தோன்றுகிறது. காதலன் தொடும்போது பசலை ஓடிப்போய் விடுகின்றது. அவன் தள்ளிப்போகும்போது பசலை வந்து பற்றிக் கொள்கிறது என்பது பொருள். பசலையின் செயலுக்குத் தலைவி ஓர் உவமை சொல்கிறாள். அதுதான் புணர்ச்சி தொடர்பானது. கிணற்றிலே தண்ணீர் எடுக்க வாளியைக் கயிற்றில் கட்டி உள்ளே இறக்குகிறோம். தண்ணீர் சேந்தும் காட்சியை நினைவில் கொண்டுவரலாம். வாளி உள்ளே போய் நீரைத் தொடும் இடத்தில் பாசிகள் கூடி அடர்ந்திருக்கின்றன. பாசிகளை விலக்கினால் நீரை மொள்ளலாம். அதற்காகக் கயிற்றைக் கொஞ்சமாக இழுத்து இழுத்து நீரை வாளியால் அடிக்கிறோம்.

பாசி விலகியதும் வாளியில் நீரை மொண்டு கொள்கிறோம். வாளி சற்றே மேலே வந்தவுடன் பாசிகள் வேகமாக வந்து பழையபடி கூடிக்கொள்கின்றன. இதுதான் உவமை. பசலை படர்வதற்கு இந்த உவமை சொல்லப்பட்டாலும் புணர்ச்சிச் செயல்பாட்டைக் காட்சிப்படுத்தும் உவமை இது. கிணறு என்பது அல்குல். கயிற்றில் கட்டி உள்ளே விடப்படும் வாளி மாணி (ஆண் குறிக்கும் இந்தச் சொல்லைப் பயன்படுத்துவோமாக). பாசியை விலக்கி நீருக்குள் மூழ்க இழுத்து இழுத்து விடும் செயல் புணர்ச்சி. இவ்விதம் புணர்ச்சி பற்றிய குறிப்புகள் பாடல்களில் நயமாக வருகின்றன.

மனித மனம் ஆவல் கொள்ளும் விஷயத்தைப் பேசவும் உணர்த்தவும் பலவித முறைகளும் சொற்களும் உள்ளன. மனித மனத்தில் புணர்ச்சி எண்ணம் மிதந்துகொண்டே இருக்கிறது. சின்னக் குறிப்புக்கூட அந்த எண்ணத்தைச் சட்டென வெளிப்படுத்தும் வல்லமை பெற்றதாக மாறிவிடுகிறது. கூருணர்வு அற்ற மனம்கூடப் புணர்ச்சி தொடர்பான பேச்சை, சமிக்ஞையை எளிதாக உணர்ந்துகொள்கிறது. அதற்குக் காரணம் அந்த எண்ணம் மனத்தில் நிரம்பி வழிந்து கொண்டே இருப்பதுதான். மனிதனுக்கும் மற்ற உயிர்களுக்கும் உள்ள வேறுபாடுகளில் இந்தப் புணர்ச்சி தொடர்பானதும் ஒன்று.

மற்ற உயிர்களுக்குப் புணர்ச்சி என்பது தம் இனத்தை விருத்தி செய்வதுதான். அதனால் ஏற்படும் இன்பத்தை எந்த அளவு அவை உணர்கின்றன என்று தெரியவில்லை. ஆகவே அவற்றிற்குப் புணர்ச்சிப் பருவம் என்று ஒன்று இருக்கிறது. ஆண்டு முழுக்க அவை புணர்ச்சியில் ஈடுபடுவதில்லை. குறிப்பிட்ட பருவத்தில் அவை புணர்ச்சிக்குத் தயாராகின்றன. நாய்களுக்குப் புரட்டாசியும் கார்த்திகையும் புணர்ச்சிப் பருவங்கள். விலங்குகளில் பெண்ணுக்கும் ஆணுக்கும்கூட வித்தியாசங்கள் உண்டு. பெண் இனங்கள் சினையாக வேண்டும் சமயத்தில்தான் உறவுக்குத் தயாராகின்றன. ஆனால் ஆண் இனங்கள் ஆண்டு முழுவதும் உறவுக்குத் தயாராகவே இருக்கின்றன. மாடுகளைப் பார்த்தால் இது விளங்கும்.

கன்று பெரிதாகிச் சுயமாக இயங்கும்வரை பசு சினைக்குத் தயாராவதில்லை. ஆனால் காளை தயாராக இருக்கிறது. மனிதரிலும் ஒருகாலத்தில் அப்படி இருந்திருக்கலாம். புணர்ச்சிக்கு ஏற்ற காலங்கள் என்றும் சில மாதங்கள் கருதப்பட்டிருக்கலாம். சங்க இலக்கியங்களில் முல்லைத் திணைக்குரிய காலமாகக் கார்காலம் குறிப்பிடப்படுகிறது. பிரிந்து சென்ற தலைவன் கார்காலத்தில் திரும்பி வந்துவிடுவேன் என்று சொல்லிச்

செல்வதும் அவனுக்காகத் தலைவி காத்திருப்பதும் கார்காலம் வந்தும் தலைவன் வரவில்லை என்று தலைவி ஏங்கித் தவிப்பதுமாக முல்லைத்திணைப் பாடல்கள் அமைகின்றன. குறிஞ்சித்திணைக் குரிய காலம் கூதிர்காலம். அதாவது குளிர்காலம். அக்காலம் புணர்ச்சிக்கு உகந்த காலமாகக் குறிப்பிடப்படுகின்றது.

இவற்றைப் பார்க்கையில் அக்காலத்தில் மனிதப் புணர்ச்சிக் காலம் என்பது கார்காலம், குளிர்காலம் ஆகியவையாக இருந்திருக்கக்கூடுமோ என ஐயம் தோன்றுகிறது. அதேபோல மருதத்தில் தலைவி குழந்தை பெற்றிருக்கும் சமயத்தில் தலைவன் பரத்தையை நாடிச் செல்வதாகக் கூறப்படுகின்றது. குழந்தை பிறந்து சில மாதங்கள்வரை தலைவி புணர்ச்சிக்குத் தயாராவதில்லை. ஆனால் ஆண் தயாராக இருக்கிறான். இவற்றை வைத்துப் பார்க்கும்போது மனித இனத்திற்கும் மற்ற விலங்குகள், பறவைகள் போலப் புணர்ச்சி தொடர்பான கால வரையறை இருந்திருக்கலாம் எனத் தோன்றுகின்றது.

ஆனால் காலப்போக்கில் புணர்ச்சி என்பது இன்பத்துய்ப்பு என்னும் நிலை ஏற்பட்ட காரணத்தால் இனப் பெருக்கத்திற்காக மட்டுமன்றி நுகர்வுக்காகப் புணர்ச்சி என்றாகிவிட்டது. கருத்தடைச் சாதனங்கள் வந்த பின்னால் இனப் பெருக்கம் புணர்ச்சியின் நோக்கமல்ல என்பது உறுதிப்பட்டுவிட்டது. ஆகவே புணர்ச்சி தொடர்பான எண்ணங்கள் எக்காலத்தையும்விட இன்று மிக அதிகமாக மனித மனத்தை ஆக்கிரமித்துக் கொண்டிருக்கின்றனவோ என்றும் நினைக்க நேர்கிறது. புணர்ச்சிக்கென்று ஒரு வரலாறு நிச்சயம் இருக்கிறது. அதனைக் கிடைக்கும் சான்றுகள் கொண்டு தொகுத்து எழுதவேண்டியது அவசியம். தமிழ் இலக்கியச் சான்றுகள் அதற்கு மிகவும் பயன்படும்.

புணர்ச்சி என்பது இலக்கணக் கலைச்சொல். பேச்சுவழக்கில் பயன்பட்ட சொற்கள் பற்றிய பதிவு காளமேகப் புலவரின் பாடல்களில்தான் காணக் கிடைக்கின்றன. புணர்ச்சியைக் குறிக்கப் பேச்சுவழக்கில் எத்தனையோ சொற்கள் உள்ளன. அனேகமாகப் புணர்ச்சிக்கான சொற்கள்தான் இடக்கரடக்கல் வகையில் மிகுதியாக இருக்கக் கூடும். பெரியாருடைய இறுதிச் சொற்பொழிவை ஒலிநாடாவில் கேட்டேன். புணர்ச்சி தொடர்பான சொற்களைக் கொஞ்சமும் கூச்சம் இல்லாமல் இயல்பாக அவர் பேச்சில் கையாள்வதும் மக்கள் ரசித்துச் சிரிப்பதும் ஆச்சர்யமாக இருந்தன. ‘அவன் வேல உட்டுட்டான்’ என்றால் அவன் ஒரு பெண்ணைப் புணர்ந்துவிட்டான் என்று கொங்கு வட்டார வழக்கில் பொருள். ‘வேல உடுதல்’

என்னும் சொல்லைப் பெரியார் சாதாரணமாகப் பேச்சில் பயன்படுத்துகிறார்.

'போட்டுட்டான்' என்றாலும் புணர்ந்தான் என்று பொருள். சில இடங்களில் 'ஜோலி பார்த்துட்டான்' என்கிறார்கள். புணர்ச்சிக்கான வழக்குச் சொற்கள் இப்படி ஏராளம். அப்படி ஒரு சொல்லைத்தான் காளமேகம் தம் பாடல்களில் கையாண்டுள்ளார். இன்றும் கொங்குப் பகுதியில் மாடுகளின் புணர்ச்சியைக் குறிக்கக் 'காள முதிச்சிடுச்சி', 'மாட்டு மேல உழுந்துடிச்சி', 'காள ஏறிடுச்சி' என்றெல்லாம் சொல்லும் வழக்குகள் இருக்கின்றன. விடலைப் பையன் ஒருவன் புணர்ச்சியில் ஈடுபட்டுவிட்டான் என்பதை அவனது உடல் மாற்றங்களைக் கொண்டு அளவிடும் ஒருவர் இப்படிச் சொல்வார்: 'காள மாட்டுமேல ஏறி ரொம்ப நாளிருக்கும்.' மிதித்தல், விழுதல், ஏறுதல் ஆகியவை புணர்ச்சிக்கான இடக்கரடக்கல் சொற்கள். இவற்றில் காளமேகம் 'ஏறுதல்' என்னும் சொல்லைத் தம் பாடல்களில் பல இடங்களில் பயன்படுத்தியுள்ளார்.

கடவுள்களைக் கேலி செய்வதில் காளமேகத்திற்கு நிகர் அவரேதான். சிவன், பெருமாள், பார்வதி, பிள்ளையார், முருகன் எனப் பல கடவுள்களையும் இஷ்டத்திற்கு கேலி செய்திருக்கிறார். அதிலும் சிவனைக் கேலி செய்வதென்றால் அவருக்கு அவ்வளவு விருப்பம். சிவனுக்கு ஏராளமான கதைகள் இருக்கின்றன. அந்தக் கதைகளைக் கொண்டு கேலி செய்வது அவருக்கு எளிதாக இருக்கின்றது. ஒரு பாடல்:

> கண்டீரோ பெண்காள் கடம்பவனத் தீசனார்
> பெண்டீர் தமைச்சுமந்த பித்தனார் – எண்டிசைக்கும்
> மிக்கான தங்கைக்கு மேலே நெருப்பையிட்டார்
> அக்காளை ஏறினா ராம்.

சொற்களைப் பிரிக்காமல் உள்ளபடி அர்த்தம் எடுத்துக் கொண்டால் 'பெண்களே, இந்த அதிசயத்தைக் (அல்லது கேவலத்தை) கண்டீர்களா? கடம்பவனம் எனப்படும் மதுரையில் கோயில் கொண்டுள்ளவரும் பெண்களைத் தம் உடம்பில் சுமந்திருக்கும் பித்தனுமாகிய சிவன் எட்டுத் திசைகளுக்கும் உயர்வான தங்கையின் உடம்பில் நெருப்பை வைத்தார். அக்காளைப் புணர்ந்தாராம், என்று வரும். சிவன் எப்படிப்பட்டவர்? மீனாட்சிக்கு முக்கியத்துவம் உள்ள மதுரையில் அவளுக்கு அடங்கிக் கிடப்பவர். தம் உடம்பிலேயே கங்கையையும் சக்தியையும் கொண்டிருக்கும் அளவுக்குப் பெண் பித்தர். அவருடைய பெண் பித்து எந்த அளவுக்குப் போய்விட்டது தெரியுமா? தங்கை என்றும் பாராமல் அவளைப்

புணர்ச்சிக்கு அழைக்க, அவள் மறுத்த காரணத்தால் அவள் மேல் நெருப்பை அள்ளிப் போட்டுவிட்டார். அதுமட்டுமல்லாமல் தம் அக்காவையே புணர்ந்திருக்கிறார்.

பேச்சு வழக்கில் 'வக்காலி, வக்காலோலி' என்றெல்லாம் திட்டுகிறோமே அதன் முழுவடிவம் என்ன? ங்கொக்காலோலி என்பதுதான். அதாவது தன் அக்காவையே புணர்ந்தவன் என்று அந்தத் திட்டுச்சொல்லுக்குப் பொருள். காளமேகம் சிவனை 'வக்காலோலி' என்று திட்டுகிறார். கடவுளை இப்படியா திட்டுவது என்று கேட்டால் அவன் என்ன யோக்கியவானா என்கிறார். பெண் பித்தன் தானே என்று கேட்கிறார். அதுவும் பெண்களைப் பார்த்துக் 'கண்டீரோ பெண்காள்' என்று புகார் தெரிவிக்கிறார். சிவனிடம் ஏமாந்துவிட வேண்டாம் என எச்சரிக்கை செய்கிறாரோ? சிவபக்தர் யாரேனும் 'சிவனை இப்படிக் கேவலப்படுத்தலாமா, வைணவத்திலிருந்து ஒரு பெண்ணுக்காகச் சைவத்திற்கு மாறிய காளமேகத்தின் புத்தி இப்படித்தான் இருக்கும்' என்று சண்டைக்கு வந்தால் அவர்களுக்குக் காளமேகம் என்ன பதில் சொல்வார்?

சிவன் தங்கைக்கு மேலே நெருப்பை இட்டார் என்றால் என்ன தவறு? பிச்சாடனராகச் சுடுகாட்டில் நடனமாடும் சிவன் தம் கைக்கு மேலே நெருப்பைக் கொண்டிருக்கவில்லையா? தம் + கை = தங்கை என்று ஆவது தமிழ் இலக்கணப்படி சரிதானே. அதேபோல அக்காளை ஏறினார் என்பதும் அப்படித்தான். அம் + காளை என்பது இலக்கணப்படி அக்காளை என்றாகும். அம் காளை எனில் அழகான காளை என்றும் அர்த்தம். சிவனுக்கு வாகனம் காளைதானே. அவ்வாகனத்தில் ஏறினார் என்று சொன்னால் என்ன தவறு?

இதுதான் காளமேகத்தின் பதில். காளமேகத்தின் சமத்காரம் இதுதான். அக்காளை ஏறுதல் என்பதை அக்காளைப் புணர்தல் என்று ஏன் நீங்கள் எடுத்துக் கொள்கிறீர்கள் என்பார். ஏறுதல் என்பது புணர்தலைக் குறிக்கும் இடக்கரடக்கலாக வர என்ன காரணம்? அதையும் காளமேகம் பாடலைக் கொண்டே உணரலாம். காளமேகத்தின் சிலேடைப் பாடல்களில் பனைமரத்துக்கும் வேசிக்கும் பாடிய சிலேடையும் தென்னை மரத்துக்கும் வேசிக்கும் பாடிய சிலேடையும் மிகவும் பிரபலமானவை. பாடல்கள்:

கட்டித் தழுவுதலால் காலசேர ஏறுதலால்
எட்டிப்பன் னாடை இழுத்தலால் – முட்டப்போய்
ஆசைவாய்க் கள்ளை அருந்துதலால் அப்பனையும்
வேசை எனலாமே விரைந்து.

பாரத் தலைவிரிக்கும் பன்னாடை மேற்சுற்றும்
சோர இளநீர் சுமந்திருக்கும் – நேரேமேல்
ஏறி இறங்கவே இன்பமாம் தென்னைமரம்
கூறுங்கணிகை என்றே கொள்.

இப்பாடல்களில் பனை, தென்னை மரங்களுக்கும் வேசைக்கும் உள்ள ஒற்றுமைகள் எனச் சிலவற்றைச் சொல்கிறார். அவற்றில் முக்கியமானது ஏறலாம் என்பதுதான். மரத்தில் ஏறுவது எப்படி? முதலில் இரண்டு கைகளாலும் மரத்தைத் தழுவிக்கொள்ள வேண்டும். கால்கள் இரண்டையும் சேர்த்து வைத்துக்கொள்ள வேண்டும். கால்கள் விலகிப்போகாமல் இருக்கப் பனையேறிகள் கால்கயிறு போட்டுக்கொள்வதுண்டு. அப்படி ஏறினால் மேலே போய்ப் பனையின் பன்னாடையைப் பற்றி இழுக்கலாம். கள்ளை அருந்தலாம். அதேபோலத்தான் வேசையையும் கட்டித் தழுவிப் பின் கால்களைச் சேர வைத்து ஏறவேண்டும் (கால்சோர ஏறுதலால் என்றும் பாடபேதம் உண்டு. ஏற ஏறக் கால்கள் சோர்வதும் உண்டுதானே).

வேசி அணிந்திருக்கும் பல ஆடைகளையும் உருவி எறிந்துவிட்டால் மேலும் இன்பம்தான். அவள் வாயில் வடியும் கள் போன்ற மதுரமான எச்சிலை ருசிக்கலாம். தென்னைக்கும் வேசிக்கும் என்ன ஒற்றுமை? தென்னை தன் தலையை விரித்திருக்கும். பன்னாடை மரத்தின் மேல் பகுதியில் சுற்றியிருக்கும். இளநீர்க் குலையைச் சுமந்திருக்கும். அப்படிப்பட்ட தென்னையில் ஏறி இறங்கினால் இன்பம் கிடைக்கும். அதாவது இளநீர் அருந்தலாம். தேங்காய் உண்ணலாம். அத்தகைய இன்பங்கள் வேசிக்கும் எப்படி? வேசியும் தன் தலையை விரித்துப்போட்டு அலங்காரம் செய்திருப்பாள். பல விதமான ஆடைகளை அணிந்திருப்பாள். இளநீர் போன்ற முலைகளைக் கொண்டிருப்பாள். அவள் மீது ஏறி இறங்கினால் இன்பம். மரங்களுக்கும் வேசிக்கும் ஒப்புமை சொல்வதில் மிக முக்கியமான விஷயம் ஏறுதல் என்பதுதான். புணர்ச்சியைக் குறிக்கும் இடக்கரடக்கல் சொல்லாக ஏறுதல் என்பதைக் காளமேகம் கையாண்டுள்ளார்.

ஓடத்திற்கும் அல்குலுக்கும் சிலேடையாக அவர் பாடிய பாடலொன்றை ஏற்கனவே பார்த்தோம். அந்தப் பாடலில் 'ஆளேறித் தள்ளும்' என்று ஒரு தொடர் வரும். ஓடத்தின் மீது ஆள் ஏறித் தள்ளுவர் என்பது பொருள். ஆள் ஏறி அல்குலில் மாணியைத் தள்ளுவர் என்பது மற்றொரு பொருள். ஏறுதல் என்பது செயலின் தன்மையை வைத்து அர்த்தப்படுகிறது. புணர்ச்சிச் செயல்முறை விளக்கம் இந்த ஆளேறித் தள்ளுதல்

கெட்ட வார்த்தை பேசுவோம்

என்பதில் நமக்குக் கிடைக்கிறது. நெல்லிக்காய் ஊறுகாயைக் களவு செய்த பெண்களைப் பற்றிக் காளமேகம் பாடிய பாடலொன்றையும் முன்னர் பார்த்தோம். அந்தப் பாடலில் 'உங்கள் இடை இல்லிக்கு ஆர் ஆப்பு ஏற்றுவார்?' எனக் கேட்டிருந்தார். ஆப்பு என்பது மாணியைக் குறிக்கும். ஏறுதல், ஏற்றுதல் இரண்டுக்கும் வேறுபாடு பெரிதாக இல்லை. தன்வினை, பிறவினை வேறுபாடுதான். ஆனால் செயல் ஒன்றேதான். செயலின் தன்மையைக் காரணமாகக் கொண்டு ஏறுதல் என்பது புணர்ச்சிக்கு இடக்கரடக்கலாகப் பயன்பட்டிருக்கிறது எனத் தெரிகிறது.

காளமேகம் புணர்ச்சியைக் குறிக்கும் வழக்குச் சொல்லைப் பதிவு செய்திருப்பது மட்டுமல்ல. தமிழ்ச் சமூகம் மூடிமறைத்த ஒன்றையும் வெளிப்படுத்தியிருக்கிறார். அக்காளைப் புணர்தல் என்பது முறையற்ற உறவு. அப்படிப்பட்ட முறையற்ற உறவுகள் சமூகத்தில் இருக்கத்தான் செய்கின்றன. அதன் வெளிப்பாடுதான் 'தாயோலி, வக்காலி' போன்ற திட்டுச்சொற்கள். சமீபத்தில் வெளிநாட்டுச் செய்தி ஒன்று செய்தித்தாள்களில் பரபரப்பாக வெளியாயிற்று. ஒரு தந்தை தன் மகளை வீட்டிற்குள்ளேயே அடைத்து வைத்துப் பல ஆண்டுகளாகப் புணர்ச்சியில் ஈடுபட்டு வந்திருக்கிறான் என்பது அந்தச் செய்தி. தந்தை – மகள் உறவைப் பற்றிய ஒரு தனிப்பாடலும் இருக்கிறது. அதனைப் பாடியவர்கள் இரட்டைப் புலவர்கள். பாடல்:

மாங்காட்டு வேளான் மகளை மருமகன்பால்
போங்காட்டில் இன்பம் புணர்ந்தானே – ஆங்காணும்
மக்கள் மெய்தீண்டல் உடற்கின்பம் மற்றவர்
சொற்கேட்டல் இன்பம் செவிக்கு.

மாங்காட்டு வேளாளன் ஒருவன் தன்மகளை அழைத்துக் கொண்டு தன் மருமகன் ஊரில் விட்டு வருவதற்காகக் காட்டு வழியில் சென்றான். செல்லும்போது காட்டில் மகளைப் புணர்ந்து இன்பம் அனுபவித்தான் என்பது முதல் இரண்டு அடிக்கான பொருள். அடுத்த இரண்டடிகள் திருக்குறளை அப்படியே கொண்டிருக்கின்றன. தன் குழந்தைகள் உடலைத் தீண்டுதல் பெற்றோருக்கு இன்பம். மேலும் குழந்தை களின் சொற்களைக் கேட்டல் செவிகளுக்கு இன்பம் என்று திருக்குறள் சொல்லியிருப்பது பொய்யாகுமா? என்று இவ்விடத்தில் பொருள் எடுக்கலாம்.

இரட்டையர் பாடல்களின் அமைப்பு பெரும்பாலும் ஒரேமாதிரி இருக்கும். முதல் இரண்டு அடிகளில் ஒருவர் ஏதாவது செய்தியைச் சொல்வார். அடுத்த இரண்டு அடிகளில்

மற்றொருவர் அந்தச் செய்தி பற்றிய தனது விமர்சனத்தை முன்வைப்பார். அல்லது முதலிரண்டு அடிகளில் ஒருவர் ஏதாவது கேள்வி கேட்பார். அடுத்த இரண்டு அடிகளில் அதற்கு மற்றொருவர் பதில் சொல்வார். இந்தப் பாடலும் அப்படி அமைந்ததுதான். முதல் இரண்டு அடிகளில் ஒரு செய்தி வருகிறது. மாங்காட்டு வேளாளன் தன் மகளைக் காட்டுவழியில் புணர்ந்தான் என்பது அது. கடைசி இரண்டு அடிகளில் அச்செய்தி பற்றிய விமர்சனம் கேலியாக வருகிறது. அக்கேலிக்குத் திருக்குறள் பயன்படுகிறது. தந்தை தன் மகளையே புணர்ந்தான் என்பது இப்பாடலின் மூலம் அறியும் செய்தி. ஆனால் இப்பாடலுக்கு உரை எழுதியவர்கள் அப்படிச் சொல்வதில்லை.

கா.சுப்பிரமணியப் பிள்ளை இப்பாடலுக்குக் கொடுத் திருக்கும் தலைப்பு இது: 'மாங்காடென்னும் ஊரிலுள்ள ஓர் வேளாளன் மருமகனூருக்குத் தன் மகளை அழைத்துச் சென்றபோது வழியில் தன் மகளை அன்பின் பெருக்காற் கூடியதைக் குறித்துப் பாடியது.' அன்பின் பெருக்காற் கூடியது என்பதற்கு என்ன பொருள் எடுப்பது? கீழே உரையில் 'மகளை— சிறுமியாகிய தன் புதல்வியை' என்றும், 'புணர்ந்தானே — (குழந்தைப் போல) எடுத்தணைத்து இன்புற்றான்' என்றும் பொருள் எழுதியுள்ளார். மகளைச் சிறுமி என்று சொல்வதும் புணர்தலைக் குழந்தைபோல எடுத்தணைத்து இன்புறுதல் என்று கூறுவதும் எப்படிப் பொருந்தும்? பாடல் பொருளைத் திரிப்பதுதான் இது.

மாங்காட்டு வேளாளன் என்பவன் காட்டில் தன் மகளைப் புணர்ந்த செய்தி அந்தக் காலத்தில் பரவலாகத் தெரிந்து பேசப்பட்ட செய்தியாக இருந்திருக்க வேண்டும். அதைத்தான் இரட்டையர் தம் பாடலில் பதிவு செய்திருக்கின்றனர். 'போகிற வழியிலே குழந்தை போல எடுத்தணைத்துக் கொண்டான், என்று சொல்வதில் என்ன செய்தி இருக்கிறது? மிக வெளிப்படையாகப் 'போங்காட்டில் இன்பம் புணர்ந்தானே' என்று சொல்கின்றனர். அதற்கப்புறமும் குழந்தை, எடுத்தணைப்பு என்றெல்லாம் சொல்வது சமாதானம் அல்லது சமாளிப்புத்தான். தந்தை—மகள் புணர்ச்சி பாடலில் வருவதை ஏற்றுக்கொள்ளாத ஒழுக்கப் பார்வையின் திரித்தல் வேலை இது.

சமூகத்தில் இத்தகைய முறையற்ற உறவுகளும் ஆங்காங்கே இருக்கத்தான் செய்கின்றன. ஒரு காலத்தில் ஆணும் பெண்ணும் என்றுதான் இருந்திருக்குமே தவிர உறவு முறைகள் உருவாகி யிருக்காது. தாய் தந்தை, சகோதர சகோதரியர், பங்காளிகள்,

மாமன் மைத்துனர் என்னும் உறவு வகைகள் நாகரிகச் சமூகத்தில் தோன்றிய பின் ஆண் பெண் உறவிலும் கட்டுப்பாடுகள், வரை முறைகளைச் சமூகம் உருவாக்கிக் கொண்டிருக்கும். எனினும் காமம் என்னும் உணர்வு முறையற்ற உறவுகளுக்கும் அங்கங்கே இடம் வைத்துத்தான் இருக்கிறது.

எழுத்தில் இது பதிவாகக் கூடாது என்று ஒழுக்கப்பார்வை தடுத்தாலும் அதனையும் மீறி அபூர்வமாகப் பதிவாகத்தான் செய்கிறது. அப்படிப்பட்ட பதிவுகளே காளமேகத்தின் 'அக்காளை ஏறுதலும்' இரட்டையரின் மாங்காட்டு வேளாளன் தன் மகளைப் 'போங்காட்டில் இன்பம் புணர்ந்தானே' என்பதுமாகும். காளமேகம் புணர்ச்சிக்கு இடக்கரடக்கல் வழக்காகிய 'ஏறுதல்' என்பதுடன் இதையும் பதிவாக்கியிருக்கிறார் என்பது கவனத்தில் கொள்ள வேண்டியதாகும். ஆனால் தனிப்பாடல் தொகுப்புகளைச் செய்தோரும் வெளியிட்டோரும் உரை எழுதியோரும் இப்படிப்பட்ட பதிவுகளை மறைப்பதற்கு இன்றுவரை செய்து கொண்டிருக்கும் முயற்சிகள் அனேகம். தமிழில் ஏராளமான நூல்கள், பாடல்கள் மறைந்து போனமைக்குக் கரையான், ஆடிப்பெருக்கு ஆகியவை மட்டுமல்ல காரணங்கள். இந்த ஒழுக்கப் பார்வையின் கத்தரிக்கோலும் முக்கியக் காரணம். அதையும் அடுத்துப் பார்க்கலாம்.

பயன்பட்ட நூல்கள்

1. சு.அ.இராமசாமிப் புலவர் (உ.ஆ.), தனிப்பாடல் திரட்டு முதற்பகுதி, 1963, சென்னை, கழக வெளியீடு.

2. கா.சுப்பிரமணிய பிள்ளை (உ.ஆ.), தனிப்பாடல் திரட்டு முதல் தொகுதி, 2007, சென்னை, நல்லறப் பதிப்பகம், மறுபதிப்பு.

o o o

வவ்வாலெனத் தொங்கும் அல்குல்

காலம் மாறி வருகிறது. பாலியல் தொடர்பாக ஊடகங்கள் வெளிப்படையாகப் பேசுகின்றன. பாலுறவு ஆலோசனை மருத்துவர்கள் இருக்கிறார்கள். எவையெல்லாம் எழுத்தில் கூடாது என்று தடுக்கப்பட்டனவோ அவை சாதாரணமாக இன்று புழங்குகின்றன. 'பிட்' என்று சொல்லிச் சில காட்சிகளை இடைவேளை நேரத்தில் காட்டிப் பணம் பிடுங்கும் திரையரங்குகளின் நிலை பரிதாபத்திற்கு உரியதாகிவிட்டது. செல்பேசியிலேயே இன்று பல காட்சிகள் ஓடுகின்றன. அப்படிப்பட்ட காட்சிகளைப் பதிவு செய்து தரும் வணிகம் ஜோராக நடைபெற்றுக்கொண்டிருக்கிறது. நீலப் படக் குறுந்தகடுகள் மிகக் குறைந்த விலையில் எளிதாகக் கிடைக்கின்றன. நீலப்படங்கள் என்று ரகசியமாக இருந்தவை எல்லாம் இணையம் வழியாக வெகு இயல்பாகிவிட்டன. உள்நாடு தொடங்கி விதவிதமான வெளிநாட்டுப் படங்கள் வரை எல்லாம் நொடியில் காணக்கிடைக்கின்றன. பெரும் முன்னேற்றம்.

சமீபத்தில் இணைய மையம் ஒன்றிற்கு மின்னஞ்சல் அனுப்பச் சென்றிருந்தேன். ஒவ்வொரு கணினிக்கும் சிறு தடுப்புப் போட்ட தனியறை. நீலப்படம் பார்ப்பதற்கான வசதிக்காகத்தான் இந்தத் தடுப்பறைகள். எனக்கு ஒதுக்கப்பட்ட தடுப்பறையிலிருந்து பார்த்தால் எதிர் அறையின் கீழ்ப்பகுதி தெரியும்படியான கதவமைப்பு. என்

வேலையினூடே எதேச்சையாகத் திரும்பியபோது அந்தக் காட்சி தெரிந்தது. இளம் ஆண் உடல் ஒன்றின் கீழ்ப்பகுதி. கல்லூரி மாணவராக இருக்கலாம். அவரது ஒரு கை சுட்டியை இயக்கிக் கொண்டிருந்தது. மற்றொரு கை அவர் குறியை இயக்கிக் கொண்டிருந்தது. கையடித்தல் என்னும் சுய இன்பம் காணல் இவ்வளவு சுலபமாகிவிட்டமை எனக்கு ஆச்சரியமாக இருந்தது. எனது பதின்பருவத்தில் இதற்காக ஆளற்ற இடத்தையும் நாளையும் தேர்வு செய்வதே பெரும் பிரச்சினையாக இருந்த கொடுமை நினைவுக்கு வந்தது. சுற்றிலும் பலபேர் இருக்க எந்தத் தொந்தரவும் இல்லாமல் ஒருவர் சுய இன்பத்தில் ஈடுபட முடியும் என்னும் மாற்றம் இந்தத் தலைமுறைக்கான வரம் என்றுதான் தோன்றியது.

சமூகநிலை இப்படியிருக்க நம் தமிழ் இலக்கியத் தாதாக்கள் நிலையோ மிகவும் பின்தங்கியும் பரிதாபத்திற்குரியதாகவும் இருக்கின்றது. முந்தைய காலத்தில் பாலியல் உணர்ச்சிகளை வெளிபடுத்தும் வடிகாலாகக் கவிதைகள் இருந்தன. அன்றைய காலத்து மிக முக்கியமான ஊடகம் கவிதை. அவற்றை வாசிப்பதும் விவாதிப்பதும் மகிழ்ச்சி தரும் விஷயமாக இருந்திருக்கக் கூடும். அத்தகைய கவிதைகளை ஓலைச்சுவடியில் எழுதி வைப்பதில் பெரிய தயக்கங்கள் இருந்ததாகத் தெரியவில்லை. அக்காலத்தில் படிப்பறிவு உடையவர்கள் குறைவு. இருப்பினும் செய்யுள் படித்துப் பொருள் புரிந்துகொள்ள மிகுந்த பயிற்சி தேவை. புலமை கொண்டவர்கள் மட்டுமே ஈடுபடக்கூடிய செயல்களாகக் கவிதை புனைதலும் அதனை வாசித்துச் சுவைத்தலும் இருந்திருக்கும். ஆகவே ஓலைச் சுவடியில் எழுதி வைப்பதில் எந்தப் பிரச்சினையும் இல்லை.

மஞ்சள் பத்திரிகையை எங்கெல்லாமோ மறைத்து வைத்துப் படிக்க வேண்டிய நிலை படிப்பறிவும் அச்சுச் சாதன வளர்ச்சியும் பெருகிவிட்ட இன்றைய காலத்திற்கானது. ஓலைச்சுவடிக் காலத்தில் மிகக் குறைந்த பேர்களே புழங்கும் துறையாக இருந்ததால் பாலுறவு தொடர்பான பாடல்களை எழுதுவதிலோ குறுங்குழு ஒன்றுக்குள் படித்து அனுபவிப்பதிலோ சிக்கல் இல்லை. ஆகவே அத்தகைய பாடல்கள் பல ஓலைச்சுவடிகளில் கிடைத்திருக்கக் கூடும். ஆனால் அச்சு வசதி பெருகிய பின் இத்தகைய பாடல்களை ஆபாசம் எனக் கருதி ஒதுக்கியும் மறைத்தும் அழித்தும் முடித்திருக்கிறார்கள் எனக் கருதலாம். தனிப்பாடல்களைக் கொண்டே இதனைப் பெருமளவு அனுமானிக்கலாம்.

தனிப்பாடல்களை ஓரளவு திரட்டிக் கொடுத்த பழைய நூல் 'தமிழ் நாவலர் சரிதை' என்பதாகும். இந்நூல் பல

புலவர்களின் வரலாற்றைக் கற்பனை கலந்து செவிவழிச் செய்திகளின் துணையுடன் பதிவு செய்துள்ளது. புலவர்கள் எழுதிய பாடல்கள் கொடுக்கப்பட்டு அவற்றின் பின்னணிக் கதையையும் சொல்ல முயன்றுள்ள நூல் இது. அவ்வகையில் பல தனிப்பாடல்கள் இதில் பதிவு செய்யப்பட்டுள்ளன. பதினேழாம் நூற்றாண்டு வாக்கில் உருவாகியிருக்கலாம் என அறிஞர்கள் கருதும் இந்நூலில் பாலுறவு தொடர்பான பாடல்கள் பல சாதாரணமாகப் பதிவாகியுள்ளன. அக்காலத்தில் இப்பாடல்கள் ஆபாசமாகக் கருதப்படவில்லை. இந்நூல் அச்சுக்கு வரும்போது ஆபாசம் என்னும் கண்ணோட்டம் இதன் மீது கவிந்திருக்கிறது.

இதற்கு உரை எழுதியுள்ள ஔவை சு. துரைசாமிப்பிள்ளை தம் முன்னுரையில் 'பாடத்தக்காத சில கருத்துக்களும் கோக்கத்தகாத சில கொச்சை மொழிகளும் கொண்ட பாட்டுகள் இதன்கண் உள்ளன' என்று எழுதியுள்ளார். தமிழ்ப் பண்பாடு தொடர்பான ஆரவாரமான பேச்சுக்கள் உருவான காலகட்டத்தில் அச்சேறிய நூல்களுக்கு இப்படி நேர்ந்த கதி குறித்து விரிவாக ஆராய வேண்டிய தேவை உள்ளது. பழைய காலம் என்றால் பிற்போக்கானது என்றும் நவீன காலம் எனில் மிகவும் முற்போக்கானது என்றும் கருதுவது பிழையானது. எந்தக் காலத்திலும் எதுவும் இருக்கலாம். ஓலைச்சுவடிக் காலத்தில் ஒழுக்கப் பார்வைக்கு உட்படாத விஷயங்கள் அச்சுக் காலத்தில் அப்பார்வைக்கு உட்பட்டிருப்பதை வேறு எவ்வகையில் புரிந்துகொள்வது?

ஓலைச்சுவடியில் எழுதியோர் ஏடு பெயர்த்து எழுதும்போது மாற்றங்கள், திரிபுகள், சேர்க்கைகள் ஆகியவற்றைச் செய்துள்ளனர் என்றால் அச்சுக்கு வந்த பின்னும் இந்த வேலைகளுக்குக் குறைவில்லை என்றே சொல்லலாம். அச்சுக் காலத்தையும் கூடத் தமிழ்ப்பண்பாடு என்னும் கருத்தோட்டம் செல்வாக்குச் செலுத்தியதைக் கொண்டு பார்க்கும் அதே சமயத்தில் நவீனக் கல்விக்கான பாடத்திட்டத் தாக்கம் கொண்டும் பார்க்க வேண்டியுள்ளது. நவீனக் கல்வி முறைக்கான பாடத் திட்டம் உருவாக்கப்பட்டபோது ஒழுக்கப் பார்வை மிக வன்மை யாகச் செயல்பட்டுள்ளது. அதிலும் பெண்கள் கல்வி கற்க இத்தகைய கல்விக்கூடங்களை நோக்கி வரத் தொடங்கிய பின் பாடத்திட்டத்தில் ஒழுக்கப் பார்வை செயல்படாத இடமே இல்லை என்று சொல்லலாம். நம் பண்பாட்டுக்கும் ஒழுக்கத்திற்கும் எல்லாக் காலத்திலும் அளவுகோலாக இருப்பவர்கள் பெண்கள்தான். ஆண்கள் எதையும் படிக்கலாம். பெண்கள் படிப்பதற்கானவை என்று குறிப்பிட்ட நூல்கள் ஒதுக்கி வைக்கப்பட்டிருந்தன. கல்வி கற்கப் பெண்கள் வந்தபின்

அவர்கள் கெட்டு விடுவார்கள் என்று கருதி அதைத் தடுக்கும் பொறுப்பைப் பாடத்திட்டக் குழுக்கள் எடுத்துக்கொண்டன.

உ.வே. சாமிநாதையர் பழம் நூல் பதிப்பாசிரியர் மட்டுமல்ல. நவீனக் கல்விமுறையில் கற்பித்த கல்லூரி ஆசிரியரும்கூட. பதிப்பில் கையாண்ட நெறிமுறைக்கும் கற்பித்தலில் கையாண்ட நெறிமுறைக்கும் அவரிடம் வேறுபாடு உள்ளது. பழைய இலக்கியங்களைப் பதிப்பிக்கும்போது சொற்களை நீக்குதல், மாற்றுதல் என எந்த வில்லங்கமான வேலையிலும் அவர் ஈடுபட மாட்டார். உள்ளதை உள்ளபடி பதிப்பிக்க அவர் தயங்கியதில்லை. ஆனால் கற்பித்தலின்போது அவருக்குச் சிக்கல் வந்துள்ளது. கும்பகோணம், சென்னை ஆகிய இடங்களில் கல்லூரித் தமிழாசிரியராக அவர் பணியாற்றினார். அப்போதைய ஆசிரிய அனுபவங்களைச் சில கட்டுரைகளில் அவர் பதிவு செய்துள்ளார். 'மாணாக்கர் விளையாட்டுக்கள்' என்னும் தலைப்பில் அவர் எழுதியுள்ள குறிப்புகளில் ஒன்று 'பாடம் சொல்லாத பாட்டு.' சுவாரசியமான கட்டுரை அது.

'பிரபோத சந்திரோதயம்' என்னும் நூலில் ஒருபகுதி பாடமாக இருந்ததாம். அதில் அகலிகை கதை தொடர்பாக வரும் பாடல் ஒன்று ஆபாசமாக இருந்த காரணத்தால் அதை வகுப்பில் விரித்துரைக்கத் தயங்கிப் பாடம் சொல்லாமல் விட்டுவிட்டாராம். ஆனால் அப்பகுதியில் இருந்தே தேர்வுக்கு வினாக்கள் கேட்கப்பட்டுவிட்டதாம். மாணவர்கள் எழுதியிருக்க மாட்டார்கள் என்று நினைத்து வருந்தினாராம். கல்லூரி முதல்வருக்குத் தெரிந்தால் அவருக்கு என்ன பதில் சொல்வது என்று பயந்தாராம். ஒரு பாடலுக்குப் பொருள் சொல்லாமல் விட்டதற்காக முதல்வரை நினைத்துப் பயப்பட வேண்டியிருந்த காலம் அது. இத்தனைக்கும் தமிழாசிரியர்களுக்கு அன்று ஊதியம் மிகக் குறைவு. பெரும் தொகையை ஊதியமாக வாங்கிக்கொண்டு இன்று மலை முழுங்கி மகாதேவன்களாக ஒன்றும் சொல்லித் தராமல் ஏமாற்றும் பேராசிரியப் பெருமக்கள் தவிர்க்க இயலாமல் நினைவிற்கு வருகிறார்கள்.

பாடம் சொல்லாமைக்காக உ.வே.சா. பயந்தாலும் மாணவர்கள் அந்தக் கேள்விக்குத்தான் மிக நன்றாகப் பதில் எழுதியிருந்தனராம். பாடம் சொல்லாமல் விட்டதால் அதில் என்ன இருக்கிறது என்று அறியும் ஆவலில் அப்பாடலை மிகவும் முயற்சி எடுத்துப் பொருள் விளங்கிக்கொண்டிருந்தனராம். இப்போது வரும் சில நூல்களில் கெட்ட வார்த்தைகள் பயன் படுத்தப்படும் இடங்களில் புள்ளி வைத்துவிடுகின்றனர். சொல்லை அப்படியே எழுதியிருந்தால்கூட வாசகருக்கு அந்த இடத்தில்

அவ்வளவு ஈர்ப்பு வராது. மறைப்பு ஈர்ப்பைக் கூட்டுகிறது. என்ன இருக்கும் என்று அறியும் ஆவலைப் பெருக்குகின்றது. அந்த மாணவர்களுக்கும் அதுதான் நிலை. ஆசிரியர் சொல்ல மறுக்கும் அளவுக்கு அவ்விடத்தில் என்ன இருக்கும் என்னும் ஆவல் கடினமான பாடலாகிய அதை அகராதி கொண்டு பொருள் காணத் தூண்டியிருக்கிறது.

பிரச்சினை எதும் இல்லை எனினும் அந்தப் பாடலுக்குப் பொருள் சொல்லாமைக்கான காரணம் குறித்த உ.வே.சாவின் கருத்து முக்கியமானது. 'அந்தச் செய்யுள் மாணாக்கர்களுக்குப் பொருளை விளக்கிப் பாடஞ்சொல்லத் தக்கதன்று' என்றும் 'அதில் அருவருப்பான செய்தியொன்று சொல்லப்பட்டிருக்கிறது' என்றும் அவர் கருதியுள்ளார். அருவருப்பான செய்தி உள்ள பாட்டு என்று அவர் நினைத்த அந்தப் பாடலைப் பார்க்கலாம்.

'பிரபோத சந்திரோதயம்' என்னும் நூல் பத்தொன்பதாம் நூற்றாண்டில் பயிற்சியிலும் பாடத்திலும் பரவலாக இருந்துள்ளது. இது வித்தியாசமான ஒரு நூல். 'மனிதர்களைத் தீவினை புரியத் தூண்டும் காமம், பகைமை, மதம், மாச்சரியம், மோகம் போன்ற விகாரங்களை நல்லறிவு மற்றம் விவேகத்தின் துணை கொண்டு நீக்க முடியும்' என்னும் கருத்தினை வலியுறுத்த எழுதப்பட்ட காப்பியம் இது. மனிதக் குணங்களைப் பாத்திரங்களாக உருவகித்து எழுதப்பட்டிருப்பதால் நாடகத்தன்மையும் பெற்ற நூல். 'அத்வைதப் பெருங்காப்பியம்' என்று இதனைப் பதிப்பாசிரியர் குறிப்பிடுகின்றார். இதன் ஆசிரியர் கீழ்மாத்தூர் திருவேங்கடநாதர் என்பவர். மதுரை நாயக்க மன்னரின் அமைச்சராக இருந்தவர் இவா என்றும் காலம் 17ஆம் நூற்றாண்டு என்றும் குறிப்பிடுகின்றனர். 1988ஆம் ஆண்டு சரசுவதி மகால் நூல் நிலைய வெளியீடாக இந்நூல் வந்துள்ளது.

இதைப் பதிப்பித்தவர் வ.வேணுகோபாலன் என்பவர். இவர் உ.வே.சாவின் மாணவர். '45 ஆண்டுகட்கு முன் என் ஆசிரியப் பிரானிடம் பிரபோத சந்திரோதயம் படிக்கும் பேறு கிடைத்ததை நினைவில் கொண்டு சரசுவதி நூலகப் பதிப்பின் பணியை மேற்கொண்டேன். என் ஆசிரியர் ஐயரவர்களின் கைப்பிரதியின் துணைகொண்டு அவர்களிடம் பாடம் கேட்டபோது அறிந்த விளக்கங்களை நினைவுகூர்ந்து இந்நூலகச் சுவடியில் விடுபட்ட பகுதிகளையும் ஆய்ந்து நிறைவு செய்து பதிப்புப் பணி புரிந்துள்ளேன்' என்று பதிப்புரையில் குறிப்பிட்டுள்ளார். உ.வே.சாவிடம் 'பிரபோத சந்திரோதயம்' பாடம் கேட்க வாய்த்ததோடு அவர் கைப்பிரதியையும் இப்பதிப்புக்குப் பயன்படுத்திக் கொண்டுள்ளார் எனத் தெரிகிறது. அந்தக்

குறிப்பிட்ட பாடலைப் பாடக் கேட்க வாய்க்கப் பெற்றவரா இவர் என்பது தெரியவில்லை.

இந்நூலின் 'விவேகன் ஒற்றுக் கேள்விச் சருக்கம்' என்னும் பகுதியில் உள்ள பன்னிரண்டாம் பாடல்தான் உ.வே.சா. பாடம் சொல்லாத பாட்டு. வருமாறு:

அந்தா பதன்சொற்ற சாபத்தி
  னால்நொந் தகங் குன்றியே
முந்தா யிரம்கோச நெடுமா
  மரம்தூங்கும் முதுவா வல்போல்
நந்தா துடம்பெங்கும் நாலப்
  பழிப்பெய்தி நாகா திபன்
மந்தார நிழலூ டிருந்தாலும்
  வெந்தாப மாறா தரோ.

தெளிவாகச் சீர்பிரிப்பு இல்லாத பாடல். பதிப்பாசிரியர் போதிய கவனம் செலுத்தவில்லை என்றே தோன்றுகிறது. உ.வே. சாவின் மாணவருக்குச் சீர் பிரிப்புக்கூட தெரியவில்லையே என்று ஆதங்கப்படுவதைத் தவிர என்ன செய்வது? அது ஒரு பக்கம் இருக்கட்டும். உ.வே.சா. இப்பாடலைப் பாடம் சொல்லாமல் தவிர்க்கும் வகையில் என்ன இருக்கிறது? அகலிகை கதை தெரியும். அவள் மீது ஆசை கொண்ட இந்திரன் அவளது கணவனான கௌதம முனிவனின் வடிவெடுத்துச் சென்று அவளைக் கூடுகின்றான். நினைத்த வடிவெடுக்கும் வாய்ப்பிருந்த காரணத்தால் இந்திரனுக்குப் பல காரியங்கள் சாத்தியமாயிருக்கக் கூடும். கொடுத்து வைத்தவன். உண்மையை அறிந்த முனிவன் கோபம் கொண்டு அகலிகை, இந்திரன் இருவருக்கும் சாபம் இடுகிறான். அகலிகைக்குக் கல்லாகும்படி சாபம். அகலிகை பெற்ற சாபம் படைப்பாளர்களுக்கு உத்வேகம் தரும் கருப்பொருளாகப் பலகாலமாக இருந்துள்ளது. இக்காலத்திலும் பல படைப்புகள் வந்துள்ளன. அகலிகையை வைத்துப் புதுமைப்பித்தன் இரண்டு கதைகள் எழுதியிருக்கிறார். கு.ப.ரா. ஒரு நாடகம் எழுதியுள்ளார். ச.து.சு. யோகியார் உள்ளிட்ட இன்னும் பலர் அகலிகை விஷயத்தை வைத்து எழுதியுள்ளனர். ஆனால் அகலிகையோடு சாபம் பெற்றானே இந்திரன் அவனைப் பற்றி யாரும் கதையோ கவிதையோ எழுதியதாகத் தெரியவில்லை.

இத்தனைக்கும் பரிதாபத்திற்குரியவன் இந்திரன்தான். பரிதாபத்திற்குரியவள் பெண் என்பது காலகாலமாக வரும் பொதுமனக் கருத்து. ஆகவே ஆண்களின் துயரங்களுக்கு அங்கீகாரமில்லை. ஆனால் இந்தக் கதையில் இந்திரன் நிலைதான் துன்பமானது என்பது என் எண்ணம். அகலிகைக்கோ

கல்லாகும்படி சாபம். பிரச்சினையில்லை. கல்லுக்கு என்ன பிரச்சினை இருக்க முடியும்? பேசாமல் கிடக்க வேண்டியதுதான். கல் இராமன் கால்பட்டு அகலிகையாக உயிர் பெற்ற பின்னரே பிரச்சினை. ஆனால் இந்திரனுக்கு என்ன சாபம் தெரியுமா? அவன் உடல் முழுக்க ஆயிரம் அல்குல் தோன்ற வேண்டும் என்பதும் அவனது மாணியும் விதைக் கொட்டைகளும் அறுந்துப்போக வேண்டும் என்பதும் சாபம்.

அவனுக்கு அழகாகத் தோன்றிய ஒரு பெண் மீது ஆசை கொண்டான். அவள் வெறொருவன் மனைவி என்பதால் ஏதாவது தந்திரம் செய்துதான் அவளைக் கூட முடியும் என்று தோன்றியது. நினைத்த வடிவம் எடுக்கும் சக்தி அவனுக்கு இருந்த காரணத்தால் அவளுடைய கணவனாகவே வடிவம் எடுத்துவிட்டான். 'பிறன்மனை நயவாமை' என்னும் கோட்பாடு வலுவாக உருவான காலகட்டத்துக் கதையாக இது இருக்கக் கூடும். இராமாயணத்தின் மையப்பொருளே 'பிறன்மனை நயவாமை' என்பதுதான். பிறன்மனை நயந்தால் பூண்டோடு அழிய நேரும் என்று எச்சரிக்கும் கதை இராமாயணம். அதன் மையப் பொருளுக்குப் பொருந்தி வரும் கிளைக்கதையாக அகலிகை கதை இருக்கிறது. திருக்குறளிலும் 'பிறன்மனை நயவாமை' என்றோர் அதிகாரம் உண்டு.

விருப்பப்பட்ட ஆணும் பெண்ணும் கூடியிருக்கும் நிலை கொண்ட குழுச் சமூகத்திலிருந்து ஒருவனுக்கு ஒருத்தி என்னும் குடும்ப அமைப்பு தோன்றிய காலகட்டத்துக் கருத்தாகப் பிறன்மனை நயவாமையைக் கருதலாம். பழைய முறையை அவ்வளவு சீக்கிரம் மாற்றிவிட இயலாது. அந்த மனோபாவத்தில் இருக்கும் மனிதர்களுக்கு அறம் உரைக்கும் விதமாக இந்தக் கருத்து தோன்றியிருக்கிறது. அறமாகவும் நீதியாகவும் கதைகளாகவும் பிறன்மனை நயவாமை போதிக்கப்பட்டிருக்கிறது. அந்தக் கருத்துக்குப் பலியானவன்தான் இந்திரன். தான் ஏமாற்றப் பட்டோம் என்று அகலிகை உணர்ந்தாளா? யாரிடம் அவள் புகார் செய்தாள்? கௌதம முனிவன் இருவரையும் விசாரித்தானா? அவன் தானாகக் கொடுத்த தீர்ப்பு இது. ஒரு பெண்ணைக் கூடினான் என்பதற்காக அவனது மாணியையும் கொட்டைகளையும் அறுப்பது என்ன நியாயம்? எல்லாம் இருந்தும் குழந்தைப் பேற்றுக்கு வழியில்லை என்றால் அவனை 'வறடன்' என்று கேவலப்படுத்தும் சமூகம் இது. ஆண்மையை நிரூபிப்பவன்தான் ஆண் என்றும் அவன்தான் வாழத் தகுதியுள்ளவன் என்றும் நிர்ப்பந்திக்கும் சமூகம் இது. இந்நிலையில் மாணி அறுந்துபோன ஒருவன் சமூகத்தில் உலவ முடியுமா?

கெட்ட வார்த்தை பேசுவோம்

அது மட்டுமல்ல. அவன் உடல் முழுக்கவும் ஆயிரம் அல்குல் தோன்ற வேண்டும் என்பது சாபத்தின் மற்றொரு பகுதி. அல்குல் மீது ஆசைப்பட்டாயே, அதையே பார்த்துக் கொண்டிரு என்பது முனிவன் நியாயம். அல்குல் மீதுதான் அவனுக்கு ஆசை என்றால் அவனுக்குக் கிடைக்காத பெண்களா? குறிப்பாக அகலிகையின் மேல் அவனுக்கு ஆசை. அதற்கு என்ன காரணத்தைச் சொல்வது?

சிலருக்குச் சிலர்மீது ஏற்படும் ஈர்ப்பு விளங்கிக்கொள்ள முடியாதது. அப்படி ஓர் ஈர்ப்பு இந்திரனுக்கு. அவன் உடல் முழுக்க அல்குல் தொங்கல். பிரியமான ஒன்றாக இருந்தபோதும் அளவுக்கு அதிகமாகக் கிடைத்தால் வெறுத்துவிடும் அல்லவா? அப்படிப்பட்ட குரூரத் தண்டனை இந்திரனுக்கு.

கல்லான அகலிகை இராமன் கால்பட்டுப் பெண்ணாவாள் என்பது சாப விமோசனம். இந்திரனுக்குச் சாப விமோசனமே இல்லை. அவன் உடலில் தொங்கிக்கொண்டிருக்கும் அல்குல்கள் பிறருக்குக் கண்களாகத் தெரியும் என்பது மட்டுமே சாப விமோசனம். அதனால் ஆயிரம் கண்ணோன் என்று அவனுக்குப் பெயர். இது எப்படி விமோசனமாகும்? ஆயிரம் அல்குல் தொங்கக் காலகாலமாகத் திரிந்து கொண்டிருக்கிறான் இந்திரன். ஒவ்வொரு ஆணின் மனத்திலும் ஆயிரக்கணக்கான அல்குல்கள் தொங்கிக் கொண்டுதான் இருக்கின்றன. எல்லாக் காலத்திற்குமான ஆணின் பிரதிநிதி இந்திரன். அறுந்த மாணி, கொட்டைகளுக்குப் பதிலாக ஆட்டினுடையதை எடுத்து வைத்துத் தேவர்கள் தங்கள் அரசனைக் காப்பாற்றினார்கள் என்பது கதை. உறுப்பு மாற்று அறுவை சிகிச்சை அந்தக் காலத்திலேயே இருந்திருக்கிறது என நாம் மார்தட்டலாம்.

பிரபோத சந்திரோதயப் பாடல் இந்திரன் உடலில் உண்டான அல்குல்களைப் பற்றித்தான் பேசுகின்றது. 'முனிவனின் சாபத்தால் இந்திரனின் உடம்பில் ஆயிரம் அல்குல் தோன்றி பெருமரத்துக் கிழட்டு வவ்வால்கள் போல் தொங்கின' என்பது பாடல் சொல்லும் பொருள். அல்குல்களுக்கு உவமையாகப் பெருமரத்தில் தொங்கும் கிழட்டு வவ்வால்களைச் சொல்கிறார். மிகவும் பொருத்தமான உவமைதான். தலைகீழாகத் தொங்கும் வவ்வாலின் வடிவத்தில்தான் அல்குல் இருக்கிறது. இந்திரன் உடலில் தொங்குகின்றன என்பதால் மட்டும் தொங்கும் வவ்வாலை அவர் சொல்லவில்லை. தொங்கும் வவ்வாலின் வடிவமும் அல்குலின் வடிவமும் பொருந்துகின்றன. இறக்கைகளை உடலோடு பொருத்தி உருவத்தைச் சுருக்கியபடி அடிப்பகுதியில் வாயோடு புடைத்துத் தொங்கும் வவ்வாலின் உருவம் அல்குலுக்கு

ஏற்ற உவமை. அல்குலுக்கான உவமைகள் நம் இலக்கியத்தில் மிகக் குறைவாகவே உள்ளன. அவ்வகையில் இந்த உவமை தனித்தன்மை வாய்ந்தது. வடிவம், செயல் ஆகிய இரண்டும் பொருந்திய உவமை இது.

'பனங்கிழங்கைப் பிளந்தது போன்ற அலகை உடைய நாரை' என்று உவமை சொன்ன சத்திமுற்றப் புலவரை அந்த உவமைக்காகவே போற்றும் தமிழ் இலக்கிய உலகம் 'மரத்தில் தொங்கும் கிழட்டு வவ்வால் போன்ற அல்குல்' என உவமை சொன்ன திருவேங்கடநாதரை ஏன் கொண்டாடவில்லை? இந்த உவமையைப் பற்றிய பேச்சே இல்லையே. என்ன பாரபட்சம்! பொருத்தமான உவமையைச் சொன்னபோதும் பேசிய விஷயத்தின் காரணமாக ஒருவர் ஓரங்கட்டப்பட்டிருக்கிறார். ஆயிரம் அல்குல் மனத்தில் தொங்கினாலும் அவை மற்றவர் கண்ணுக்குத் தெரியக்கூடாது என்று மறைக்கும் மூடுண்ட சமூகம் நமது. எதுவும் இருக்கலாம், ஆனால் மறைவாக என்று வலியுறுத்தும் மனோபாவம் கொண்டவர்கள் நாம். இதுதான் நம் சூழல்.

'ஆயிரம் கோசம் நெடுமா மரம் தூங்கும் முதுவாவல் போல் நந்தாது உடம்பெங்கும் தால' என்பதன் பொருள் இதுதான். ஆனால் வழக்கம்போல் இந்நூலின் பதிப்பாசிரியரும் பொருளை மறைக்கப் பார்க்கிறார். ஆயிரம் கோசம் என்பதை வவ்வாலுக்கு அடையாக்கி அதை வவ்வால்களின் எண்ணிக்கை என்றோ அவற்றின் வயதைக் குறிக்கவோ பயன்படுத்துகின்றார். வலிந்து எடுக்கும் பொருள். பாடலில் மிகத் தெளிவாக 'ஆயிரம் கோசம்' எனக் குறிப்பிடப்படுகின்றது. கோசம் என்னும் சொல்லுக்கு 'ஆண்குறி' என அகராதிகள் பொருள் தருகின்றன. இந்திரன் உடலில் ஆயிரம் அல்குல் தோன்ற வேண்டும் எனச் சாபமிட்டதாகவே கதை. கோசம் என்பதற்கு இவ்விடத்தில் 'பெண்குறி' என்று பொருள் எடுத்துக்கொள்வதுதான் சரி. பொதுவாகக் குறி என்னும் பொருளில் கோசம் தமிழில் பயன்பட்டிருக்கலாம். அகராதி தயாரித்தோர் இப்பாடல் பிரயோகத்தைக் கணக்கில் கொண்டதாகத் தெரியவில்லை.

அல்குல் தொங்குவதைப் பொறுக்காத பதிப்பாசிரியர் 'தோல்கள் தொங்க' என்கிறார். அல்குலும் தோலால் ஆனதுதானே எனச் சமாதானம் கொள்ளலாம். எப்படி இட்டுக்கட்டிப் பார்த்தாலும் வாசிப்பவருக்கு உடனே பொருள் புரிந்து விடுகிறது. ஆனால் இதைப் பாடம் சொல்லும்போது இப்படிச் சமாளிக்க முடியுமா? உ.வே.சாவிடம் படித்த மாணவர்கள் அனைவரும் ஆண்களாகத்தான் இருந்திருக்க முடியும். ஆண்களுக்கு முன்னாலேயே இந்தப் பாடலை விவரித்துச் சொல்வதில்

தயக்கம் இருந்திருக்கிறது. அதைவிட இது பேசத் தகாத விஷயம் என்னும் ஒழுக்கப் பார்வை அவரிடம் செயல்பட்டிருக்கிறது.

பல நூல்களைப் பதிப்பிக்கும்போது இத்தகைய கண்ணோட்டத்தில் எதையும் ஒதுக்காத உ.வே.சா. பாடம் சொல்லும்போது ஒதுக்கியதற்கான காரணம் என்னவாக இருக்கக்கூடும்? பாடம் சொல்லல் என்பது நேரடித்தன்மை கொண்டது. பதிப்புக்கு அத்தன்மை இல்லை. பாலியல் விஷயங்களைத் தமக்குள் பகிர்ந்துகொள்வோர் பெரும்பாலும் ஒரே வயதினராகவே உள்ளனர். வயது வேறுபாடு உடையவர்களிடையே இத்தகைய பகிர்தல் இல்லை. ஆசிரியர், மாணவர் இடையே இத்தகைய பகிர்தலுக்கான சாத்தியத்தை நம் சூழல் கொண்டிருக்கவில்லை. தலைமுறை சார்ந்த இத்தகைய இடைவெளியும் ஆசிரியர் ஒழுக்கம் கொண்டவர் என்னும் பார்வையின் தாக்கமும் அப்பாடலுக்குப் பொருள் சொல்வதில் உ.வே.சாவைத் தயக்கம் கொள்ளச் செய்திருக்கலாம்.

நாடு விடுதலை பெற்ற பின் கல்வி வாய்ப்புப் பெருகியதும் பெண்கள் கல்விக்கூடங்களை நோக்கிப் பரவலாக வரத் தொடங்கியதும் நிகழ்ந்தன. பெண்கள் தொடர்பாகவே நமது பண்பாட்டுக் கூறுகள் வலியுறுத்தப்படுவதால் பாடத்திட்டம் இன்னும் இறுகியது. 'பாடம் சொல்லத்தகாத பாடல்கள்' பாடத்திட்டத்தில் வைக்கப்படாமலே தவிர்க்கப்படும் நிலை ஏற்பட்டது அப்படியே வைத்தாலும் திருத்தங்களும் விலக்குதலும் நேர்ந்தன. காளமேகப் புலவர் பாடல் ஒன்று பள்ளிப் பாடநூலில் ஏதாவது ஒரு வகுப்பில் இன்றுவரை தொடர்ந்து இருந்துவருகிறது. தவிர்க்க இயலாத புலவராக அவர் உள்ளார். பெரும்பாலும் சிலேடைப் பாடலுக்கு உதாரணமாக அவர் பாடல் இடம்பெறும். நகைச்சுவைப் பாடலுக்காக வேண்டியும் அவர் பாடலை வைப்பதுண்டு. ஆனால் அவரது பல பாடல்கள் பாடநூலில் இடம்பெறும்போது பிரச்சினைக்குரியதாகி விடுகின்றன. அப்படி ஒரு பாடல்:

> காரென்று பேர்படைத்தாய் ககனத் துறும்போது
> நீரென்று பேர்படைத்தாய் நெடுந்தரையில் வந்ததற்பின்
> வாரொன்று மென்முலையார் ஆய்ச்சியர்கை வந்ததற்பின்
> மோரென்று பேர்படைத்தாய் முப்பேரும் பெற்றாயே.

ஆய்ச்சியர் விற்கும் மோர் வெறும் நீராக இருந்தது என்பதைக் கேலி செய்து பாடும் பாடல் இது. 'வானத்தில் இருக்கும்போது கார் (மேகம்) என்று பெயர். பூமிக்கு வந்ததும் நீரென்று பெயர். கச்சோடு பொருந்திய முலைகளைக் கொண்ட ஆய்ச்சியர் கைக்கு வந்ததும் மோர் என்று பெயர். முப்பேரும் இப்படி யாருக்குக் கிடைக்கும்?' என்கிறது பாடல்.

இப்பாடல் அவ்வப்போது பாடநூலில் இடம்பெறுவதுண்டு. ஒரே ஒரு சொல்தான் சிக்கல். இதில் 'முலை' வருகிறது. நமது இலக்கியத்தில் பல இடங்களில் சாதாரணமாகப் பயன்படுத்தப் படும் சொல்தான் 'முலை.' ஆனால் இன்று அது ஆபாசமான சொல்லாகிவிட்டது. இச்சொல்லைப் படித்தால் மாணவர்கள் கெட்டுப்போய்விட வாய்ப்பிருக்கிறது. மேலும் இதனை வகுப்பில் படித்து எப்படி ஆசிரியரால் பொருள் சொல்ல முடியும்? பெண்பிள்ளைகள் கணிசமாக இருக்கும் வகுப்பில் 'கச்சுகளோடு பொருந்தியிருக்கும் மென்மையான முலையைக் கொண்ட ஆய்ச்சியர்' என்னும் விளக்கத்தைச் சொல்ல முடியுமா? சொன்னால் பிள்ளைகளே தம் பெற்றோரிடம் 'இந்த ஆசிரியர் வகுப்பில் கெட்ட வார்த்தை பேசுகிறார்' என்று சொல்லிவிடுவார்களே. அதன்பின் ஆசிரியரின் கதி? இந்தச் சிக்கலெல்லாம் எதற்கு? ஆகவே பாடநூலிலேயே சொல்லை மாற்றிவிடும் வேலை நடந்து வருகிறது.

வாரொன்று மென்மயில்நேர் ஆய்ச்சியர்கை வந்ததற்பின்

என அவ்வடி மாற்றப்பட்டுள்ளது. 'மென் முலையார்' என்பது சீரும் தளையும் சிதையாமல் 'மென்மயில்நேர்' என்றாகிவிட்டது. வார் என்பது முலைக்கச்சைக் குறிக்கும். அது எப்படி மயிலுக்குப் பொருந்தும் என்று தெரியவில்லை. மயிலுக்குப் போர்வை கொடுத்த மரபல்லவா நமது. ஆகவே நிர்வாணமாக இருக்கும் மயிலுக்கு ஆடையைப் போர்த்தி ஆசிரியர் பொருள் சொல்லலாம். இப்படி எதையாவது இட்டுக்கட்டிப் பொருள் சொல்லிவிட வேண்டியது ஆசிரியரின் கடமை. பாடத்திட்டக் குழுவைச் சேர்ந்த ஆசிரியர் ஒருவரே இத்தகைய மாற்றத்தை எளிதாகச் செய்துவிடுகிறார். பாடத்திட்டமும் ஒழுக்கப் பார்வை யும் வாரோடு ஒன்றிய முலை போலப் பொருந்தி இவ்விதம் செய்திருக்கும் சேட்டைகள் பல.

பயன்பட்ட நூல்கள்

1. ஈரோடு தமிழன்பன், தனிப்பாடல் திரட்டு ஓர் ஆய்வு, 2003, பூம்புகார் பதிப்பகம், சென்னை.

2. ம.வே.பசுபதி முதலியோர் (ப.ஆ.), டாக்டர் உ.வே.சா. அவர்களின் உரைநடை நூல்கள் (இரண்டாம் தொகுதி), 2005, டாக்டர் உ.வே.சா. நூல் நிலையம், சென்னை.

3. வ.வேணுகோபாலன் (ப.ஆ.), பிரபோத சந்திரோதயம், 1998, சரசுவதி மகால் நூல்நிலையச் சங்கம், தஞ்சாவூர்.

ooo

மாடு தின்பான் பார்ப்பான்

இதற்கு முந்தைய கட்டுரையில் எழுதியிருந்த சில விஷயங்கள் குறித்துக் கருத்துத் தெரிவித்திருந்த 'இராமசாமி ரெங்கசாமி நடேசு'வுக்கும் (மூன்று பேர் சேர்ந்து எழுதியா, முப்பெயரை ஒற்றையாகக் கொண்டவரா தெரியவில்லை.) லாவண்யாவுக்கும் நன்றி. நடேசு மிகச் சிறப்பாகச் சில கருத்துக்களை எழுதியுள்ளார். ஒழுத்தல் என்பது வட்டார வழக்கில் இருக்கும் செய்தி எனக்குப் புதிது. சொல்லாய்வு களுக்கு வட்டார வழக்கு பெரிதும் உதவும் என்பதற்கு இச்சொல் சான்று. ஒழு என்னும் வினையடியிலிருந்து ஓழ் என்னும் முதனிலை திரிந்த தொழிற்பெயர் உண்டாகியிருக்கக்கூடும். ஒழுவிலிருந்து ஒழுகு வந்திருக்கலாம். புணர்ச்சி ஆணின் செயல்பாடாகவே மொழியில் பதிவாகி யிருக்கும் போல. ஒழுக்குதலைச் செய்பவன் ஆண் ஆகையால் ஓழ் என்பது அச்செயலைக் குறித்து வந்திருக்கலாம். அதிலிருந்து ஒழுக்கம் முதலியவற்றிற்கு அவர் செல்வதும் மிகப் பொருத்தமாகத் தோன்றுகின்றது. ஆண் பெண் உறவு தொடர்பாகவே இன்றைக்கு வரைக்கும் ஒழுக்கக் கோட்பாடுகள் செயல்படுகின்றன என்பது உண்மை. அ + காளை = அக்காளை என அவர் எழுதியிருப்பதும் சரி. அம் + காளை = அக்காளை என வராதுதான். அம் + காளை = அங்காளை என்றே ஆகும். இவ்விதம் நண்பர்கள் தாங்கள் அறிந்த செய்திகளையும் பதிவு செய்தால் இத்தொடர் இன்னும் சிறப்புப் பெறும் என நினைக்கிறேன்.

உ.வே.சாமிநாதையருக்கு அல்குல் தொடர்பான பாடலுக்குப் பொருள் சொல்ல மனத்தடை இருந்திருக்கிறது. ஆனால் அவர் காலத்தில் சொல்லும் பொருளும் எப்படியிருந்தாலும் பாடத்திட்டத்தில் வைக்கப்படும்போது எந்தப் பாடலையும் நீக்கவில்லை. அவர் பயின்ற குருகுலக்கல்வி முறையில் இத்தகைய பாடலுக்குப் பொருள் சொல்வதில் தயக்கம் ஒன்றும் இருந்திருக்காது. வகுப்பறைக் கல்விமுறை வந்த காலத்துக் கல்லூரி ஆசிரியராக இருந்த உ.வே.சாவுக்கு மனத்தடை. நவீனக் கல்விக்கும் இத்தகைய மனத்தடைக்கும் தொடர்பிருக்கிறது. இந்த மனத்தடை இருபதாம் நூற்றாண்டில் எல்லாத் தரப்புக்கும் நீக்கமறப் பரவி வளர்ச்சி பெற்றுள்ளது. ஆகவே பாடத்திட்டம் காரணமாகப் பதிப்புகளிலும் நீக்கங்கள் நேர்ந்துள்ளன.

பல்கலைக்கழகங்கள் செய்யுள் திரட்டு என்னும் தொகுப்பு நூல்களை மாணவர்களுக்காக வெளியிடுகின்றன. பல்வேறு பழந்தமிழ் இலக்கியங்களிலிருந்து குறிப்பிட்ட பகுதிகளைத் தேர்ந்தெடுத்துத் தொகுக்கப்படும் இந்த நூல்களை மட்டும் எடுத்து ஆய்வு செய்தால் சுவாரசியமான விஷயங்கள் கிடைக்கும். முலை, அல்குல் ஆகிய சொற்கள் வந்துவிட்டால் போதும். உடனே அந்தப் பாடலைத் தயவு தாட்சண்யமின்றி நீக்கிவிடுவார்கள். அப்பாடல் கதைப்போக்கிற்கு எந்த அளவு முக்கியமானது, அதை நீக்கிவிட்டால் கதை தொடர்ச்சி வருமா என்பதைப் பற்றி ஒரு கவலையும் இல்லை. ஒரு நூலிலிருந்து குறிப்பிட்ட பகுதியைத் தேர்வு செய்வதற்கு ஏதாவது வரையறை உள்ளதா, பாடத்திட்டம் மாற்றப்படும்போது ஏற்கனவே உள்ள பகுதியை மாற்றி வேறொரு பகுதி தேர்ந்தெடுக்கப்படக் காரணம் என்ன, சாதி, மதம் உள்ளிட்டவற்றிற்கும் பாடத்திட்டப் பகுதிகளுக்கும் தொடர்புகள் உள்ளனவா, பாடநூலில் கொடுக்கப்படும் முன் பின்குறிப்புகள் எழுதப்பட்டிருக்கும் முறை எப்படிப்பட்டது உள்ளிட்ட பல கேள்விகளுக்கான பதில்கள் சுவையானவை. எனினும் நம் கல்விமுறை பற்றிய ஆழ்ந்த வருத்தங்களை உருவாக்குபவை.

மாணவர்களுக்குக் குறைந்தபட்ச மன எழுச்சியைக்கூடத் தராத இந்தப் பாடத்திட்டங்கள் சமூக மனத்தில் உருவாக்கி யிருக்கும் பாதிப்புகள் விரிவானவை. எல்லாவற்றையும் தேர்வுக் கண்ணோட்டத்துடன் படித்துப் புறந்தள்ளும் மனப்பான்மையும் எதைப் படித்தாலும் அதனால் சிறிதும் பாதிக்கப்படாத விட்டேத்தித் தனமும் பாடத்திட்ட நச்சு துளித்துளியாகச் சேர்ந்து செய்திருக்கும் வேலை. மாணவர்களுக்கு ஒரு கண்ணோட்டத்தை உருவாக்க முயலாமல் மந்தைக்குள் தலை முட்டிச் செல்லும் செம்மறி ஆடுகளாக மட்டுமே வைத்திருக்கும்

நோக்கத் தயாரிக்கப்படுபவை பாடத்திட்டங்கள். சமூக ஒழுக்கம் என்று வைத்திருப்பவற்றை எந்தக் கேள்விக்கும் உட்படுத்தாமல் அவற்றைப் பற்றி எதார்த்தம் மீறிய வலியுறுத்தலைச் செய்யும் இவற்றால் மாணவர்களை ஈர்க்க முடிவதேயில்லை. ஏட்டுச் சுரைக்காய் இது என்பது சிறு குழந்தைகளுக்கே தெரிந்திருக்கிறது. ஆனாலும் பாடத்திட்டம் பொய் விழுமியங்களைப் பேணும் பாவனை கொண்டு தொடர்கிறது. அந்தப் பாவனையின் வெளிப்பாடுதான் சில இலக்கியப் பகுதிகளை நீக்கும் செயல்.

இந்த நீக்கலுக்குத் தொடர்ந்து உட்படும் நூல் சீவக சிந்தாமணி. மணநூல் என்று போற்றப்படும் இந்நூலில் முலை, அல்குல் என்னும் சொற்கள் மட்டுமல்ல, புணர்ச்சி தொடர்பான வருணனைகளும் விரிவாக வரும். ஆகவே நீக்கங்களும் மிகுதி. நீக்கம் என்று சொல்வதைவிட இச்செயலை 'இடையுருவல்' என்று சொல்லலாம். பழந்தமிழ் இலக்கியங்களைப் பயின்ற புலவர்கள் தம் கைவண்ணத்தைக் காட்டும் விதத்தில் சில பாடல்களை எழுதிச் சேர்த்துவிடுதல் அக்கால வழக்கம். அதனை இடைச்செருகல் என்பார்கள். சுவடிகள் கையெழுத்துப் பிரதிகளாக இருந்தமையால் இடைச்செருகல் எளிதாக இருந்தது. பிரதியை வைத்திருக்கும் அல்லது வாசிக்கும் யாரும் இடைச்செருகலைச் செய்துவிடலாம். இன்றைய அச்சுப் பிரதிகளில் இடைச்செருகலை யார் வேண்டுமானாலும் செய்ய முடியாது. ஆனால் அச்சு நூலில் இடையுருவலைச் செய்வதற்கு மிகுந்த வாய்ப்பு உண்டு. இதனை நன்றாகப் பயன்படுத்திக் கொண்டிருப்பவை பாடநூல்களும் பாடத்திட்ட நோக்கிலும் கல்வி நிறுவன விற்பனை வாய்ப்புகளைப் பயன்படுத்திக் கொள்ளும் எண்ணத்திலும் அச்சிடப்படும் நூல்களும் ஆகும்.

பெருநூலின் ஒரு பகுதியைத் தேர்ந்தெடுப்பதும் பாடல் எண்ணிக்கையைத் தீர்மானிப்பதும் பாடத்திட்டக் குழுதான். அப்படித் தேர்ந்தெடுக்கப்பட்ட பகுதியைப் பல்கலைக் கழகங்களே அச்சிட்டு வழங்குகின்றன. பாடத்திட்டக் குழுக்களில் இடம்பெறுபவர்கள் பெரும்பாலும் ஐம்பது வயதைக் கடந்தவர்களாகவே இருக்கின்றனர். சமூகத்தில் நேர்ந்திருக்கும் மாற்றங்கள் பற்றி அவர்களுக்கு எந்த உணர்வும் இருப்பதில்லை. வாழ்க்கை நகர்ந்திருக்கிறது என்றறியாத மூளைகள் சமகாலத் தலைமுறைக்கு உகந்த பாடநூல்களை எப்படித் தயாரிப்பார்கள்? இளைய தலைமுறையைப் பாவங்களிலிருந்து காத்து ரட்சிக்கும் எல்லாக் கடமைகளும் தங்கள் தலைமீதே சுமத்தப்பட்டிருப்பதாகக் கருதும் இவர்கள் எந்த உறுத்தலுமற்றுச் சாதாரணமாக இடையுருவல் வேலையைச் செய்கிறார்கள். பாடத்திட்ட நோக்கில் விற்பனைக்காக வெளியிடப்படும் நூல்களிலும் இத்தகைய போக்கைக் காணலாம்.

தமிழ் இலக்கியக் கல்வியில் இன்றும் புலியூர்க் கேசிகன் உரை எழுதிய நூல்களுக்குத் தனியிடம் உள்ளது. சைவ சித்தாந்த நூற்பதிப்புக் கழக வெளியீடுகளுக்குப் போட்டியாகத் திகழ்ந்தவை புலியூர்க் கேசிகன் உரைநூல்கள். இவற்றைத் தொட்டால் பாவம் என்ற கருத்துக் கொண்டிருந்த தலைமுறையினர் உண்டு. அஞ்சல் வழிக் கல்வி வகுப்புகள் நடக்கும் இடங்களில் இன்று விற்பனை செய்யப்படும் சாணித்தாள் நோட்ஸ்களின் தரத்தில் புலியூர்க் கேசிகன் உரைகளை அன்று வைத்திருந்தனர். ஆனால் புலியூர்க் கேசிகன் சிறந்த உரையாசிரியர் என்பதை மறுக்க முடியாது. இன்று தமிழ்ப் படிக்கும் தலைமுறையினர் புலியூர்க் கேசிகன் உரையைப் படித்துப் புரிந்துகொள்ள இயலவில்லை என்பது ஒன்றே அதற்குப் போதுமான சான்று.

புலியூர்க்கேசிகனின் உரை நூல்கள் அனைத்தும் பாடத்திட்ட நோக்கில் ஆனவையே. ஆகவே அவையல் கிளவி எனக் கருதப்படும் இடங்களில் எல்லாம் மழுப்பலான உரையை எழுதுவதோ அவ்விடங்களைக் கண்டும் காணாதது போலக் கடந்துவிடுவதோ அத்தகைய இடங்களை எந்தச் சலனமும் இன்றி நீக்கிவிடுவதோ அவர் உரைகளில் நேர்ந்திருக்கும். தனிப்பாடல் திரட்டு நூல்களைப் புலியூர்க் கேசிகன் புலவர் அடிப்படையில் பிரித்துக் காளமேகம் தனிப்பாடல்கள், கம்பர் தனிப்பாடல்கள், ஔவையார் தனிப்பாடல்கள் என்னும் தலைப்புகளில் வெளி யிட்டுள்ளார். அந்நூல்களில் புலியூர்க்கேசிகனின் தணிக்கை முறைகளுக்குச் சான்றுகள் உள்ளன. பாடத்திட்ட நோக்கில் தனிப்பாடல்களை வெளியிட்டுள்ள பலரது நூல்களிலும் இத்தகைய தணிக்கையைக் காணலாம்.

தனிப்பாடல் திரட்டு நூல்கள் பத்தொன்பதாம் நூற்றாண்டு முதலே வெளிவரத் தொடங்கியுள்ளன. எனினும் விரிவான முறையில் இரண்டு தொகுதிகளாக 1939இல் வெளியிட்டவர் கா. சுப்பிரமணியபிள்ளை. அத்தொகுதிகளை அடிப்படையாகக் கொண்டே பிற தனிப்பாடல் திரட்டுகள் இன்றுவரை வெளி வந்துகொண்டுள்ளன. அவருடைய உரையையும் பலர் பின்பற்றி யுள்ளனர். அத்தனை முக்கியத்துவம் கொண்ட அந்நூல் தொகுதிகள் கிட்டதட்ட அறுபத்தைந்து ஆண்டுகளுக்குப் பின்னர் 2007ஆம் ஆண்டில் மறுபதிப்பாக வந்துள்ளன. நல்லறப் பதிப்பக வெளியீடு. இவ்வளவு காலம் கழித்துப் பதிப்பாகும் நூல் அப்படியே முழுமையாக நமக்கு கிடைக்கும் என எதிர்பார்த்தால் ஏமாந்து போவோம். இன்று தனிப்பாடல் திரட்டுகளை வாங்குவோரும் அவற்றைப் பயன்படுத்துவோரும் யார்? கல்வி நிறுவனங்களும் அவற்றைச் சார்ந்தோருமே. ஆகவே அவர்களுக்கு ஏற்ற வகையில் பல்வேறு இடையுருவல் வேலையைச் செய்து இப்பதிப்பை வெளியிட்டிருக்கிறார்கள்.

இப்படி ஒரு நூலை வெளியிடுவோர் புதிய சேர்க்கைகளைச் செய்து அவற்றைக் குறிப்பிட்டிருந்தால் சந்தோசப்படலாம். அது இயலவில்லை என்றால் உள்ளது உள்ளபடியே வெளியிட்டிருந்தால் முக்கியமான நூலொன்றை வெகுகாலம் கழித்துப் பதிப்பித்திருக்கிறார்கள் என்று மகிழலாம். ஆனால் இடையுருவல் வேலை செய்திருப்பதை எந்த வகையில் சேர்ப்பது? தமிழ்ப்புலமை உலகத்தைப் பொறுத்தவரை காலம் முன்னோக்கி நகர்வதில்லை. புலவர்கள், கல்விப் புலம் சார்ந்தோர், பதிப்பாளர்கள் எல்லாரும் சேர்ந்து காலத்தைப் பின்னோக்கி இழுத்துச் செல்வதற்கு மிகவும் பிரயாசைப்படுகிறார்கள். ஒரு நூலின் காலத்தைப் பின்னிழுத்துச் சென்று கல்தோன்றி மண் தோன்றாக் காலம் என்று சொல்லிப் பெருமை பேசுவதை நான் குறிப்பிடவில்லை. முந்தைய தலைமுறையினர் ஏற்று அச்சிலும் கொண்டுவந்திருந்த பலவற்றை இப்போது ஒழுக்கப் பார்வை சார்ந்தும் பாடத்திட்ட நோக்கம் சார்ந்தும் நீக்கிப் பதிப்பிப்பதையே காலத்தைப் பின்னிழுத்தல் என்று குறிப்பிடுகிறேன்.

பாடத்திட்டம் மொன்னைத்தனமாக மாற மாற அதற்கேற்ற நூல் வெளியீடுகளும் வணிகம் சார்ந்து தம்மைப் பின்னிழுத்துக் கொள்கின்றன. பழந்தமிழ் இலக்கிய நூல்களைப் பாடத்திட்ட நோக்கு இல்லாமல் இன்று பதிப்பிப்போர் இல்லை என்றே சொல்லிவிடலாம். இன்னும் ஒரு நூற்றாண்டு காலத்திற்கு இத்தகைய போக்குத் தொடரும் என்றால் தமிழ் இலக்கியத்தின் ஜீவனுள்ள பகுதிகள் காணாமல் போய்விடும் வாய்ப்பு மிகுதி. அதற்கு நல்ல ஆதாரம்தான் இந்தத் தனிப்பாடல் திரட்டுத் தொகுதிகள் வெளியீடு.

1939இல் கா.சு.பிள்ளை வெளியிட்டபோது நூலுக்குத் தலைப்பு 'பல வித்துவான்கள் பாடிய தனிப்பாடற்றிரட்டு' என்று கொடுத்திருந்தார். இப்போதைய மறுபதிப்பு 'பல புலவர்கள் இயற்றிய தனிப்பாடல் திரட்டு' என்று பெயர்பெற்றிருக்கிறது. ஒரு நூலை மறுபதிப்பாக வெளியிடும்போது அந்நூல் வெளியான காலம் பற்றிய உணர்வு இல்லாத அவலநிலை. பழைய பதிப்பில் காளமேகப் புலவர் பாடல்கள் 187 இருந்தன. 2007 பதிப்பில் 19 பாடல்கள் நீக்கப்பட்டு 168பாடல்களே உள்ளன. கா.சு.பிள்ளையின் பதிப்பில் உள்ள பாடல்களை நீக்குவதற்கு இப்போதைய பதிப்பாளருக்கு என்ன அதிகாரம் இருக்கிறது? பழைய நூலை அப்படியே வெளியிடாமல் இஷ்டத்திற்கு மாற்றிக்கொள்ள உரிமை தந்தவர் யார்? கா.சு.பிள்ளைக்கு அறிவில்லாமலா அந்தப் பத்தொன்பது பாடல்களைச் சேர்த்திருப்பார்?

நீக்கப்பட்டிருக்கும் பல பாடல்களில் என்ன குறை என்று பார்த்தால் அவை புணர்ச்சி பற்றியும் ஆண், பெண் உறுப்புகள் பற்றியும் வெளிப்படையாகப் பேசுகின்றன என்பதுதான். அப்பாடல்களைத் தம்பதிப்பில் சேர்த்து உரையும் எழுதியிருந்த கா.சு. பிள்ளை தம் உரையில்கூட எதையும் மறைக்கவில்லை. காளமேகப் புலவர் எழுதிய பாடல் ஒன்று:

ஆண்டிக் குயவா அடாஉன்பெண் டாட்டிதனைத்
தோண்டிஒன்று கேட்டேன் துரத்தினாள் – வேண்டியிரு
கைக்கரகம் கேட்டேன்நான் காலதனைத் தூக்கியே
சக்கரத்தைக் காட்டினாள் தான்.

இப்பாடலுக்குப் பொருள் எழுதிவிட்டு அதற்குக் கீழே அவர் குறிப்பு ஒன்றைத் தருகிறார். அது:

தோண்டி என்பதற்குத் தோண்டப்படும் இடம் என்று பொருள் கொண்டு அல்குலென்பதை அது குறிக்குமென்றும் கைக்கரகம் என்பதற்குக் கையினால் பிடிக்கப்படும் கலசம் போன்ற தனங்களென்றும் காலைத் தூக்கிச் சக்கரத்தைக் காட்டி னாள் என்பதற்குக் காலைத் தூக்கி அல்குலைக் காட்டினாள் என்றும் இழிவு பொருள் கூறுவாரும் உண்டு. *(ப. 139)*

இப்போதைய பதிப்பில் இந்தப் பாடலும் இல்லை, உரைக் குறிப்பும் இல்லை. பரத்தையருக்குச் சிலேடையாக வரும் பாடல்கள் அனைத்தும் நீக்கப்பட்டுவிட்டன. கட்டித் தழுவுதல், பாரத் தலைவிரிக்கும், கொள்ளுகையாற், ஓட்டம் கடியதால், பலகையிடும் முள்ளே, இட்டிட்டு வாங்குதலால் ஆகிய முதற்குறிப்பை உடைய சிலேடைப் பாடல்கள் புணர்ச்சிச் செயலைத் தெளிவாகக் கூறுவன. அக்காரணத்தால் அவை நீக்கப்பட்டுள்ளன.

வெள்ளையன் ஏறும் விமலர் அடிபணியும்
பிள்ளையான் வாழும் பெருந்தெருவில் – வள்ளை
இலைக்கறிவிற் பாள்மருங்குல் இற்றுவிடும் என்று
முலைக்கறிவிப் பாரிலையே முன்.

என்னும் பாடலும் நீக்கப்பட்டுள்ளது. இதில் முலை என்னும் சொல் வருவதுதான் காரணம் போலும். வள்ளைக் கீரை விற்கும் ஒரு பெண்ணின் முலைகள் பெருத்தும் இடை சிறுத்தும் இருப்பதைப் 'பாரம் தாங்காமல் இடை ஒடிந்துவிடும் என்பதை முலைக்குச் சொல்வார் இல்லையே' என்று காளமேகம் பாடுகின்றார். இதை நீக்குவதன் மூலமாக என்ன நன்மை விளைந்துவிடும் என்பது தெரியவில்லை. இப்போதைய தலைமுறையினர் முலை என்னும் சொல்லைத் தெரிந்து கொள்ளக்கூடாது என்பது நோக்கமா?

‘முலைகள்’ என்னும் தலைப்பிலேயே இன்று கவிதைத் தொகுதி ஒன்று வந்திருப்பது இந்தப் பண்டிதர்களுக்குத் தெரியுமா? இல்லை, முலை என்னும் உறுப்பையே அறிந்துகொள்ளக் கூடாது என்று நினைக்கிறார்களா? அப்படியானால் இவர்கள் மனித சமூகத்திற்கே எதிரானவர்கள் என்பது வெளிப்படை.

அதேபோல் கலைச்சி என்னும் தாசியை இகழ்ந்து காளமேகம் பாடிய பாடலும் நீக்கப்பட்டிருக்கிறது. அப்பாடல்:

ஏய்ந்த தனங்கள் இரண்டுமிரு பாகற்காய்
வாய்ந்தஇடை செக்குலக்கை மாத்திரமே – தேய்ந்தகுழல்
முக்கலச்சிக் கும்பிடிக்கும் மூதேவி யாள்கமலைக்
குக்கலிச்சிக் கும்கலைச்சிக் கு.

கலைச்சியின் முலைகள் இரண்டும் பாகற்காயாம். இடை செக்குலக்கையாம். தேய்ந்த கூந்தலாம். சிக்குப் பிடித்திருக்கிறதாம். அவள் மூதேவி போன்றவளாம். அவளைப் புணர நாய்தான் விரும்புமாம். இப்படி ஒரு பெண்ணை இகழும் பாடல் நீக்கப் பட்டுவிட்டது.

கலைச்சியைப் புகழ்ந்து எழுதிய பாடல் ஒன்றும் உண்டு. ‘நஞ்சு குடிகொண்ட கணை’ என்று தொடங்கும் அப்பாடலில் ‘முலைச்சிகரம்’ எனக் குறிப்பிடுகின்றார். கலைச்சி தன் முலைகளால் அழுத்திக் கைகளால் அணைத்து முத்தமிடுகின்றாளாம். அப்படி அவளோடு சேர்ந்திருக்கும் போது மன்மதன் அம்புகள் பாயுமா என்று கேட்கிறார். அப்பாடலும் நீக்கப்பட்டுவிட்டது. பாடல்:

நஞ்சுகுடி கொண்டகணை நாலும் தெரிந்துமதன்
இஞ்சிகுடி தன்னிலும்வந்து எய்வானோ – விஞ்சு
முலைச்சிகரத் தாலமுத்தி முத்தமிட்டுச் சற்றே
கலைச்சிகரத் தாலணைத்தக் கால்.

வாழ்த்த திருநாகை வாகான தேவடியாள், வாலி மடிந்ததுவும், ஏமிராவோரி என்பாள், இந்து முடிகும் சடையாள், ஆராயும் முத்தமிழ் ஆற்றூரில் ஆகிய தொடக்கத்தை உடைய பாடல்களையும் இப்பதிப்பில் காணவில்லை. இவை நீக்கப்பட்ட காரணம் முலை உள்ளிட்ட சொற்கள் வெளிப்படையாகப் பயன் படுத்தப்பட்டிருக்கின்றன என்பது. மேலும் இவையெல்லாம் தாசியரைப் பற்றிய பாடல்கள் என்பதும் முக்கியம். பெண்களின் உறுப்புப் பெயர்களை இன்றைய மக்கள் தெரிந்துக்கொள்ளக் கூடாது, தாசியரைப் பற்றி ஆபாசமாகப் பாடுவதைப் படித்தால் கெட்டுப் போய்விடுவார்கள் ஆகிய நல்லெண்ணம் காரணமாக இவற்றை நீக்கிவிட்டார்கள் போலும்.

இலக்கியத்திற்கும் காலத்திற்கும் உள்ள உறவு பற்றிய அறியாமை, பதிப்பு தொடர்பான உணர்வின்மை ஆகிய பண்புகள் பெற்ற பதிப்பக உரிமையாளர்கள் இத்தகைய நல்ல காரியத்தில் இறங்கினால் என்ன கதியாகும் என்பதற்கு இது சான்று. காளமேகப் புலவர் காலத்தில் பெண்களின் நிலைமை குறிப்பாகத் தாசியரின் நிலை எவ்விதம் இருந்தது என்பதையும் அவர்களைப் பற்றிய பொதுமனக் கருத்து எப்படிப்பட்டது என்பதையும் அறியவும் இத்தகைய பாடல்கள் முக்கிய ஆதாரங்களாகும். தமிழ்ச் சமூகம் 'ஒருவனுக்கு ஒருத்தி' என்னும் பண்பாடு கொண்டது எனக் கட்டமைக்கப்பட்டுள்ள பொய்மையை அம்பலப்படுத்தவும் நம் சமூக வரலாற்றைப் பல கோணங்களில் கண்டறியவும் இவை சான்று மூலங்களாக விளங்குகின்றன. இவற்றை நீக்கிவிடுதல் ஆதார அழிப்பாகும்.

வேறு சில பாடல்களை நீக்கியதற்குக் காரணம் சாதி. சாதிப் பெயர்கள் வரும் பாடல்களை இடையுருவல் செய்திருக்கிறார்கள். ஒவ்வொரு சாதிக்கும் உரிய தொழில்களை வரிசைப்படுத்தும் பாடல் ஒன்றைக் காளமேகம் எழுதியுள்ளார். அப்பாடலில் காளமேகம் செய்திருக்கும் சிறுகுறும்பு பல வகைச் சிந்தனைகளைத் தருவதாகும். அப்பாடல்:

மாடுதின்பான் பார்ப்பான் மறையோது வான்குயவன்
கூடிமிக மண்பிசைவான் கொல்லனே – தேடி
இரும்படிப்பான் செக்கான்எண் ணெய்விற்பான் வண்ணான்
பரும்புடவை தப்பும் பறை.

ஒவ்வொரு சாதிக்கும் உரிய தொழில்கள் என இச்சமூகம் விதித்து வைத்திருக்கும் முறையை அப்படியே மாற்றிப் பார்ப்பதுதான் காளமேகம் செய்திருக்கும் குறும்பு. 'மாடு தின்பான் பார்ப்பான்' என்றிருந்தால் எப்படியிருக்கும்? குயவன் மறையோதவும் கொல்லன் மண் பிசையவும் செக்கான் இரும்படிக்கவும் வண்ணான் எண்ணெய் விற்கவும் பறையன் துணி துவைக்கவும் இருப்பின் இந்தச் சமூகம் என்னவாகிவிடும்? தொழிலை மாற்றிக் கற்பனை செய்ய வாகான பாடல் இது. எந்த சூழலில் இந்தப் பாடலைக் காளமேகம் எழுதினார் என்பது தெரியவில்லை. ஆனால் எழுதப்பட்ட காலத்திலேயே இப்பாடல் பெரும் அதிர்வை உண்டாக்கியிருக்கும் என்பதில் ஐயமில்லை. சாதிக்குரிய தொழில் மாற்றத்தை இன்றைக்கும்கூட நம் சமூகம் அங்கீகரிக்கத் தயாரில்லை. பார்ப்பனர்கள் மந்திரம் ஓதுவதை இன்றைக்கும் காண்கிறோம். வேறு யாராவது அதற்குள் நுழைந்துவிட முடியுமா? நீதிமன்றம், வழக்கு என்று போனாலும் ஒன்றும் நடக்கவில்லை. வேளாண்மை வேளாளர்களிடமும் சிரைத்தல் நாவிதர்களிடமும் வெளுத்தல்

கெட்ட வார்த்தை பேசுவோம் 133

வண்ணார்களிடமும்தான் இன்னமும் இருக்கின்றன. ஆனால் அதை மாற்றிப் பார்க்கும் காளமேகத்தின் விருப்பம் இப்பாடலில் வெளிப்படுகிறது.

ஒவ்வொரு சாதிக்குமான அடையாளம் அச்சாதியினர் செய்யும் தொழிலில் இருக்கிறது. ஆனால் பறையர் சாதிக்கு மட்டும் தொழிலில் இல்லாமல் உணவுப் பழக்கத்தில் இருக்கிறது. மாடு தின்னல் என்னும் அடையாளம் தொழில் சார்ந்ததல்ல. உணவுப் பழக்கம் சார்ந்தது. மறையோதுதல், மண்பிசைதல், இரும்படித்தல், எண்ணெய் விற்றல், துணி துவைத்தல் ஆகியவை போன்ற அடையாளத்தைத் தராமல் 'மாடு தின்னல்' என்னும் உணவுப் பழக்கத்தை ஒரு சாதிக்கு மட்டும் அடையாளமாக்குதலின் காரணம் என்ன? மாட்டைத் தெய்வமாக வழிபடும் பார்ப்பனருக்கு எதிராக மாடு தின்னும் பறையரை நிறுத்தி 'மாடுதின்பான் பார்ப்பான்' என்று சொல்வதன் மூலம் அதிர்ச்சியை உண்டாக்குதல் காளமேகத்தின் நோக்கமா? 'பறையடிப்பான் பார்ப்பான்' என்பதை விடவும் 'மாடு தின்பான் பார்ப்பான்' என்பது அதிர்ச்சி தரும் விஷயமாகவே இருந்திருக்கும். இந்தப் பாடல் இத்தனை காலம் தொடர்ந்து வந்தது எப்படி? இப்படிப்பட்ட பாடல்களை அழித்துவிடுதல், மறைத்துவிடுதல் என எல்லாம் நடக்கும். ஆனால் இப்பாடலைக் காப்பாற்றி வந்திருப்பது தமிழ் இலக்கண மரபுதான்.

இலக்கணத்தில் பொருள்கோள் என்றொரு பகுதி உண்டு. செய்யுளைப் பொருள்கொள்ளும் முறை பற்றியது. செய்யுளில் எதுகை மோனை உள்ளிட்ட தொடை நயங்களுக்காகச் சொற்கள் முறை மாறி அமைவது இயல்பு. முறை மாறிய சொற்களை இயைத்துப் பொருள் கொள்ள வேண்டும். திருக்குறளில் முதல் குறளாகிய 'அகர முதல எழுத்தெல்லா மாதி பகவன் முதற்றே உலகு' என்பதில் 'எழுத்தெல்லாம் அகர முதல' என்று முதல் தொடரை மாற்றினால் பொருள் கொள்வது எளிது. அகர, பகவன் என முதற் சீருக்கும் நான்காம் சீருக்கும் எதுகை அமைய வேண்டும் என்பதற்காகத் திருவள்ளுவர் 'அகர முதல எழுத்தெல்லாம்' என மாற்றியுள்ளார். இத்தகைய மாற்றங்களை வகைப்படுத்தி விளக்குவதுதான் பொருள்கோள்.

பொருள்கோளின் ஒருவகை 'பூட்டுவில் பொருள்கோள்' என்பதாகும். வில்லின் முதலையும் முடிவையும் இணைத்து நிற்கும் நாணின் இயல்பைக் கொண்டது இப்பொருள்கோள். செய்யுளின் முதற் சொல்லையும் கடைசிச் சொல்லையும் இணைத்தால் பொருள் பொருந்திவரும். இதற்கு வழக்கமாகக் காட்டப்படும் உதாரண முத்தொள்ளாயிரச் செய்யுள் ஒன்று:

திறந்திடுமின் தீயவை பிறகாண்டும் மாதர்
இறந்துபடின் பெரிதாம் ஏதம் – உறந்தையர்கோன்
தண்ணார மார்பின் தமிழர் பெருமானைக்
கண்ணாரக் காணக் கதவு.

சோழமன்னன் உலாப் போகும்போது அவனைப் பார்ப்பதற்காகப் பருவப் பெண்கள் ஆவலாக இருக்கிறார்கள். அவனைப் பார்க்கக்கூடாது என்று தாய்மார்கள் கதவைத் தாழிட்டு வைத்திருக்கிறார்கள். அவனைக் காண முடியாவிட்டால் அந்தப் பெண்கள் ஏக்கம் மீறி இறந்துபோகப் பெரிதும் வாய்ப்பிருக்கிறது. அப்படிப் பல பெண்கள் இறந்துபோனால் பெரும் பிரச்சினை ஆகிவிடும். ஆகவே தாய்மார்களே சோழ மன்னனைக் கண்ணாரக் காணக் கதவைத் திறவுங்கள் என்று சொல்வது இப்பாடல்.

இச்செய்யுளின் கடைசிச் சொல்லை முதலில் கொண்டு வந்து 'கதவு திறந்திடுமின்' என்று இணைத்தால் பொருள் பொருத்தம் வந்துவிடும். இவ்வகைப் பொருள்கோள் உத்தியைத்தான் காளமேகம் 'மாடு தின்பான் பார்ப்பான்' என்னும் செய்யுளுக்குப் பயன்படுத்துகின்றார். செய்யுளின் கடைசிச் சொல்லாகிய 'பறை' என்பதைத் தொடக்கத்திற்குக் கொண்டு வந்து இணைத்தால் 'பறை மாடுதின்பான், பார்ப்பான் மறை யோதுவான், குயவன் கூடிமிக மண்பிசைவான், கொல்லன் தேடி இரும்படிப்பான், செக்கான் எண்ணெய் விற்பான், வண்ணான் பரும்புடவை தப்பும், என்று பொருள் வரும். அதாவது அந்தந்தச் சாதிக்குரிய தொழில்கள் பொருந்திவிடும்.

காளமேகத்தைப் பொறுத்தவரை எல்லாவற்றையும் மீறுவது அவர் இயல்பு. அதேசமயம் மரபைப் பழுதறக் கற்றவர். தன் மீறல்களுக்கெல்லாம் மரபு சார்ந்து ஒரு சமாதானத்தையும் பாடல்களில் வைத்துவிடுவார். பூட்டுவில் பொருள்கோளுக்கு நூல்களில் சான்றாகக் காட்டப்படும் 'திறந்திடுமின் தீயவை' என்னும் பாடலுக்குச் சரியாகப் பொருள் காண வேண்டுமென்றால் கதவைக் கொண்டு வந்து திறந்திடுமின் என்பதோடு இணைத்தே ஆக வேண்டும். இல்லாவிட்டால் பாடலுக்குப் பொருள் வராது. ஆனால் அந்த உத்தியைப் பயன்படுத்தியுள்ள காளமேகத்தின் பாடல் அப்படியல்ல.

கடைசிச் சொல்லாகிய 'பறை' என்பதைத் தொடக்கத்திற்குக் கொண்டுவந்து 'பறை மாடு தின்பான்' என்று சேர்க்கவில்லை என்றாலும் பாடலுக்குப் பொருள் வரும். அந்தந்தச் சாதிக் குரிய தொழில்களை வரிசைப்படுத்தித் தொகுத்துத் தருவதால் பயன் என்ன? காளமேகத்தின் நோக்கம் அதுவல்ல. சாதிக் குரிய தொழில்களை மாற்றிப் பார்த்தல்தான் அவர் நோக்கம்.

ஆனால் இலக்கணப் பண்டிதர்கள் கேட்டால் 'பூட்டுவில் பொருள்கோளைப் பயன்படுத்திப் பார்' என்று சொல்லிவிடலாம். சமூகத்தின் நடைமுறையைக் கலைத்துப் போடுதலை இப்பாடல் செய்கிறது. முதலில் பாடலை வாசிக்கும் சமூகப் பொதுமனம் கொண்ட யாருக்கும் ஓர் அதிர்ச்சியைக் காளமேகம் தந்துவிடுகிறார். பூட்டுவில் பொருள்கோள் பற்றித் தெரியாதவர்களுக்கு அதிர்ச்சி நிலைக்கும். தெரிந்தவர்கள் பாடலின் கடைசிக்கு வரும்போது சமாதானம் ஆகிவிடுகிறார்கள்.

இப்பாடலைப் பற்றி மருதூர் அரங்கராசன் கீழ்க்கண்டவாறு எழுதியுள்ளார்:

பார்ப்பானுக்கு உரியதல்லாது என்று கருதப்படுகின்ற தன்மை அவனுக்கும் அவனுக்கே உரிய தென்றெண்ணப்படுந் தொழில் குயவனுக்கும் குயவனுக்கு உரிய தொழில் கொல்லனுக்கும் என்றின்னவாறு உண்மைப் பொருளினின்றும் உறழ்ந்த பொருளைப் பெற்று நகைச்சுவையில் மிகுதியும் திளைக்கலாம். (ப. 183)

இந்தப் பாடலில் நகைச்சுவை எங்கிருந்து வருகிறது என்று தெரியவில்லை. சாதிக்குரிய தொழில் மாற்றம் நகைச்சுவையைத் தருவதல்ல. சமூகப் பொதுமனத்தில் அதிர்ச்சியை ஏற்படுத்துவது. ஆனால் பூட்டுவில் பொருள்கோள் இதில் உள்ளது என்றறியும் புலமை மனத்திற்குப் பாடலின் முடிவில் நகைச்சுவை தோன்றலாம். அது புலமை மனத்தை ஏமாற்றும் காளமேகத்தின் தந்திரம்.

இலக்கண மரபுக்குள் நின்று தன் எண்ணத்தைச் சாதித்துக் கொள்ளும் திறன் கொண்டவர் காளமேகம் என்பதற்கு இந்தப் பாடல் சான்று. ஆனால் இப்பாடலை நீக்கியவர்களின் நோக்கம் என்ன? சாதிப்பெயர்கள் பாடலில் இடம்பெறக் கூடாது என்பதுதானா? அப்படியானால் அதே நூலில் சாதிப் பெயரைப் பட்டியலிடும் வகையில் உள்ள மற்றொரு பாடல் நீக்கப்படவில்லையே? அந்தப் பாடல்:

வானியன் பாடிட வண்ணான் சுமக்க வடுகன் செட்டி
சேணியன் போற்றக் கடல்பள்ளி முன்தொழத் தீங்கரும்பைக்
கேணியன் வாழ்த்தக் கருமான் துகில்தனைக் கொண்டணிந்த
வேணியன் ஆனவன் தட்டான் புறப்பட்ட வேடிக்கையே.

இப்பாடலில் ஒன்பது சாதிப்பெயர்கள் இடம் பெற்றுள்ளன. வாணியன், வண்ணான், வடுகன், செட்டி, சேணியன், பள்ளி, கேணியன், கருமான், தட்டான் ஆகியவை. இந்தப் பாடல் கா.சு. பிள்ளையின் முதல் பதிப்பில் உள்ளது. இவை சாதிப் பெயர்கள் எனினும் பொருள் அடிப்படையில் பார்த்தால்

கடவுள்களைக் குறிக்க வருகின்றன. வாணியன் என்றால் கலைவாணியின் கணவனாகிய பிரமன் என்பது போல, வண்ணான் – நந்தி, வடுகன் – வயிரவன், செட்டி – முருகன், சேணி – இந்திரன், பள்ளி – திருமால், கேணியன் – மன்மதன், கருமான் – யானை, தட்டான் – சிவன். இவ்வாறு கடவுள்களைக் குறித்து வருவதாகச் சமத்காரமாகச் சாதிப் பெயர்களைக் காளமேகம் கையாண்டுள்ளார். ஆகவே இப்பாடலை இடையுருவும் எண்ணம் தோன்றவில்லை. ஆனால் 'மாடு தின்பான் பார்ப்பான்' பாடலை இடையுருவல் செய்யக் காரணம் அதில் வருபவை சாதிப் பெயர்கள் மட்டுமல்ல. சாதிகளுக்குரிய தொழில்களைக் கலைத்துப் போடும் கலக விளையாட்டு என்பதுதான்.

பயன்பட்ட நூல்கள்

1. கா. சுப்பிரமணியபிள்ளை (ப.ஆ.), தனிப்பாடல் திரட்டு முதல் தொகுதி, 2007, சென்னை, நல்லறப் பதிப்பகம்.

2. மருதூர் ச. அரங்கராசன், பொருள்கோள், 1979, மருதூர், பாலமுருகன் பதிப்பகம்.

தோப்பை முலையாக்கினான் பிரமன்

கா.சு.பிள்ளையின் தனிப்பாடல் திரட்டை மறுபதிப்பாக வெளியிட்டுள்ள நல்லறப் பதிப்பகம் காளமேகப் புலவரின் பத்தொன்பது பாடல்களை நீக்கியதோடு நிற்கவில்லை. கம்பர் பாடல்கள் நான்கு, ஏகம்பவாணர் பாடல்கள் இரண்டு, அந்தகக்கவி வீரராகவ முதலியார் பாடல் ஒன்று, படிக்காசுத் தம்பிரான் பாடல் ஒன்று, பலபட்டடைச் சொக்கநாதர் பாடல் இரண்டு, காளிமுத்துப் புலவர் பாடல் ஒன்று, கடிகைமுத்துப் புலவர் பாடல் ஒன்று என மேலும் பன்னிரண்டு பாடல்களை நீக்கி யுள்ளது. இப்பாடல்களும் மிகவும் முக்கியத்துவம் வாய்ந்தவை.

முந்தைய தலைமுறையினர் தமக்குப் பிடிக்காத பாடல்கள் என்றபோதும் அவற்றைத் தொகுப்பில் சேர்த்துள்ளனர். அவர்களது விழுமியப் பார்வைக்குப் பொருந்தாத அப்பாடல்களுக்குத் தமக்கேற்ற விதத்தில் வலிந்து பொருள் கூறியும் உள்ளனர். ஒரு வகையில் பாடலைக் காப்பாற்றிக் கொண்டுவந்த அவர்களின் செயல்பாடு போற்றத்தக்கது என்னும் விதத்தில் இன்று நல்லறப் பதிப்பகம் போன்றவற்றின் செயல்பாடுகள் உள்ளன.

நீக்கப்பட்ட கம்பர் பாடல்களில் இரண்டு மிகவும் முக்கியமானவை. கம்பரைப் பற்றி வாய்மொழியாக வழங்கும் கதைகள் பல. அவரை நாடோடியாகவும் பெண் பித்தராகவும் காட்டுவன.

இரண்டுமே கவிச்சக்கரவர்த்திக்கு உரிய பிம்பங்கள்தான். இந்தச் சித்திரத்திற்குப் பொருத்தமான வகையில் அவர் பெயரில் பல தனிப்பாடல்கள் உள்ளன. தாசியரோடு கம்பர் கொண்டிருந்த உறவுகள் பற்றிப் பல கதைகள் உண்டு. பிறன்மனை நயந்து சென்று கையும் களவுமாகக் கம்பர் பிடிபட்டதற்கு இரண்டு பாடல்களே சான்றாக இருக்கின்றன.

பிறன்மனைவியாகிய பெண்ணொருத்தியோடு உறவு கொள்ளக் களவாகச் சென்று அவளோடு இருட்டறையில் இருக்கும்போது அவளது கணவன் வரக் கையும் களவுமாகக் கம்பர் மாட்டிக்கொள்கிறார். அந்தச் சமயத்தில் 'நான் உன் மனைவியைப் புணரவில்லை. அவள் என் தங்கை' என்று சொல்லிக் கெஞ்சி அவனிடமிருந்து தப்பிக்கிறார் கம்பர். தன்னைப் புலவரென வெளிப்படுத்திக்கொள்ள ஒரு பாடலையும் பாடுகிறார். கம்பர் பாடிய தனிப்பாடல்கள் எனக் குறிக்கப்படும் தொகுப்பில் உள்ள பல பாடல்களில் இது மிகவும் வேறுபட்ட தன்மை கொண்டது. பிறன்மனை நோக்காப் பேராண்மை என என்னதான் அறம் கூறினாலும் நடைமுறையில் அது சாத்திய மில்லை என்பதற்கான பழஞ்சான்றாகிய அப்பாடல் வருமாறு:

மய்க்கிணை யான விழிக்கணை
    கொண்டு மருட்டி அழைத்திடலால்
பொய்க்கள வாகப் புகுந்தது
    முண்டு புணர்ந்ததும் இல்லையடா
கய்க்கிசை வான குறுந்தடி
    கொண்டு கழுத்தை நெரிக்கவரும்
கய்க்கள வாஎன் தங்கைய
    டாநின் தாரம டாவிடடா ! (ப. 106)

மை போன்ற கருங்கண்ணாகிய அம்பினால் மயக்கி என்னை அழைத்த காரணத்தால் பொய்க் களவாக அறைக்குள் நான் புகுந்ததும் உண்டு. ஆனால், அவளைப் புணரவில்லை. கையில் குறுந்தடி கொண்டு என் கழுத்தை நெறிக்கவரும் கைக்கோள சாதியைச் சேர்ந்தவனே, உன் மனைவியாகிய அவள் என் தங்கையடா. ஆகவே, என்னை ஒன்றும் செய்யாமல் விட்டு விடடா என்பது இப்பாடற்பொருள்.

அந்தப் பெண்ணின் கணவனிடமிருந்து தப்பிக்கக் கம்பர் செய்த தந்திரமாக இப்பாடல் பொருள் தருகிறது. புலவர் மரபில் இப்பாடலுக்கு அவ்விதமே பொருள் சொல்லியும் வந்துள்ளனர். அவளைப் புணரும்பொருட்டுக் களவாக வீட்டுக்குள் புகுந்ததை ஒத்துக்கொள்ளும் கம்பர் அவளைப் புணரவில்லை என்று சொல்லித் தப்பிக்கிறார். அதுமட்டுமல்லாமல் அவள் தன் தங்கை என்றும் சொல்கிறார். இந்தப் பாடல் கம்பர் பாடியதோ

கம்பரைப் பற்றி வழங்கிவந்த கதையைக் கொண்டு வேறு யாரேனும் பிற்காலப் புலவர் பாடியதோ தெரியவில்லை. ஆனால் இத்தகைய பிறன்மனை நோக்குதல் என்னும் வழக்கம் அக்காலத்தில் இருந்ததற்கு இப்பாடல் சான்றாகிறது. தன்னைக் காதலிக்கும் பெண்ணைத் திரைப்படத்தின் இறுதியில் எம்.ஜி.ஆர். 'நீ என் தங்கை' என்று சொல்ல அவள் உடனே 'அண்ணா' என்று பாசத்தோடு அழைக்கும் எம்.ஜி.ஆர். படக் காட்சி நினைவுக்கு வருகிறது. நம் தானைத் தலைவருக்குக் கம்பர்தான் முன்னோடி போலும்.

இன்று தினத்தந்தி நாளிதழில் கள்ளக் காதல் தொடர்பான பல்வேறு செய்திகள் தினமும் வெளியாகின்றன. மக்கள்தொகைப் பெருக்கமும் ஊடகப் பெருக்கமும் இத்தகைய செய்திகள் பரவக் காரணமாக உள்ளன. ஆனால் இவை இந்தக் காலத்திற்கு மட்டும் உரியவை அல்ல. மனிதன் குடும்பமாக வாழத் தொடங்கிய காலத்திலிருந்தே இத்தகைய முறைபிறழ் உறவுகள் உருவாகத் தொடங்கியிருக்க வேண்டும். வரையறைகள் எப்போதுமே மீறுவதற்கானவை. கட்டுப்பாடுகள் சிதைப்பதற்கானவை. உடைமை மனோபாவம் அதிலிருந்து உடைத்துக் கொண்டு வெளிவரத் தூண்டுவது இயல்பு. ஆகவே மக்கள்தொகை குறைவாக இருந்த காலத்தில் அதற்கேற்ற விதத்தில் முறைபிறழ்வுகளும் இருக்கவே செய்திருக்கும். வள்ளுவர் 'பிறன்மனை நோக்காமை' என ஓர் அதிகாரமே எழுதியுள்ளார். இதை விளக்கும் பொருட்டு எழுந்த கதையாக இராமாயணம் கருதப்படுகிறது. முறை பிறழ்வுகளால் நடைபெறும் பொய், திருட்டு, ஏமாற்று, கொலை எனப் பலவற்றைக் காண்கிறோம். பெரும்பாலான குற்றங்களுக்குப் பின்னணியில் ஏதோ ஒரு பாலியல் விஷயம் இருப்பது சாதாரணமானது.

மனித வேட்கையின் முடிவுறாத ஒன்றாகப் பாலியலே இருக்கிறது. சாதாரணப் பேச்சிலிருந்து செய்திகள், கட்டுரைகள், பேரிலக்கியங்கள் என எல்லாவற்றிலும் பாலியல் அம்சம் நீக்கமற ஊடுருவியுள்ளது. பாலியல் விஷயங்களை அக்கறையோடு அணுகுவதும் விவாதிப்பதும் மிகக் குறைவே. அதனை வணிகத் திற்குப் பயன்படுத்துவதுதான் மிகுதி. பத்திரிகைகள் உள்ளிட்ட ஊடகங்கள் மட்டுமல்ல, சந்தையில் கிடைக்கும் நுகர்வுப் பொருட்கள் யாவும் ஏதோ ஒரு வகையில் பாலியலைப் பயன்படுத்திக் கொள்கின்றன. விளம்பரம், பொருளின் வடிவம், பொருளைப் பொதிந்து வைத்திருக்கும் காகிதம் முதலிய கட்டுமானம், பொருளின் பயன்பாடு என எங்காவது பாலியல் சமாச்சாரம் ஒளிந்திருக்கவே செய்கிறது. அது மட்டுமல்ல, சமூக ஒழுங்கு என்னும் பெயரில் பாலியல் அறங்களை வலியுறுத்தும்

ஊடகங்கள் தமது வணிகத்தின் பொருட்டு நுட்பமாகவும் வெளிப்படையாகவும் அவற்றை மீறிக் கொண்டேயிருக்கின்றன. இன்னும் சொன்னால் முறைபிறழ்வையே தமது வணிகத்திற்கான கச்சாப் பொருளாக அவை பயன்படுத்திக் கொண்டிருக்கின்றன. தம் பார்வையாளர்களை, வாசகர்களை அத்தகைய முறைபிறழ்வை நுகரச் செய்து தம் வணிகத்தை நிறைவேற்றிக் கொள்கின்றன.

நித்யானந்தரின் ஒழுக்க மீறல் பற்றிய பரப்பலை நோக்கமாகக் கொண்டது போலப் பாவனை செய்துகொண்டே அந்தக் காட்சிகளைப் பலநூறு முறை ஒளிபரப்பிய ஊடக வணிகத் தந்திரத்தைச் சமீபத்தில் கண்டோம். பிறர் அந்தரங்கத்தில் நுழைந்து பார்க்கும் ரகசிய ஆசைகள் கொண்ட மனித மனங்கள் உவப்புடன் ரசித்தன. ரஞ்சிதா நடிகை என்பதால் அவர்மீது ஒழுக்கம் சார்ந்த எந்த எதிர்பார்ப்பும் பொதுத்தளத்தில் இல்லை. நடிகை என்பவர் இப்படித்தான் இருப்பார் என்னும் சித்திரம் ஏற்கனவே மனதில் பதிய வைக்கப்பட்டுள்ளது. அதுவும்கூட ஒரு வணிகத் தந்திரம்தான். ஒழுக்கம் அற்றவர் என்னும் சித்திரம் கொண்ட ஒருவரைப் பற்றிப் பலவிதமான கதைகளைத் தொடர்ந்து உருவாக்குவது எளிது. எப்போதும் தீராத கச்சாப் பொருள் மனிதனுக்குச் சலிக்காத விஷயமாகிய பாலியல்தான்.

கம்பர் காலத்திலிருந்தே இத்தகைய முறைபிறழ் உறவுகள் இருந்திருக்கின்றன என்பதற்கு மேற்கண்ட பாடலைச் சான்றாகக் காட்டலாம். 'பொய்க் களவாகப் புகுந்ததும் உண்டு புணர்ந்ததும் இல்லையடா, கைக்களவா என் தங்கையடா நின் தாரமடா விடடா' எனவரும் அடிகளும் இவற்றில் அவள் கணவனை 'டா' போட்டு அழைக்கும் விதமும் இவற்றில் வெளிப்படும் கெஞ்சும் தொனியும் பாடலை வாசிப்போருக்குச் சுவை தருவன. இக்கட்டான சூழலில் மாட்டிக்கொண்ட புலவர் தப்பிப்பதற்கும் தன் புலமையையே பயன்படுத்தியுள்ளார் என்பதும் சுவாரஸ்யமானதுதான்.

இதே சூழலில் அவர் எழுதியதாக இன்னொரு வெண்பா இருக்கிறது. அதுவும் நல்லறப் பதிப்பகம் நீக்கிய பாடல்தான். புலியூர்க் கேசிகன் தொகுப்பில்கூட காணப்படாத அந்தப் பாடல் வருமாறு:

இருளை இருள்விழுங்கி எவ்விடமுந் தோன்றாது
இருவிழியுங் கோல்வழியே செல்ல – வருமெல்லை
வந்ததுண்டு சேர்ந்ததில்லை மாலேயல் லாமலே
அந்தமனை உந்தன்மனை யே. (ப. 107)

'இருளிலே வழி தெரியாமல் தவித்தபோது அப்பெண்ணின் விழிகள் ஒளிர்ந்து வழிகாட்டுகின்ற கைத்தடியாக இருந்தன.

ஆகவே, அவற்றைப் பின்பற்றி அவள் வீட்டுக்கு வந்தேன். ஆனால் அவளைப் புணரவில்லை. இரவிலே வந்துசேர்ந்த அந்த வீடு உன் வீடு. அந்தப் பெண் உன் மனைவி. அவ்வளவுதான்' என்பது இப்பாடல் பொருள்.

கையும் களவுமாகப் பிடிபட்ட சூழலிலிருந்து விடுபட்டபின் அந்நிகழ்ச்சியை எண்ணி நிதானமான தொனியில் பாடியதாக இந்தப் பாடல் தோன்றுகிறது. அப்பெண்ணைப் பின்பற்றி வந்ததற்கான காரணமாகக் கனத்த இருளைச் சொல்கிறார். 'இருளை இருள் விழுங்கி எவ்விடமும் தோன்றாது' என இருளைக் காட்சிப்படுத்தும் முதலடி மிகுந்த நயமானது. சிறிதும் வழி தெரியாத அளவு இருள் அடர்ந்திருப்பதற்குக் காரணம் இருளை இருள் விழுங்கியதுதான் எனக் கற்பனை செய்கிறார் கம்பர். அது மட்டுமல்ல. இருளிலிருந்து தப்பிக்க அப்பெண்ணின் கண்கள் உதவியனவாம். இத்தகைய கற்பனை நிறைந்த இப்பாடலையும் நல்லறப் பதிப்பகம் நீக்கியுள்ளது.

'மைக்கிணையான விழிக்கணை' எனத் தொடங்கும் முதல் பாடல் கம்பருடைய பெயருக்கும் புகழுக்கும் களங்கம் கற்பிப்பது எனக் கருதிய புலியூர்க் கேசிகன் ஒரு கதையைப் புனைகிறார். கம்பர் வாயால் பாடிக் கேட்க வேண்டும் என்று பெண்ணொருத்திக்குத் தீராத ஆசையாம். அவரைச் சும்மா கேட்டால் பாட மாட்டார். அவரைப் பாட வைக்க என்ன செய்வது என்று அவள் யோசித்தாளாம். கம்பர் அன்றாடம் செல்லும் பாதையில் அவர் கண்ணில் படும்படி நின்று கொண்டாளாம். அவரை மயக்கும் பார்வை பார்த்துத் தன்னோடு உறவுகொள்ள அழைத்தாளாம். அப்படியாவது கம்பர் தன்னைப் பற்றிப் பாடல் பாடுவார் என்பது அவள் எதிர்பார்ப்பு. தாசியரோடு தொடர்பு கொண்டிருந்த கம்பருக்கு இந்தப் பெண் குடும்பப் பெண் போலத் தோன்றுகின்றாளே என ஐயம் ஏற்பட்டதாம். ஏனென்றால் குடும்பப் பெண்களை அவர் விரும்ப மாட்டாராம். ஆனால் தினமும் அவள் பார்வையால் விடும் அழைப்பைக் கண்டு அவளைச் சோதித்துப் பார்க்கும் எண்ணம் கம்பருக்கும் வந்ததாம். அதாவது அவளை விரும்புவது போல அவள் வீட்டிற்குச் சென்று அவளைச் சோதித்துப் பார்ப்பதுதான் கம்பருக்கு நோக்கமாம். அந்தப் பெண்ணுக்குக் கம்பர் பாடலைக் கேட்க ஆசை. கம்பருக்கோ அந்தப் பெண் கெட்ட நடத்தை உடையவளா என்று சோதிக்க ஆசை. இருவருக்குமே புணர்ச்சி ஆசை இல்லையாம். அப்படி ஒருநாள் இரவில் கம்பர் அவள் வீட்டிற்குள் நுழைந்துவிட்டாராம். அவளோடு பேசத் தொடங்கும் முன்பே அவள் கணவன் வந்துவிட்டானாம். தன் மனைவியோடு இன்னொருவன் தனியாக இருட்டறைக்குள்

இருப்பதைக் காணும் கணவனுக்கு என்ன தோன்றுமோ அதுதான் அவனுக்கும் தோன்றியிருக்கிறது. எங்கே ஆளைக் காலி செய்துவிடுவானோ என்று கம்பர் பயந்து சட்டெனப் பாடல் பாட ஆரம்பித்துவிட்டாராம். பாடலைக் கேட்டதும் அதில் மயங்கி அவரை அவன் விட்டுவிட்டானாம். அந்தப் பெண்ணின் ஆசையும் நிறைவேறிற்று. கம்பரின் சோதனையில் அவள் வென்றும் விட்டாள். அவள் கணவனும் உண்மையைப் புரிந்துகொண்டான். எல்லாம் சுபம்.

இதுதான் புலியூர்க் கேசிகன் இந்தப் பாடலின் பின்னணியாக எழுதியுள்ள கதை. அநேகமாக நூற்றுக்கும் மேற்பட்ட பழந்தமிழ் இலக்கியங்களுக்குப் புலியூர்க் கேசிகன் உரை எழுதியிருப்பார் என்று நினைக்கிறேன். அவற்றை விட்டுவிட்டுப் புனைவுகளில் அவர் ஈடுபட்டிருப்பாரே என்றால் அக்காலத்தில் பிரபலமாக விளங்கிய கல்கி போன்ற பெரும் எழுத்தாளர்களையும் விஞ்சிப் புகழ் பெற்றிருப்பார். அத்தகைய கதை புனையும் திறன் இதில் வெளிப்படுகிறது. பல தனிப்பாடல்களுக்குப் புலியூர்க் கேசிகன் தரும் கதைகள் இப்படித்தான். செவிவழிக் கதையிலிருந்து மாறுபட்டு இவராக ஒன்றைப் புனைவார். அக்கதை சமூக விழுமியங்களை மீறாத மரபு சார்ந்த நீதிக்கதையாக இருக்கும். ஆனால் அவரது புனைதிறன் வியப்பைத் தரக்கூடியது என்பதில் ஐயமில்லை.

கைக்கோளனின் மனைவி கம்பரை அழைத்ததற்குக் காரணம் கம்பர் வாயால் தன்னை ஒரு பாடல் பாடக் கேட்க வேண்டும் என்னும் ஆவல்தானாம். தன்னைக் கண் காட்டி அழைக்கும் அந்தப் பெண் உண்மையிலேயே தவறான ஒழுக்கம் உடையவள்தானா என்பதைச் சோதிப்பதற்காகவே கம்பர் அவள் வீட்டிற்குள் புகுந்தாராம். என்ன செய்வது? கம்பரின் சோதனை முடிவதற்குள் அவள் கணவன் உள்ளே நுழைந்துவிட்டான். புலியூர்க்கேசிகனின் கதை வாய்மொழியாகப் பலகாலமாக வழங்கிவந்த கம்பர் பற்றிய சித்திரத்திற்கு எதிரானது. அதை அவரும் ஒத்துக்கொள்ளவே செய்கிறார். இப்பாடலின் இறுதியில் புலியூர்க் கேசிகன் இப்படி எழுதுகிறார்:

'இச்செய்யுளுக்குப் பலபடியாகப் பொருள் கூறிக் கம்பரைக் காமுகராகக் காட்டுவாரும் சிலர் உளர். பெரும் புலமையாளரான கம்பர், தாசியர் வீடு சென்றனர் என்பதாவது அக்கால இயல்பிற்கு ஏற்றதாகக் கொள்ளப்படக் கூடியதுதான். ஆனால் பிறன் ஒருவனின் மனைவியை நாடிப் போயினர் என்பது பொருத்தமாகாது. இதனை நாம் நன்றாக நினைவிற் கொள்ளுதல் வேண்டும், *(ப. 83)*

கம்பர் தாசி வீட்டிற்குச் சென்றதைக்கூட ஏற்றுக்கொள்ளத் தயாராக இருக்கும் புலியூர்க் கேசிகன் பிறன் மனைவியை நாடினார் என்பதை ஏற்றுக்கொள்ளவில்லை. ஆனால் சுவையான ஒரு கதையைப் புனைந்து இப்பாடலைப் பதிவாக்கியுள்ளார். இன்று சமூகம் வளர்ந்து அன்றாடச் செய்திகளில் இத்தகைய விசயங்கள் பரவலாகப் பேசப்பட்டும் பல்வேறு தளங்களில் விவாதிக்கப்பட்டும் வரும் சூழலில், பாலியல் சுதந்திரம் பற்றிய கருத்துக்கள் பெருகிவரும் நிலையில் இத்தகைய பாடல்களை நீக்கி வெளியிடும் அடாத பதிப்புச் செயலை எப்படி ஏற்றுக்கொள்வது?

நல்லறப் பதிப்பகம் நீக்கிய இன்னொரு பாடல் 'வல்லி' என்னும் தாசியைப் புகழ்ந்தோ, இகழ்ந்தோ கம்பர் பாடிய பாடல். அப்பாடல் வருமாறு:

கந்தமலர்ப் பிரமன் கன்னிமட வார்க்கெல்லாம்
அந்தஇள நீரைமுலை யாக்கினான் – சுந்தரஞ்சேர்
தோற்றமிகு வல்லிக்குத் தோப்பைமுலை யாக்கினான்
ஏற்றமிதில் யார்தாம் இயம்பு.   (ப. 90)

இந்தப் பாடலில் புலியூர்க் கேசிகன் போன்றோருக்குப் பிரச்சினை இல்லை. இது ஒரு 'குடும்ப ஸ்திரி'யைப் பாடியதல்ல. தாசியைத்தான் பாடுகிறார். அதனால் எப்படி வேண்டுமானாலும் பாடலாம். இப்பாடலில் ஒரு சமத்காரம் உள்ளது. புகழப்படுவதாகவும் பொருள் கொள்ளலாம். இகழப்படுவதாகவும் பொருள் கொள்ளலாம். தாசியைப் புகழ்ந்தால் நம் பதிப்பாசிரியர்கள், தொகுப்பாசிரியர்களுக்கு ஒவ்வாது. அதனால் வலிந்தேனும் இகழப்படுமாறு பொருள் கொள்வது அவர்கள் வழக்கம். சைவ சித்தாந்த நூற்பதிப்புக் கழகம் இத்தகைய பாடல்கள் விஷயத்தில் அற்புதமான தந்திரத்தைக் கையாளும் திறனுடையது. அதாவது பாடலைக் கொடுத்துவிட்டு அதற்குப் பொருளேதும் தருவதில்லை. பொருளை இயன்றவர்கள் உணர்ந்துகொள்ளலாம். பழம்பாடல் நடையுணர்ந்து சுயமாகப் பொருள் கொள்ளும் புலமைத் திறம் உடைய பெரியவர்கள் இப்பாடலை ரசிக்கலாம். யாராவது உரை எழுதியிருந்தால் அதைக் கொண்டு பொருள் அறிந்து இன்புறும் கத்துக்குட்டிகள் இப்பாடலை உணரக் கூடாது. சிவன் தொடர்பாக ஏதாவது பாடல் வந்துவிட்டால் விழுந்து விழுந்து பலபட உரை எழுதும் கழகம் இத்தகைய பாடல்களைப் பொருத்தவரை மௌனம் சாதித்துவிடும். அரும்பதப் பொருள் தந்தாலும் எல்லாருக்கும் தெரியும் சொல்லுக்குத்தான் தரும்.

புலியூர்க் கேசிகனின் உரை நோக்கம் பாடநூல் இயல்பு கொண்டது என்பதால் அவரால் உரை சொல்லாமல் தவிர்க்க

முடியாது. பாடல் பொருளைத் தமக்கேற்ற விதத்தில், இந்தச் சமூகம் எந்த ஒழுக்கக் கேட்டிலும் ஈடுபட்டு விடாத வகையில் எச்சரிக்கையோடு சொல்வது அவர் வழக்கம். வல்லி என்னும் தாசியின் முலையழகைக் கம்பர் வருணிக்கும் இப்பாடலுக்கு அவர் சொல்லும் பொருள் வருமாறு:

> 'மணத்தையுடைய தாமரை மலரிடத்தே வீற்றிருக்கும் பிரமதேவன் மிகவும் வஞ்சக்காரன். கன்னித் தன்மையினரான பெண்களுக்கெல்லாம் அவன் அழகிய இளநீரையே முலைகளாக அமைத்தான். ஆனால் அழகுகள் பலவும் சேர்ந்திருக்கின்ற, தோற்றத்தால் மிகவும் கவர்ச்சியுடன் விளங்குகின்ற இந்த வல்லிக்கோ, தென்னந்தோப்பையே முலையாக்கி அமைத்தான். இவர்களுள் ஏற்றம் உடையவர் தாம் யாவரோ? சொல்வீராக.' (ப. 71)

கன்னிப் பெண்களுக்கெல்லாம் இளநீர் முலையாக அமைய இந்த வல்லிக்குத் தென்னந்தோப்பே முலையாக இருக்கிறது என்பது அவளைப் புகழும் வகையில் வரும் பொருள். பால் உறுப்புக்களின் அளவைப் பெரிதாக்கிப் பேசுதல், கதை புனைதல் ஆகியன மனித மன இயல்புகள். அவ்வியல்புக்குப் பொருந்தும் வகையில் இப்பொருள் அமைகிறது. எனினும் புலமை மணம் இத்தோடு அமையவில்லை. தாசி என்பதால் அவளை இகழும் பொருள் இதில் வருகிறதா என வலிந்து முயல்கிறது.

'தோப்பை முலையாக்கினான்' என்பதில் வரும் தோப்பை என்பதைத் 'தோற்பை' என்பதன் திரிபாகக்கொண்டு 'தோற்பை போன்ற தொங்கு முலைகள்' எனப் புலியூர்க் கேசிகன் எழுதுகின்றார். 'இவளுக்குத் தோற்பை போன்ற தொங்கு முலைகளை அமைத்தானே என்று அவள் பருவத்தை எள்ளி நகையாடுகின்றது' (ப. 71) என்றும் 'உண்மைக்குப் புறத்தோற்றத்தால் மறைவிட்டுத் தன்னைப் பருவப்பெண் போலக் காட்டிய வல்லிக்குத் தாமும் அதே பாணியிற் பாடி இன்புறுகின்ற கம்பரின் கவித்திறத்தினை நாமும் வியக்கின்றோம்' (ப. 71) என்றும் புலியூர்க் கேசிகன் எழுதியுள்ளார். தாசி என்பதால் அவளை எள்ளி நகையாடப் புலியூர்க் கேசிகனால் முடிகிறது. உண்மைக்குப் புறத்தோற்றத்தால் மறைவிட்டுப் பருவப்பெண் போல வல்லி காட்டினாள் என்பதற்குப் பாடலில் எந்தச் சான்றும் இல்லை. அதைப் புலியூர்க் கேசிகன் வலிந்து கொண்டு வருகிறார். தாசி என்பதால் அவள் பொய்ம்மை உடையவள் என்னும் மனப்பதிவுதான் இதற்குக் காரணம். அதேபோலத் 'தோப்பை' என்பது தோற்பை என எப்படி மாறும்? அல்லது தோற்பை என்பதுதான் 'தோப்பை' என மாறுமா? இதற்கு

ஏதாவது இலக்கண விதியோ மொழியியல் காரணமோ உண்டா? தனக்குச் சாதகமான பொருள் கொள்ள வேண்டும் என்றால் எதையும் எப்படியும் ஆக்கிக் கொள்ளலாம் என்பதுதான் இவர்கள் பின்பற்றும் விதி. தோப்பை முலையாக்கினான் பிரமன். தோப்பைத் தோற்பை ஆக்கிவிட்டார் கேசிகன்.

இப்பாடலுக்கான பின்னணியைக் குறிப்பிடும் கேசிகன் தாசியாகிய வல்லியைக் கற்பனையில் உருவாக்கும் விதம் அலாதியானது. கம்பர் தன்னைப் பாட வேண்டும் என்பதற்காக அவள் ஒப்பனைகள் புனைந்தாளாம். 'அழகிய உடையும் ஒளிவீசும் ஆபரணங்களும் மணச்சாந்து வகைகளுமாக அழகுப் பொருள்கள் பலவும் அவள் உடல்மீது அளவின்றி ஏறின' (ப.69) என்று எழுதும் அவர் மேலும் கற்பனையை விரிக்கிறார். தளர்ந்து தொங்கிய தன் கொங்கைகளைக் கண்டு அவள் மனம் மிகவும் சஞ்சலப்பட்டதாம். உடனே 'அதனைக் கச்சுக்குள் இட்டுக் கட்டி மிகவும் எடுப்பாக அலங்கரித்துக்' (ப. 69) கொண்டாளாம். 'குலுக்கும் மினுக்கும் காட்டிக்' (ப.70) கம்பரைப் பார்க்கச் சென்றாளாம். தாசியரைப் பற்றிக் கேசிகன் அறிந்தவற்றை எல்லாம் இணைத்து இப்பாடலின் பின்னணியை உருவாக்கிய திறத்தைக் காண்கிறோம்.

இப்பாடலுக்கு விளக்கம் சொல்லி முடிக்கின்றபோது 'நாமும் அவருடன் (கம்பருடன்) சேர்ந்து சிரிக்கின்றோம்; மகிழ்கின்றோம்' (ப. 71) என்று எழுதுகின்றார். தாசியைக் கேலி செய்வது என்றால் பாடல் எழுதிப் பல நூற்றாண்டு ஆகிவிட்ட போதும் புலியூர்க் கேசிகனால் மகிழ முடிகின்றது. சிரிக்க முடிகின்றது. ஆனால் குடும்பப் பெண் ஒருத்தியோடு கம்பர் கள்ள உறவு கொண்டிருந்தார் என்று வந்துவிட்டால் அவரால் தாங்க முடிவதில்லை. உடனே அதற்குச் சப்பைக்கட்டுக் கட்டிக் கதை புனைந்து சமூகத்தைக் காப்பாற்றிவிட்ட நிம்மதி பெற்று நிறைவடைகிறார். அதுவும் வல்லியைப் பற்றிக் கம்பர் பாடிய பாடலில் எள்ளி நகையாடும் தொனி சிறிதும் இல்லை. உண்மையாகவே பெண்ணொருத்தியைப் புகழும் புளகாங்கிதத் தொனியே இருக்கிறது. 'சுந்தரம் சேர் தோற்றமிகு வல்லி' என்று அவள் அழகை வியப்பதும் இருக்கிறது. எல்லாப் பெண்களையும் விட வல்லியின் அழகே சிறந்தது என்பதே கம்பர் கருத்து. ஆனால் வலிந்து எள்ளி நகையாடும் தொனியைப் பாடலில் கொண்டு வருகிறார் கேசிகன்.

இன்னும் குறிப்பாகச் சொன்னால் இப்பாடலில் வல்லி தாசி என்பதற்கு என்ன ஆதாரம் இருக்கிறது? கம்பர் அப்பெண்ணைத் தாசி எனக் குறிப்பாகக்கூட உணர்த்தவில்லையே. பெருமுலைகள் கொண்டவள் என்பதால் அவள் தாசி என்று கேசிகன் எடுத்துக்

கொண்டாரா? அப்படியானால் கம்ப ராமாயணத்தில் சீதையின் முலைகள் மலைகளைப் போன்றவை எனப் பல இடங்களில் கம்பர் வருணிக்கின்றாரே அதற்குக் கேசிகன் என்ன சொல்வார்? இப்பெண்ணைத் தாசி எனக் கேசிகன் கொள்ள அவள் பெயர் இப்பாடலில் வருவதுதான் காரணமாக இருக்கக்கூடும். சங்க இலக்கிய மரபு 'சுட்டி ஒருவர் பெயர்கொளப் பெறாஅர்' என்பதாகும். தலைவி என்று அகப்பாடலில் குறிப்பிடுவர். அவளது இயற்பெயரைக் குறிப்பிடுவதில்லை. தலைவியர் எல்லாரும் உயர்குடிப் பெண்கள். ஆனால் அகப்பாடல் ஒன்றில் பெயர் வந்துவிட்டால் அவள் தாசியாகத்தான் இருக்க வேண்டும் எனக் கேசிகன் முடிவு செய்கிறார். அம்முடிவோடு அவர் நிறுத்துவதில்லை. தாசியரைப் பற்றி நுட்பமாகக் கேசிகன் அறிந்த செய்திகள் எல்லாவற்றையும் இப்பாடலில் கொண்டு வந்து பொருத்திக்கொள்கிறார். ஒருபக்கம் ஒழுக்க விதிகளைக் கட்டிக் காப்பதாகப் பாவனை செய்வதும் மற்றொரு பக்கம் அதற்கு எதிரான பிறழ்வுகளில் மகிழ்வதுமான புலமை இயல்புக்குப் புலியூர்க் கேசிகனே நல்ல சான்று.

இத்தனை விஷயங்கள் உள்ளடங்கிய ஒருபாடலை இன்று சந்தையில் கிடைக்கும் தனிப்பாடல் திரட்டு நூலில் நாம் காண முடியாது என்பது உண்மையாகவே அறிவு நேர்மையற்ற செயல். இதைச் செய்துள்ள நல்லறப் பதிப்பகத்தைக் கேள்வி கேட்க நம் புலமை மரபினரோ கல்விப்புலம் சார்ந்தவர்களோ இல்லை என்பது அதைவிட அவலம். செம்மொழி எனப் பெருமை கொள்ளும் நாம் அதில் உள்ள பல்வேறுபட்ட ஆய்வுகளுக்கான தரவுகளை இப்படித்தான் இழந்துவருகிறோம்.

பயன்பட்ட நூல்கள்

1. கா. சுப்பிரமணிய பிள்ளை (ப.ஆ.), தனிப்பாடல் திரட்டு முதல் தொகுதி, 2007, சென்னை, நல்லறப் பதிப்பகம், மறுபதிப்பு.
2. சு.அ. இராமசாமிப் புலவர், தனிப்பாடல் திரட்டு முதல் பகுதி, 1963, சென்னை, கழகம்.
3. புலியூர்க் கேசிகன் (உ.ஆ.), கம்பன் பாடல்கள், 2001, சென்னை, முல்லை நிலையம்.

○ ○ ○

பின்னுரை

வாயில நல்லா வருது!

பெருமாள்முருகனை முன்வைத்துக்
கெட்ட வார்த்தைகள் பற்றிச் சில குறிப்புகள்

ஆ.இரா.வேங்கடாசலபதி

திருமணமான புதிதில் ஒருநாள் என் மனைவி யுடன் குதியுந்தில் சென்றுகொண்டிருந்தேன். முன்னே போய்க்கொண்டிருந்தவர் முட்டாள்தனமாக வண்டியைத் திடுமெனத் திருப்பினார். தன்னியலாக என் வாயிலிருந்து தேவார திருவாசகங்கள் புறப்பட்டன. நேர்வு தவிர்க்கப்பட்டதைவிட என் மனைவிக்கு அதிக அதிர்ச்சி தந்தது என்னிடமிருந்து வெளிப்பட்ட வசவு.

கெட்ட வார்த்தைகள் கல்வியற்றவர்களின்பாற் பட்டதென்றும் கற்றவர்கள் அவற்றைப் பயன் படுத்துவது தகாது என்பதும் (தமிழ்ப்) பண்பாடாகக் கருதப்படுகின்றன. 'படித்தவன் மாதிரியா பேசு கிறான்/ய்?' என்பது அன்றாடம் நம் காதில் விழும் வினா. பேச்சுமொழிக்கும் எழுத்துமொழிக்கும் பெரும் இடைவெளி உள்ள தமிழ் மொழியில் கல்விக்கும் கெட்ட வார்த்தைக்கும் இடையே இறுக்கம் நிலவுவதில் வியப்பில்லை. தஞ்சை மாவட்ட வலங்கைமானில் பிறந்து வளர்ந்த ஆங்கில நாவலர், மகாகனம் வி.எஸ். ஸ்ரீநிவாஸ சாஸ்திரி, தன் இறுதிக் காலத்தில் எழுதிய 'எங்கள் ஊர்' என்ற கட்டுரையில் கெட்ட வார்த்தை பேசுவது பற்றிப் பின்வருமாறு குறிப்பிடுகிறார்: 'இந்த மானக்கேடான

வழக்கம் மற்ற இடங்களைவிடத் தஞ்சாவூர் ஜில்லாவில் மிகுதி. "புழுத்த நாய் குறுக்கே போகாது" என்பர். பெரும் படிப்புப் படித்துப் பட்டண வாசம் செய்யும் தஞ்சாவூராருங்கூட முற்றும் மறக்க முடியாது. எவ்வளவோ ஜாக்கிரதையாய் இருப்பினும், நான் சுயாதீனமாயும் சூட்டுடனும் பேசும்பொழுது நண்பர்கள் கேட்டிருப்பார்கள். நினைக்க அங்கமெல்லாம் சுருங்குகிறது.'[1] வின்ஸ்ட்டன் சர்ச்சிலின் ஆங்கிலத்தைத் திருத்திய, வெள்ளி நா படைத்த, 'ரைட் ஆனரபி'ளின் நிலை இது. (ஸ்ரீநிவாஸ சாஸ்திரி குறிப்பிடும் பழமொழியைத் தி. ஜானகிராமனும் ஓரிடத்தில் பயன்படுத்தியுள்ளதாக நினைவு.)

கெட்ட வார்த்தைகள் மொழியோடும் பண்பாட்டோடும் பிணைந்தவை. கெட்ட வார்த்தைகள் பேசுவதை இயக்கும் பகுதி ஒன்று மூளையில் உள்ளதாக நரம்பியல் ஆய்வாளர்கள் கூறுகிறார்கள். வசவுச் சொற்களை வெளிப்படுத்தும்போது அதிக இதயத் துடிப்பு முதலான உடல்ரீதியான மாற்றங்கள் ஏற்படுகின்றன என்றும், வலியைப் பொறுத்துக்கொள்ளும் ஆற்றல் கூடுகின்றது என்றும் கூறுகின்றன அறிவியல் ஆய்வுகள். இது விவாதத்திற்குரியது. சொற்கள் தம்மளவில் நல்லவையோ கெட்டவையோ அல்ல. கெட்ட வார்த்தை எதுவென்று சமூகமும் பண்பாடுமே தீர்மானிக்கின்றன. எடுத்துக்காட்டாக, இறைவனின் பெயரைக் காரணமில்லாமல் உரைப்பது இடைக்கால ஐரோப்பாவில் பெரும்பாவமாகும். இதை இந்துக்களிடம் சொன்னால் 'அடக் கடவுளே/ராமா!' என்று தலையில் அடித்துக்கொள்வார்கள்

விலக்கப்பட்டவற்றைச் சுட்டிப் பேசுவதே கெட்ட வார்த்தைகளாகின்றன. இவை உடல் உறுப்புகள், செயல்கள் ஆகியவற்றைச் சுட்டுவதாகவே பெரிதும் அமைகின்றன. முற்றிலும் விலக்கப்பட்டதாலேயே கழிப்பறை வாசகங்களாகவும் சுற்றுலாத் தலங்களின் வரலாற்றுச் சின்னங்களில் கீறலாகவும் இவை பல சமயம் வெளிப்பாடு காண்கின்றன.

ஒரு சமூகத்தில் கெட்ட வார்த்தையாகக் கருதப்படுபவை வேறொரு சமூகத்தில் அவ்வாறு கருதப்படுவதில்லை. ஒரு மொழியிலும்கூடச் சூழலுக்கேற்பவும் காலத்திற்கேற்பவும் வரையறை மாறுகின்றது; வழக்கொழிதல் நடக்கின்றது. தோன்றியபொழுது மிகக் கடுமையானதாகக் கருதப்படும் வசைகள் காலப்போக்கில் தேய்ந்து, பொருளற்றனவாகவும் ஆகிவிடுன்றன. மூலப்பொருள் இழந்துபோவதே வசவுகளின் இலக்கணம் என்றுகூடச் சொல்ல முடியும்.

வசைச்சொற்கள் விலக்கப்பட்டவையாயினும் சில வேளை களில் சடங்கு சார்ந்து ஏற்றுக்கொள்ளப்படுகின்றன. கேரளக்

கொடுங்களூர் பகவதி அம்மன் கோயிலில் பக்தர்கள் மிகக் கடுமையான, பாலியல் சார்ந்த வசவுகளைக் கையாள்வது ஏற்றுக்கொள்ளப்படுகின்றது. அதே போல் நடவு சார்ந்த வளமைச் சடங்குகளில் பாலியல்சார் சொற்கள் பாடல்களில் இடம்பெறுகின்றன. 1980களில் சென்னை லிங்கி செட்டித் தெருவில் அழுக்குக் கப்பிய உடலோடு ஒருவர் மிக இழிவான சொற்களை வாரியிறைத்தவாறு இருப்பார். (இது Tourette's Syndrome என்ற நோய்க்கூறின் பாற்படும் எனலாம்.) விரைவில் இவருக்கு லிங்கி செட்டிச் சித்தர் என்ற பெயரும் அமைந்தது. அவர் எச்சில்படுத்திய தேநீர்க் குவளையிலிருந்து குடிக்கவும் போட்டாபோட்டி ஏற்பட்டது.

கலவியின்பொழுது வேட்கையை மிகுதிப்படுத்த இத்தகைய சொற்கள் பச்சையாகப் பயன்படுத்தப்படுவதுண்டு. இதனைக் கலிங்கத்துப் பரணியின் கடைத்திறப்புப் பாடல் நயமாகக் குறிப்பிடுகின்றது.

நேயக் கலவி மயக்கத்தே நிகழ்ந்த மொழியைக் கிளி உரைப்ப
வாயைப் புதைக்கும் மடநல்லீர்

என்னும்போது இலக்கணம் கூறும் அனைத்து நலன்களும் பெற்ற தலைவியும் இச்சொற்களைப் பயன்படுத்துவது தமிழ் மரபே என்பது பெறப்படுகிறது. இத்தகைய சொற்களைப் பேசும் தலைவியை மடமுடையவள் என்றும் நல்லாள் என்றும் சுட்டுவதிலுள்ள முரண் நயமுடையது.

கலித்தொகைத் தலைவி தன்னைப் பார்த்து 'நகைக்கூட்டம் செய்யும்' இளமைக் கால நண்பனைச் செல்லமாகக் 'கள்வன் மகன்' என்கிறாள். அன்பின்பாற்பட்டும் கெட்ட வார்த்தைகள் வெளிப்படலாம். நண்பர்களிடையே இயல்பாகப் பேசப்படும் சொற்களைச் சந்தையில் பேசினால் கொலை விழும். இசைக் கச்சேரிகளிலும் விளையாட்டரங்கங்களிலும் அற்புதமான தருணங்களில் ரசிகர்களிடமிருந்து மிகுபாராட்டுணர்வு கெட்ட வார்த்தையாக வெளிப்படுவதுண்டு.

ஊதியமில்லாமல் கட்டாய உழைப்பு நல்கவேண்டிய கீழ்நிலையிலுள்ளவரைக் குறிக்கும் 'முட்டாள்' என்று கல்வெட்டு களில் வழங்குகிற சொல் பின்னாளில் வசவாக மாறியிருக்கிறது. தொடக்ககாலத் தமிழ் நாவல்களில் அடிக்கடி தட்டுப்படும் 'தட்டுவாணி', 'தட்டுவாணிச் சிறுக்கி' போன்ற (பார்ப்பன?) வசவுகள் இன்று வழங்குவதாகத் தெரியவில்லை. மார்க்சிய/ கம்யூனிஸ்டு இயக்கச் சொல்லாடலில் 'சீர்திருத்தம்' (reform), 'திருத்தல்வாதம்' (revisionist) முதலானவை கெட்ட வார்த்தைகள்! பிரிட்டிஷ் காலனியாதிக்கத்தில் ஒவ்வொரு காவல் நிலையமும்

அறியப்பட்ட குற்றவாளிகளின் பட்டியலை *Known Depredators (KD)* என்ற பெயரில் வைத்திருந்தது; அதிலிருந்து தோன்றிய வசவுதான் 'கேடி.'

ஒரு சமூகம் கைக்கொள்ளும் மதிப்பீடுகளையும் போற்றும் விழுமியங்களையும் வெறுக்கும் கீழ்மைகளையும் அச்சமூகத்தில் நிலவும் சாதி, சமயம், வர்க்கம், பாலினம் முதலான பாகுபாடுகளையும் அப்பாகுபாடுகளுக்கிடையேயான அதிகார ஏற்றத்தாழ்வுகளையும் பொட்டில் அறைந்தாற்போல் உணர்த்தக்கூடியவை வசவுச் சொற்களும் கெட்ட வார்த்தைகளும்.

கெட்ட வர்த்தைகள் சில சமயம் பெரும் சமூக வரலாற்று மாற்றங்களுக்கு உந்தாற்றலாக ஆகிவிடுவதுமுண்டு. பதினாறாம் நூற்றாண்டின் இடைப்பகுதியில் ஒருநாள் தூத்துக்குடியில் ஒரு பரதவப் பெண் தெருவில் பணியாரம் விற்றுக்கொண்டிருந்தாள். சோனக (இசுலாமிய) வணிகன் ஒருவன் (பேச்சு வழக்கில் அல்குலைக் குறிக்கும்) 'பணியாரம்' என்ற சொல்லை வைத்து அவளைச் சீண்டவும் அவளுடைய கணவன் அவனுடன் சண்டை பிடித்திருக்கிறான். கைகலப்பில் பரதவனுடைய காதறுந்தது. முத்துக்குளித்துறையில் சோனக வணிகருக்கும் பரதவ மீனவருக்கும் மோதலும் முரண்பாடுகளும் முற்றி வந்த நிலையில் இத்தகராறு நடந்தேறியது. சோனகரால் தொந்திரவுக்காளாகியிருந்த பாரம்பரிய மீனவராகிய பரதவர் போர்த்துகீசியரைத் தஞ்சமடைந்தனர். பாதுகாப்புத் தருவதற்கு மதமாற்றம் முன்னிபந்தனையாக வைக்கப்பட்டது. ஒரே சமயத்தில் ஒரு முழுச் சாதியுமே சவேரியார் திருமுழுக்காட்ட கிறிஸ்தவத்தைத் தழுவியது. ஒரு கெட்ட வார்த்தையின் விளைவாகப் பல்லாயிரக் கணக்கான ஆத்துமாக்கள் ரட்சிப்புப் பெற்றன!

தமிழ்ச் சமூகமும், முக்கியமாக அதன் பண்பாட்டுக் காவலர்களாகத் தங்களைத் தாங்களே நியமித்துக்கொண்டுள்ள தமிழறிஞர்களும் கெட்ட வார்த்தைகளை ஆராயாமல் போனதற்கு அவர்களுடைய போலிமையே பெருங்காரணம். பெருமாள் முருகனின் 'கெட்ட வார்த்தை பேசுவோம்' இதை முதல்நிலையில் (கா. சிவத்தம்பியின் வார்த்தையில் சொல்வதானால் 'பிராரம்பம்') பரிசீலிப்பதற்கு ஒரு வாய்ப்பாக அமைவதால் பெரிதும் வரவேற்புக்குரியது.

தமிழ்ப் பழஞ்சுவடிகள் அச்சேறத் தொடங்கிய காலத்தில் இத்தகைய சொற்களை அச்சிடப் புலவர்கள் தயங்கியிருக்கின்றனர். 'கலித்தொகை'யில் பதினொரு இடங்களில் 'அல்குல்' என்ற சொல்லுக்கு மாற்றுச் சொற்களை சி.வை. தாமோதரம் பிள்ளை பெய்திருக்கிறார்.

‘டம்பாச்சாரி விலாசம்’, ‘காவடிச் சிந்து’, ‘கூளப்ப நாயக்கன் விறலிவிடு தூது’ முதலான நூல்களில் ஆட்சேபத்திற்குரிய பகுதிகள் நீக்கப்பட்ட பதிப்புகளையே பிரித்தானியக் காலனிய அரசாங்கம் வெளியிட அனுமதித்திருக்கிறது.[2] சுதந்திர இந்திய அரசும் இந்த நடைமுறையைக் கைவிடவில்லை. பத்தொன்பதாம் நூற்றாண்டு இங்கிலாந்தில் தாமஸ் பவுட்லர் (Bowdler) என்பார் ஷேக்ஸ்பியர் நாடகங்களில் ஏராளமாகக் கெட்ட வார்த்தைகள் உள்ளதெனக் கருதி, அவற்றையெல்லாம் நீக்கிய பதிப்பொன்றை வெளியிட்டார். ‘ஆபாச’ப் பகுதிகள் நீக்கப்படுவதை இதனால் *bowdlerization* என்று குறிப்பிடுவர்.

நடுக்கூடத்தில் சொல்ல முடியாத சொற்கள் இலக்கியத்தில் இடம் பெறுவது அரிது. ‘சங்க இலக்கியத்தில் கெட்ட வார்த்தைகள்/ வசவுச் சொற்கள்’ என்ற முனைவர் பட்ட ஆய்வு எதையும் படிக்கும் நல்லூழ் எனக்கு இதுவரை வாய்க்கவில்லை. ஆங்கில ஆய்வுலகில் நிலைமை வேறு. இதற்கென்றே *Maledicta* (நேர்ப்பொருள்: ‘கெட்ட வார்த்தை’) என்று ஒரு ஆய்விதழ் பல்லாண்டுகள் வெளிவந்திருக்கின்றது. கெட்ட வார்த்தைகளை வரலாற்றுமுறையிலும் மானிடவியல்முறையிலும் ஆராயும் நூல்களும் கட்டுரைகளும் ஆங்கிலத்தில் வந்துள்ளன.[3]

இலக்கியம் கையாளும் அல்லது கையாளத் தவறும் கெட்ட வார்த்தைகள் வரையறைக்குட்பட்டவை. அவை பெரிதும் காமச்சுவை (சிருங்கார ரசம்) சார்ந்தவை. இவற்றை ‘வண்டைவண்டை’யானவை என்பார் பாரதிதாசன். கெட்ட வார்த்தைகள் என்ற பனிப்பாறையின் நுனிதான் இலக்கியத்தில் வெளிப்படுகின்றது. பெருமாள்முருகன் இலக்கியத்தை மட்டுமே– அதிலும் பெரிதும் தனிப்பாடல்களையே – பரிசீலனைக்கு உட்படுத்தியிருக்கிறார். (கு. அழகிரிசாமியின் ‘இலக்கியத்தில் ஆபாசம்’ என்ற கட்டுரை இங்குக் கருதத்தக்கது.[4]) நாட்டார் வழக்காறுகள் – முக்கியமாக விடுகதைகளும் பழமொழிகளும்– கெட்ட வார்த்தைக் கருவூலம் எனலாம். ஒவ்வொன்றின் பின்னும் ஒரு கதை இருக்கும். ஓசை நயம், பொருட்செறிவு ஆகியன கருதி இறுக்கமான வடிவத்தைப் பழமொழிகளும் சொல்லடைகளும் பெற்றுவிடுவதால் அவை எளிதில் மறைவதில்லை. சூழ்நிலை கருதி, ஆட்சேபகரமான சொற்களை நீக்கி அதே ஓசை நயமுடைய வெள்ளந்திச் சொற்கள் இட்டு நிரப்பப்படும். தமிழில் நாட்டார் வழக்காற்றியல் துறையின் முன்னோடியாகிய தே. லூர்து இத்தகைய பழமொழிகளைத் தொகுத்துவைத்திருந்தார்; ஆனால் அவற்றை வெளியிடவில்லை. பெருமாள்முருகன் இவற்றை ஆய்வுக்கு உட்படுத்தவில்லை.

~

கீழ்மைகளைக் காணப் பொறாத அறநோக்கு கொண்ட வள்ளுவப் பெருந்தகை, இழிமக்களை அஃறிணையில் 'கீழ்கள்' ('அச்சமே கீழ்களது ஆசாரம்') என்கிறார். 'இழிந்த மயிரனையர்' என்று வைகிறார். 'குலத்தின்கண் ஐயப்படும்' என்று சீறுகிறார். 'இனியவை கூறல்', 'பயனில சொல்லாமை' என்றும் அதிகாரங்களை அமைத்துக்கொண்டார். அவ்வளவே. 'தீக்குறளை சென்றோதோம்' என்பது ஆண்டாள் திருப்பாவை. தமிழ் இலக்கியப் பெருமரபில், காளமேகப் புலவர் தம் சமத்காரத்தால் அவற்றைக் கையாளும்வரை கெட்ட வார்த்தைகளைப் பயன் படுத்தியவர் எவரும் இல்லை என்பது பெருமாள்முருகனின் நூலிலிருந்து தெளிவாகிறது. காளமேகப் புலவரைப் பற்றி விரிவாகப் பேசும் அவர் ஏனோ வசை பாடுவதற்கெனவே பிறந்த ஆண்டான் கவிராயரை விட்டுவிட்டார். 'விவேக சிந்தாமணி'யிலும் விலங்குகளோடு புணர்வதைப் *(bestiality)* பற்றிய இரு பாடல்கள் உண்டு.

அரவிந்த நண்பன் சுதன் தம்பி மைத்துனன் அண்ணன் கையில்
வரமுந்தி ஆயுதம் பூண்டவன் காணுமற்று அங்கவனே
பரமன் திகிரியை ஏந்திய மைந்தன் பகைவன் வெற்பை
உரமன்று எடுத்தவன் மாற்றான்தன் சேவகன் ஓண்டொடியே

சங்கரன் தேவி தமையன் மனைவி தனக்கு மூத்தாள்
அங்கவள் ஏறிய வாகனம் காண் இவள்மற் றங்கவளோ
கொங்கைகள் ஈரைந்து உடையவளாய்க் குவலயத்தில்
எங்கும் திரியும் வயிரவ மூர்த்தி என்றே நினையே.

இரு சகோதரிகள் தம்முடன் கூடிய ஆடவர் பற்றிப் பேசிக்கொள்வதாக அமைந்த முதல் பாடலில், எருமை மாட்டைப் புணர்ந்ததாக அக்காளும் குரங்கைப் புணர்ந்ததாகத் தங்கையும் கூறுகின்றனர். இரண்டாம் பாடலில் தாம் புணர்ந்த பெண்களைப் பற்றி இரு நண்பர்கள் பேசிக்கொள்கின்றனர். முதல் நண்பன் கழுதையினையும் இரண்டாமவன் நாயையும் புணர்ந்திருக்கின்றனர். 'விவேக சிந்தாமணி'யை அண்மையில் பதிப்பித்த பேராசிரியர், இப்பாடல்கள் 'நூலின் தகுதியை – தமிழின் மேன்மையை – பண்பாட்டின் உயர்வைச் சிதைப்பவை' என்பதோடு நில்லாமல் அவை, 'கீழ்மக்களின் தீய சிந்தனையை–பொல்லாத தீய ஒழுக்கத்தைப்' பாடுவதாகவும் துணிகிறார்.[5] கீழ்மக்களுக்கு இவ்வளவு புராணக் கதைகள் தெரியுமா என்ற கேள்வியை அவர் எழுப்பிக்கொள்ளவில்லை!

அறக்கட்டளைகளை அறிவிக்கும் கல்வெட்டுகள் அவ்வறத்தை மீறுவோர்க்கு என்ன தண்டனை கிடைக்கும் என இறுதியில் தெரிவிக்கும். 'ஓம்படைக் கிளவி' எனப்படும்

இதில் கடுஞ்சொற்கள் சாபங்களாக வெளிப்பட்டிருக்கும். இதனையொத்த ஏச்சுகளைக் காப்புரிமையை மீறுவோர் பற்றிக் குஜிலி நூல்கள் கொண்டுள்ளதை 'முச்சந்தி இலக்கியம்' நூலில் விரிவாகப் பதிவு செய்துள்ளேன். 'போத்திரி உண்ணும் ஈனர்' என்றும், 'கையாலாகாத லேஜி' என்றும், 'அந்நீதமாகவென் கூத்தி பெற்ற பாலன்' என்றும், 'முன்நூறு பேர் சேர்ந்து மூதாரி முண்டை பெற்ற'(வன்) என்றும், 'வேசை மகன்' என்றும் வசவுகள் பரக்கக் காணப்படுகின்றன.[6]

நவீன இலக்கியத்தில் கெட்ட வார்த்தைகளை முதலில் பயன்படுத்தியவர் யார்? பாரதியின் 'சின்ன சங்கரன் கதை'யில் ஒரு காட்சி. கவுண்டனூர் ஜமீன்தார் கோழிச்சண்டை விரும்பி. அரண்மனைச் சேவல் போட்டியில் முன்நிற்கிறது. 'அரமனைச் சேவல் எதிரியை நல்ல அடிகள் அடிக்கும்போது, ஜமீந்தாரவர்கள், நிஷ்பக்ஷபாதமாக, இருபக்கத்துக் கோழிகளின் தாய், பாட்டி, அக்காள், தங்கை எல்லோரையும் வாய் குளிர வைது ஸந்தோஷம் பாராட்டுவார். களத்திலேயே ஆரவாரமும் கூக்குரலும் நீச பாஷையும் பொறுக்க முடியாமலிருக்கும்.'

பொறுக்க முடியாமலிருக்கும் என்று சொன்னாலும் பொருத்தமான சூழலில் பொருத்தமாகக் கையாளப்படும் வசவுகள் சுவாரசியமானவை; ரசனைக்குரியவை; மொழிக்குப் புதுக்கோலங்களையும் வண்ணங்களையும் கூட்டுபவை. பாரதி எழுதிய *'The Fox with the Golden Tail'* என்ற ஆங்கில நூல் படுவிரைவாக விற்றுத் தீர்ந்தபோது, பாரதி கூறியதாக அவருடைய உற்ற நண்பர் குவளை கிருஷ்ணமாச்சாரியார் பதிவு செய்துள்ளார்: 'போகச்சொல்லு விதவைப் பசங்களை! நான் என்னுடைய சொந்த பாஷையில் என் முழு மூளையையும் கசக்கிப் பிழிந்து "பாஞ்சாலி சபதம்" என்னும் புஸ்தகம் எழுதியிருக் கிறேன். அது நன்றாக இருக்கிறதென்று ஒருவனும் ஒரு கடிதமும் எனக்கு எழுதவில்லை.' 'கம்மனாட்டி மகன்' (கைம்பெண்டாட்டி மகன்) என்பதைத்தான் பாரதியின் நண்பர் நன்மொழியாகப் பெயர்த்திருக்கிறார் என்பதைச் சொல்ல வேண்டியதில்லை. பாரதியின் எரிச்சலை இவ்வசவு அருமையாகக் காட்டுகிறது என்பதில் தடையில்லை.

வட்டார வழக்கைப் (நெல்லை) புனைகதையில் உயிர்ப் புடன் முதன்முதலில் பதிவு செய்த புதுமைப்பித்தன்கூடக் கெட்ட வார்த்தை வசவுகளைக் கையாளவில்லை என்பது குறிப்பிடத்தகுந்தது. நேர்ப்பேச்சில் 'லட்டுலட்டுவாக' (நன்றி: சுந்தர ராமசாமி) கெட்ட வார்த்தை பேசிய மௌனியின் கதைகளில் அவை இல்லை. கரிச்சான் குஞ்சுவுக்கும் இது பொருந்தும்.

சென்னைத் தமிழில் தெலுங்கு, உருது எனப் பன்மொழி வசவுகள் உண்டு. ஆனால் ஜெயகாந்தனிடம்கூட இதன் சுவடுகளைக் காண முடிவதில்லை. 1970களில்தான் தமிழ்ப் புனைவுகளில் கெட்ட வார்த்தைகள் பரவலாக இடம்பெறலாயின. இதில் ஒரு பெரிய உடைவை ஏற்படுத்தியவர் கி. ராஜநாராயணன். நாட்டார் வழக்காறுகள் இதற்குக் கருவியாயின. வெகுசன இதழ்களில் எழுதத் தொடங்கிய பிறகு, முற்றும் முழுவதுமாகக் கிளுகிளுப்புக்குரிய விடயமாக இதை மாற்றிவிட்டார் கி.ரா. 'ஏலேய் சக்கிலித் தாயிளி' என்று 'பிறகு' (1979) நாவலைத் தொடங்கி அதிர்ச்சி தந்தார் பூமணி. வண்ணநிலவனின் 'கம்பா நதி'யில் நெல்லை மாவட்ட வசவுகள் உண்டு. ('துக்ளக்'கில் இரண்டாம் துர்வாசர் என்ற புனைபெயரில் 'இதயம் பேசுகிறது' மணியனை அவர் கண்டிக்கப்போய், 'கழுதையை ஓத்தாளுக' முதலான வசவுகளைக் 'கம்பா நதி'யிலிருந்து மணியன் எடுத்துவிட, பின்வந்த பதிப்புகளில் அவை நீக்கப்பட்டன.)

1990க்குப் பிறகு தமிழ்ப் புனைகதையில் சற்றுத் தாராளமாகக் கெட்ட வார்த்தைகள் புழங்கலாயின. பெருமாள்முருகன், சோ. தர்மன் முதலானோர் எழுத்துகளில் இவை தவிர்க்க இயலாத இடத்தைப் பெறுகின்றன. சாரு நிவேதிதாவிடம் இது உச்சத்தை அடைந்ததாகக் கொள்ளலாம். இதன் காரணமாக ஒருவர் மிகப்பொருத்தமாக சாரு நிவேதிதாவை 'சாநி' என்று சுருக்கிச் சுட்டினார்.

பழந்தமிழ்ப் பூச்சோடு வெளிப்பட வாய்ப்புள்ளதால் பாலியல் சார்ந்த சொற்கள் கவிதைகளில் நுழைந்துவிடுகின்றன. இத்தகைய சொற்களை அறிந்தே பயன்படுத்தியவர்களில் கவிஞர் சுரதா தனியே சுட்டத் தக்கவர். சினிமா நடிகைகளை மையமாக வைத்து எழுதிய 'சுவரும் சுண்ணாம்பும்' நூலில் ஆங்காங்கே இவை வெளிப்பட்டதென்றால் 'எச்சில் இரவு' என்ற உரைநடை நூலில் அவை தடையின்றிப் புழங்கியதாகச் சொல்லலாம். 'காமரூபம்' என்ற கவிதைத் தொகுப்பை எழுதிய தமிழ்நாடனைப் போல் சுரதா எந்தச் சிக்கலிலும் மாட்டிக்கொள்ளவில்லை. பாரதிதாசனை அடியொற்றிச் சுப்புரத்தினதாசன் என்பதன் சுருக்கம் என்பதைவிடச் 'சுரதம்' என்பதனடியாகவே அவருடைய புனைபெயர் அமைந்தது என்று கொள்வது தகும்.

தமிழ்ப் புனைவுகளைவிடத் திரைப்படங்களில் மிகக் குறைவாகவே கெட்ட வார்த்தைகள் கையாளப்பட்டுள்ளன. தணிக்கை வாரியம் இதற்கு ஒரு காரணம். 'அபூர்வ ராகங்கள்' படத்தில் கமல்ஹாசன் ஏற்கும் பிரசன்னா கதாபாத்திரம் உச்சரிக்கும் தேயன்னா வார்த்தை கதையில் தவிர்க்க முடியாத

கட்டமாகையால் அது வெட்டுப்படவில்லை போலும். 'நாயகன்' திரைப்படத்தில் தன் அடியாளைக் கெட்ட வார்த்தை சொல்லி ஏசத் தலைப்படுகையில் அவர் கறுப்பு வேட்டி கட்டியிருப்பதைப் பார்த்து 'சாமி சரணம்' என்று சொல்லி நிறுத்திக்கொள்வான் கதைநாயகன். 'கிழக்குச் சீமையிலே' படத்தில் 'தக்காளிக்கு இயைபான கெட்ட வார்த்தை' மிக அதிகமாக வழங்குவதாகக் கல்கி வார இதழ் புலம்பியது. பாலியல் தொடர்பில்லாத வசவுகள் இன்றைய திரைப்படங்களில் சற்று அதிகமாகப் புழங்கத் தொடங்கியுள்ளதாகத் தெரிகின்றது.

~

சொல் என்ற அளவில் மட்டுமல்லாது, யார் பேசுகிறார்கள் என்ற நிலையிலும் கெட்ட வார்த்தைகள் கட்டுப்பாட்டுக்கு உரியதாகின்றன. கல்லாத / 'தாழ்' சாதியார் கெட்ட வார்த்தை பேசத்தான் செய்வார்கள் என்று தள்ளிவிடும் மேல்சாதி ஆண் மனம், அவர்கள் மேல்சாதியை நோக்கி அவ்வாறு பேசுவதற்கு இடமே தருவதேயில்லை.

சில சமூகப் பிரிவினரிடையே வசவுகளின் புழக்கம் அதிகம் என்பது ஒரு சமூகவியல் உண்மை. ஆங்கிலச் சமூகத்தில் கலாய் பூசும் தொழில் செய்வோர் சகட்டுமேனிக்குக் கெட்ட வார்த்தை பேசுவார்களாம். மீன்காரிகளும் மீன் பிடிப்பவர்களும் சரளமாக வசவுகளைப் பயன்படுத்துவார்கள் என்பது உலக முழுமைக்கும் பொது. 'To swear like a sailor/ a fishwife' என்பன ஆங்கில வழக்குகள். மீன் சந்தையைக் குறிக்கும் Billingsgate வசவிற்கு ஆகுபெயராகும்.

விலை பேசிவிட்ட மீனுக்கு அதிகக் காசு கொடுக்க முன்வரும் வாடிக்கையாளரை நோக்கி, 'உன் மீசையில் இருக்கிற மயிரும், என் "இதுல" இருக்கும் மயிரும் ஒன்னு' என்று தூக்கிக் காட்டுகிறாள் பிரபஞ்சனின் 'மீன்'காரி.

இது தொடர்பாகத் தூத்துக்குடி பரதவரிடையே ஆ. சிவசுப்பிர மணியன் சேகரித்த வழக்காறு சுவையானது. ஒருமுறை புனித சவேரியார் தோணியில் பயணம் மேற்கொள்ள வேண்டியிருந்தது. கெட்ட வார்த்தைப் பயன்பாட்டை வன்மையாகக் கடிந்த மதம் கிறிஸ்தவம். அதிலும் 'பெரிய தகப்பனார்' என்று போற்றப்பட்ட சவேரியார் வரும்பொழுது கெட்ட வார்த்தை பேச முடியுமா? எனவே அதற்குத் தடை விதித்தார் தண்டல். தோணி ஏறிய சவேரியார் ஏதோ சரியில்லை என்பதை விரைவிலேயே உணர்ந்துகொண்டார். துருவி விசாரித்ததில் செய்தி புரிந்தது. கெட்ட வார்த்தைகள் மீதிருந்த தடையிலிருந்து கடலோடிகளுக்கு மட்டும் விலக்களித்தாராம்

சவேரியார். தடையில்லாமல் கெட்ட வார்த்தை புழங்குவதற்குப் பரதவர்கள் உருவாக்கிக்கொண்ட ஐதீகம் இது.

தஞ்சைப் பார்ப்பனரின் கெட்ட வார்த்தை அகராதி வளமானது என்பதற்கு வி.எஸ். ஸ்ரீநிவாச சாஸ்திரியின் வாக்குமூலம் உள்ளது. சீட்டு விளையாட்டின்போது அதன் முழு வீச்சையும் காணமுடியுமாம்.

~

பெண்களை இழிவுபடுத்துவதையே பெரும்பாலான வசைகள் பொருளாகக் கொண்டிருக்கின்றன. பொருட்பெண்டிரைக் குறிக்கும் சொற்கள் பரத்தை முதல் பல்வகையாக அமைந்துள்ளன. பல்வேறு மொழிகளிலிருந்து இதற்கு இனமான சொற்களைத் தேடிப் பெறவும் தமிழர்கள் தயங்கியதாகத் தெரியவில்லை. ஆனால் பொருட்பெண்டிரின் ஆண் வாடிக்கையாளர்களைக் குறிப்பிடும் சொல் ஒன்றுகூட இல்லை என்பதை அனைவரும் அறிவோம்.

மாறாக, வேசித் தொழிலுக்குத் துணைபோகும் ஆண்களைப் பற்றிய வசைகள் பல. ஆண்மைக் குறைவைச் சுட்டும் வசைகளுக்கும் பஞ்சமில்லை. இவை பெரும்பாலும் மூன்றாம் பாலினத்தவரை இழிவுபடுத்துவதாக இருக்கின்றன.

கணவனை இழந்த பெண்டிர் மற்றும் அவர்களுடைய ஒழுக்கத்தைப் பற்றிய வசைச் சொற்களுக்கும் கணக்கில்லை.

ஆனால் பெண்கள் கெட்ட வார்த்தை பேசுவதும் அதிர்ச்சிக்குரியதாகிறது. தம் நாவல்களின் ஊற்றுக்கண்ணை இனங்காண முயலும் சுந்தர ராமசாமி, தம் இளமைக் கால நினைவொன்றைப் பற்றி எழுதுகிறார்: 'பேரழகியான ஒரு இளம்பெண் மிக மோசமான வசைகளைச் சொல்லிக் கத்தியது இப்போதும் என் நினைவில் இருக்கிறது. பேரழகும் வசைகளும் ஒரு ஜீவனில் இணையும் என்பதை அப்போது நான் கற்பனை செய்திருக்கவில்லை'[7] என்று சு.ரா. சொல்லும்பொழுது ஒரு பெண் கெட்ட வார்த்தை பேசுவது பற்றிய அதிர்ச்சியே அது என்று உய்க்கலாம்.

பெண்கள் தங்களுக்கான உலகத்தில் எத்தகு மொழியைக் கையாள்வார்கள் என்பது ஆணுலகம் இன்றுவரை சரிவர அறியாதது.

> பழக்கம், நோக்கம், தொழில் எல்லாம் வேறாக இருக்கும் போது, பெண்டிர்களின் சம்பாஷணை வேறுபடாதா? பெண்டிர் மட்டும் கூடிப் பேசுவதை நாம் கேட்க அவகாசம்

குறைவு. நம்மைப் பொருட்டாக நினைக்கும் வயசு வருமுன் நேர்ந்த அநுபவந்தான் முக்கிய ஆதாரம். மற்றதெல்லாம் கேள்வி மூலமும் ஊக மூலமுமே அறிந்தவை. வீண் வம்பு பேசுவதில் நமக்குச் சற்றேனும் அவர்கள் பின்வாங்கார். ஒருவரை ஒருவர் பூஷிப்பதிலும் தூஷிப்பதிலும் பரீக்ஷை வைத்தால் அநேக ஸ்திரீகள் டாக்டர் பதவிக்குத் தகுதி யுள்ளவர்கள். நாவில் நரம்பே இல்லாமல் திட்டுவதில், திருவிடைமருதூர்ப் பெண்களுக்கு நிகரில்லை என்பது பிரசித்தம்.⁸

என்று வி.எஸ். ஸ்ரீநிவாஸ சாஸ்திரி எழுதுவது இவ்வுலகத்திற்குள் சிறிது கதவைத் திறந்து காட்டுகிறது.

'பதினாறு வயதினிலே' திரைப்படத்தின் தொடக்கத்தில் காந்திமதியும் அவருடைய பக்கத்து வீட்டுக்காரியும் கோழி திருட்டுப்போனது பற்றி மல்லுக்கட்டும்போது ஓசையை அமர்த்தி நம் கற்பனைக்கு விட்டுவிடுவார் பாரதிராஜா.

~

எவற்றைக் கெட்ட வார்த்தைகள் என்று ஒரு பண்பாடு கருதுகிறது? சமூகத்திற்குச் சமூகம், மொழிக்கு மொழி, காலத்திற்குக் காலம் வரையறை மாறுகின்றது என்றாலும் இதில் பொதுக்கூறுகள் இல்லாமல் இல்லை.

முதல் வகை, பெருவாரியான வழக்கில் உள்ள பாலியல் உடலுறுப்புகளைக் குறிக்கும் சொற்கள். சங்க இலக்கியத்தில் இயல்பாகக் குறிக்கப்படும் உடலுறுப்புகள் (அதிலும் ஆணுறுப்புக் குறிப்பிடப்பட்டிருப்பதாகத் தெரியவில்லை) பின்னாளில் அவற்றின் பாலியல்தன்மை முதன்மை பெற்று, எழுத்தில் வடிக்க முடியாத நிலை ஏற்பட்டுவிடுகின்றது. இவற்றுக்கு மாற்றாக இடக்கரடக்கல், மங்கலம் என வேறு சொற்கள் அவற்றின் இடத்தைப் பிடித்துவிடுகின்றன. இத்தகைய மாற்றுச் சொற்களே கெட்ட வார்த்தைகளாக மாறிவிடுவதுமுண்டு. இலக்கியத்தில் பாதாதிகேசம் (பாதம் முதல் தலை வரை), கேசாதிபாதம் (தலை முதல் தாள் வரை) என்ற வருணனைமுறை உள்ளதைப் பெருமாள்முருகன் குறிப்பிடுகிறார். பாதாதிகேசம் கடவுளர்க்கு உரியது; கேசாதிபாதமே மானிடர்க்கு உரியது என்பது மரபு. 'மடல்' என்ற பிரபந்த வகை உடல் வருணனைக்கு முதன்மை தருவது. பெண் உடலை ஆண்கள் வருணிக்கும்போது ரசிக்கும் ஆண் வாசக மனம், பெண்கள் அவ்வாறு எழுதினால் பதறுகிறது. சில ஆண்டுகளுக்கு முன் சுகிர்தராணி முதலான பெண் கவிஞர்களின் எழுத்துக்கு வந்த எதிர்ப்பின் உட்கிடை இது.

உலகெங்கும் அகராதியியல் என்ற துறை, மிக வைதீகமான ஒழுக்கப் பார்வை கொண்ட விக்டோரியா காலத்தில் வளர்ச்சி பெற்றதால், அகராதிகள் கெட்ட வார்த்தைகளுக்கு அதிகம் இடம்தருவதில்லை. ('குறும்பான வார்த்தைகள் ஏன் உங்கள் அகராதியில் இல்லை' என்று ஜான்சனிடம் சில பெண்கள் கேட்டபொழுது 'ஏன்? அவற்றைத் தேடினீர்களா?' என்று அவர் பதிலளித்தாராம்!) தமிழின் பேரகராதியான சென்னைப் பல்கலைக்கழக அகராதியில் ஓரளவுக்கு அவை இடம்பெற்றுள்ளன. பெண்குறியைக் குறிக்கும் பூனா வார்த்தை அதில் உண்டு. ஆனால் ஆண்குறியைச் சுட்டும் பூவன்னா வார்த்தை இல்லை.

இந்த அசூயை தொடர்ந்து நீடிக்கிறது. தகழி சிவசங்கரன் பிள்ளையின் 'செம்மீன்' நாவலைத் தமிழாக்கிய சுந்தர ராமசாமி, 'சில கெட்ட உறுப்புகள்' என்ற தலைப்பில் தம் அநுபவத்தைப் பதிவது நகைச்சுவையினூடே நுட்பம் பொதிந்தது.

> மூல ஆசிரியன் கறுத்தம்மாவின் முலைகளைப் பற்றியும் பிருஷ்டத்தைப் பற்றியும் சொல்லியிருக்கிறார். அவருக்கு ஆசை. அல்லது அவசியம். சொல்லியிருக்கிறார். என் கையெழுத்துப் பிரதி திரும்ப வந்துவிட்டது. முலைகளையும் பிருஷ்டத்தையும் வெட்டித் தரவேண்டுமென்று கேட்டுக் கொண்டு. தகழியிடம் ஒப்புதல் பெற்றுத் தந்தால் எந்தஎந்த அங்கங்களை வெட்ட வேண்டுமோ எல்லாவற்றையும் ஒன்று பாக்கியில்லாமல் வெட்டித் தருகிறேன் என்று பதில் எழுதினேன்.[9]

மலையாளிகளைவிடத் தமிழர்கள் ஒழுக்கசீலர்கள் என்பதைச் சுந்தர ராமசாமி அறியார் என்பதால் 'மொழிபெயர்ப்பாளர்களுக்கு இதுபோல் ஒரு கடிதம் இந்திய இனங்களில் தமிழனான எனக்கு மட்டும்தான் வந்திருக்கும் என்பது என் அனுமானம்' என்று முத்தாய்ப்பு வைக்கிறார்!

உறுப்புகள் சார்ந்த சொற்களைத் தவிர்ப்பதால் அச்சொற்கள் வழக்கிழந்து போகின்றன அல்லது தலைமறைவாகி விடுகின்றன. 'அல்குல்' என்பது பெண்குறியா புட்டமா இடுப்பா என்பதே இன்னும் தீர்மானமாகாமல் இருக்கிறது. இதனால் ஏற்படும் நடைமுறைத் தொல்லைகள் கொஞ்சமல்ல. தன் உடலை நேர்கொண்டு பார்க்க மறுத்துப் பாலுறுப்புகளை 'மர்மஸ்தானம்' என்று குறிப்பிடும் தன்னிலைகளால் ஆன ஒரு சமூகத்தின் மனநலம் எத்தகையதாக இருக்க முடியும்?

உடல் உறுப்புகளை முற்றும் சுட்ட முடியாமலேயே இருக்க இயலாதல்லவா? அதற்காக மீண்டும் பழைய சொற்களுக்குச்

செல்ல வேண்டியிருக்கிறது. மொழித் தூய்மையை மறந்து வட சொற்களைக் கையாள வேண்டியிருக்கிறது. (ஆங்கில மொழி இதற்கு இலத்தீனையும் பிரெஞ்சையும் கைக்கொள்கிறது.) காரணப் பெயர்களாகப் புதிதாகச் சொல்லாக்கம் செய்ய வேண்டியுள்ளது. அல்லது ஆங்கிலச் சொற்களைக் கடன்பெற வேண்டியுள்ளது. குழந்தைகளுக்கு இவற்றை அறிமுகப்படுத் தாமல் இருக்க முடியாதாகையால் மழலைச் சொற்களை உருவாக்கிக்கொள்கிறோம்.

கெட்ட உறுப்புகள் என்பதால் அவற்றின் செயல்பாடுகளைக் குறிக்கும் சொற்களும் விலக்கப்பட்டனவாகிவிடுகின்றன. இயல்பான உடல் செயல்பாடுகளான சிறுநீர் கழித்தல், மலங்கழித்தல், மாதவிடாய், குசு, விறைப்பு போன்றவற்றைச் சுட்ட வாய்ப்பான சொற்கள் அமைய முடியாமல் போய்விடுகின்றன. 'பேள்' என்ற சொல்லை இன்றைக்குப் பயன்படுத்த முடிவதில்லை. (சென்னைப் பல்கலைக்கழக அகராதியில் இடம்பெறும் இச்சொல் க்ரியாவின் தற்கால அகராதியில் இல்லை.) 'புளுத்து' என்ற சொல்லுக்கும் இதே கதிதான். மருத்துவரைப் பார்க்கும்பொழுது ஆங்கிலச் சொற்களைத் (பல சமயங்களில்) தவறாகப் பயன் படுத்துகிறோம். Masturbate என்பதைச் சுட்ட இயல்பான சொற்கள் தமிழில் இல்லை. கரமைதுனம், முஷ்டிமைதுனம் என்ற கிறிஸ்தவ நோக்கிலான பாவச்சுமையைத் தாங்கிய சொற்களும் மனப்புணர்ச்சி, கனவுப்புணர்ச்சி என்ற அவ்வளவு பொருத்தமில்லாத சொற்களுமே வழங்குகின்றன. 'சுய இன்பம்' என்ற சொல் அண்மையில் வழக்குக்கு வந்துள்ளது. தமிழில் மருத்துவத் துறை வளம்பெற இது ஒரு தடை எனலாம்.

பாடம் எடுக்கும்பொழுது உடல் உறுப்புகளைப் பற்றிக் குறிப்பிட ஆசிரியர்கள் கூசுகின்றனர். இச்சொற்களைத் தவிர்க்கப் போய் அதைவிட ரசாபாசங்கள் நடந்திருக்கின்றன. 'முலை' என்று வருமிடங்களிலெல்லாம் தமிழாசிரியர் 'முகை' என்று படிக்க 'அங்கே தேவையில்லாமல் ஏன் கை போடுகிறீர்கள்!' என ஒரு மாணவன் கேட்டிருக்கிறான். ஏடாகூடமான பாடலுக்கு ஒரு குறும்பு மாணவன் விளக்கவுரை கேட்க 'விளக்குமாற்றால் விளக்குதும்' என இரட்டுற மொழிந்திருக்கிறார் பரிதிமாற்கலைஞர்.

மனித உடலிலிருந்து வெளியேறும் பொருள்களுக்குரிய சொற்களைக் குறிப்பிடுவதிலும் பெரிய தடை உள்ளது. 'பீ' என்ற சொல்லைப் பயன்படுத்த முடிவதில்லை. பெருமாள்முருகன் 'பீக் கதைகள்' என்றே ஒரு தொகுப்பு வெளியிட்டிருக்கிறார்; அதிர்ச்சி ஏற்படுத்தியதைத் தவிரப் புத்தகம் விற்பனை வரவேற்புப் பெறவில்லை எனத் தெரிகிறது. பெரியார் – மணியம்மை

திருமணத்தைக் கண்டித்து 'மலம் மூடத்தான் மலர் பறித்தேன் என்றால் குளிர்மலர்ச் சோலைதான் கோவென்றழாதோ!' என்று பாரதிதாசன் பாடியபோது பலர் அதிர்ந்தார்கள்.

'மலம்' என்பது சைவ சித்தாந்தத் தத்துவப் பொருள் பெற்றுவிட்டது. 'விந்து' தமிழ்ச் சொல்லா எனத் தெரியவில்லை. தமிழ்க் கொக்கோக ஆசிரியர் 'சுக்கிலம்' என்பதை நேராக 'வெண்மம்' என மொழிபெயர்த்திருக்கிறார்.

மலம், மூத்திரம் ஆகியன பற்றி எழுதும் இலக்கிய வகைமை மேற்கத்திய மரபில் தனியே உண்டு. *Scatology* என்று இதற்குப் பெயர். மேற்கத்திய மரபிசை மேதை மொசார்ட்க்கு இவ்வகை எழுத்தில் ஈடுபாடு உண்டு. பெருமாள்முருகன் கதைகளை இவ்வகையினத்திற்குள் அடக்க இயலுமா எனத் தெரியவில்லை. ம.இலெ. தங்கப்பா நகைச்சுவை கருதி இதனைச் சில இடங்களில் பயன்படுத்தியிருக்கிறார்.

ஒரு பெண் பருவமெய்துவதைக் குறிக்கப் பற்பல பூடக மானதும் வெளிப்படையானதுமான சொற்களைக் கொண்ட தமிழில் (நான் முதலமைச்சரானால் 'ஆளானது' என்ற சொல்லை வைரமுத்து பயன்படுத்தக்கூடாது என்று ஒரு தடைச்சட்டம் போடுவேன்.) *'menopause'*ஐக் குறிக்கும் சொல் இல்லை. (தேடினால் வட்டார மொழிகளில் கிடைக்கலாம்.) 'தூமையைக் குடிக்கிறவனே' என்பது இதனால் வசைச்சொல்லாகிவிடுகிறது. (தூமையைத் தீட்டாகக் கருதுவதைச் சிவவாக்கியர் கடுமையாகக் கண்டிக்கிறார்.)

எனவேதான் மனித உடலின் வளர்ச்சியையும் இயக்கத்தையும் கூச்சமின்றிப் பதியும் பட்டினத்தாரின் 'உடல்கூற்றுவண்ணம்' அதன் பிற்போக்கான கருத்தியலையும் மீறி இன்றும் அதிர்வலை களை ஏற்படுத்துகிறது.

~

சாதாரண உடல் இயக்கத்தையே கூச்சத்துடன் பார்க்கும் ஒரு சமூகம் புணர்ச்சியைப் பற்றி எந்தப் பார்வையைக் கொண்டிருக்கும் என்று சொல்ல வேண்டியதில்லை. புணர்ச்சியைக் குறிக்கும் தமிழ்ச் சொற்களெல்லாம் கெட்ட வார்த்தைகளாக மாறிவிட்டன. 'உடல் உறவு' என்ற மொன்னையான புதிய சொல்லாக்கம் பொதுமொழியில் இடம்பெற்றுவிட்டது.

ஆங்கிலத்தில் இதற்கு நேர்மாறான நிலை. *Fuck* என்ற சொல் அதன் மூலப்பொருளை இழந்து அசைச்சொல்லாகவும் அடைமொழியாகவும் மாறிக் (*Bastard* என்ற சொல்லுக்கும்

இதே நிலைதான்) கெட்ட வார்த்தைகள் அனைத்தையும் குறிக்கும் நான்கெழுத்துச் சொல் (*'four-letter word'*) என்னும் சுட்டியுமாகிவிட்டது.

புணர்ச்சியைக் குறிக்கும் 'ஓழ்' கெட்ட வார்த்தையானது போல அதன் அனைத்து வடிவங்களும் கெட்டவையாகின்றன. 'முறை' மீறிய உறவுகள் இதில் முதன்மை பெறுகின்றன. பல வசைச் சொற்கள் தகாப்புணர்ச்சி விலக்கைக் (*incest taboo*) குறிப்பனவாக இருப்பதைக் காணமுடிகிறது. (தாயோளி, ஓக்காளி போன்றவை.) சில சமயங்களில் உறவுமுறைப் பெயர்களேகூட ஏசுவதற்குப் பயன்படுகின்றன.

அடுத்த நிலை விலங்குகளுடன் புணர்வதைக் குறிப்பது. வாய்வழிப் புணர்வதைக் குறிக்கும் சொற்களும் மிக வழக்கமான வசைகளாகும். குதப்புணர்ச்சியைச் சுட்டும் வசவுகள் இந்தி மொழியில், குறிப்பாக போஜ்பூர் வட்டார மொழியில் அதிகம். தமிழில் அப்படி இல்லை.

ஒருபால் புணர்ச்சியைக் குறிக்கும் வசைச்சொற்கள் தமிழில் இருப்பதாகத் தெரியவில்லை. ஆங்கிலத்தில் *bugger* என்ற சொல் மிக அண்மைக் காலம் வரை பெருவழக்காக இருந்திருக்கிறது. ஒருபால் உறவைத் தமிழ்ச் சமூகம் வெறுக்கவில்லை என்பதற்கு இதை ஆதாரமாகக் கொள்ளலாமா எனத் தெரியவில்லை. வகுப்புக்கு வராத மாணவர்களை 'வண்டியடிக்கிற பயல்கள்' என்று அக்காலத்தில் மதுரை தியாகராசர் கல்லூரிப் பேராசிரியர் ஒருவர் வைவாராம். இங்கே 'கு'னாவுக்கு 'வ'னா போலியாகும்.

சாதிப் படிநிலையை வற்புறுத்திய இந்தியச் சமூகத்தில் சாதி சார்ந்த வசைகள் இருப்பது இயல்பே. பல வேளைகளில் ஒருவருடைய சாதியைப் 'பயல்', 'நாய்' முதலான பின்னொட்டோடு சுட்டுவதேகூடப் போதுமான வசையாக அமைந்துவிடுகின்றது. தலித் சாதிப் பெயர்கள் இந்தவகையில் மிக இழிவாகப் பயன் படுத்தப்படுகின்றன. இன்று தலித் சாதிப் பெயர்களை வசவாக வழங்குவது குற்றமாகும். ஆனால் 'பறையர்' என்ற சொல் ஆங்கில மொழியில் நுழைந்து இருநூறாண்டாகி நிலைபெற்றும்விட்டது.

மேலைச் சமூகத்தில் *'racial slurs'* என்றொன்றுண்டு. எதிராளியின் இனத்தைச் சுட்டும் இச்சொற்கள் வேலைக்கு உலை வைக்கக்கூடிய அளவுக்குக் குற்றமாக இன்றைய ஜனநாயக உலகில் கருதப்படுகின்றன. கறுப்பின மக்களைச் சுட்டும் *nigger*, தெற்காசிய மக்களைச் சுட்டும் *paki* என்பவை இதில் அடங்கும். அயல் இனத்தவரை ஆரியர் 'மிலேச்சர்' என்றனர். வெள்ளையரைப் பரங்கியர் என்றனர் தமிழர்.

Frank என்பதனடியாகப் பிறந்த Feringhee தமிழில் பரங்கி எனப்பட்டு இழிவழக்காகியது. அதேபோல் இந்தியாவுக்குள் முதல்நிலையில் வந்த இசுலாமியரான துருக்கர் என்பது அனைத்து இசுலாமியரையும் சுட்டும் 'துலுக்கர்' என்ற வசைச் சொல்லாகியது.

சாதிய அமைப்பின் இறுக்கம் காரணமாக அதைக் குலைக்கும் செயல்பாடுகள் வசவுகளாக வடிவம் பெற்றதில் வியப்பில்லை. சாதிக் கலப்பின் வழியாகப் பிறந்தவர்களைச் சுட்டும் 'சண்டாளன்' என்ற சொல் மிகப் பரவலாகப் புழங்கும் வசைச்சொல்லாகும். 'சாதி கெட்ட பயல்', 'சாதி கெட்ட களவாணிப் பயல்' முதலான வசைகள் இதனடியாக வந்தவையே. 'பலபட்டடை' என்பதையும் இதனோடு சேர்த்துக்கொள்ளலாம். சாதிப் படிநிலையைப் பின்பற்றும் தமிழ்ச் சமூகமும் அதன் மேல்சாதியாரும் பாலுறவு முறைமீறலையும் சாதி அமைப்பு மீறலையும் இணைத்து அஞ்சுகின்றனர். தஞ்சை நிலவுடைமை சார்ந்த பார்ப்பனர்கள் பயன்படுத்திய வசவுகள் பற்றிய கீழ்க்காணும் பதிவு மனங்கொள்ளத்தக்கது:

> அவர்கள் பேசிக்கொள்வதைக் கேட்க வெட்கமாக இருக்கும். எத்தனை வயசாயினும், கேவலம் இழிவான கெட்ட வார்த்தைகள் சொல்வர். தாய், பெண்சாதி, கூடப்பிறந்தவர் எல்லோர் கற்பையும் அழிக்க நாக்குக் கூசாது. கற்பை அழிக்கும் திருட்டு மாப்பிள்ளைகளோ கீழ்ஜாதியார்; ஒவ்வொரு வேளையில் நாலு கால் மிருகங்களையும் அழைப்பார்கள்.[10]

சாதி, மதம் ஆகியன தூய்மை – தீட்டு என்றவாறும் தொழிற்படுகின்றன. அந்தவகையில் எச்சில் தீட்டாகின்றது. 'எச்சக்கலை நாய்' முதலானவை இதனடியாக வசைகளாகின்றன. 'தூமையைக் குடிக்கிறவனே' என்ற வசவும் தீட்டுச் சார்ந்ததே.

~

சமூக, பண்பாட்டு, மொழி, வரலாற்று ஆய்வுக்கு மனிதச் செயல்பாடுகளின் எந்தப் பகுதியும் விலக்காக இருக்க முடியாது. மனித வாசனை மூக்கை எட்டியதும் இரை கிட்டியதென மகிழும் தேவதைக் கதை அரக்கனைப் பற்றிப் பிரெஞ்சு வரலாற்றாசிரியர் மார்க் பிளாக் குறிப்பிடுவார். சமூகவியல் ஆய்வாளர்களும் அப்படித்தான் இருக்க வேண்டும். மனித வாழ்க்கைத் தொடர்புடைய எதுவாயினும் அது ஆய்வுத் தேட்டத்தைக் கிளர்த்த வேண்டும். கெட்ட வார்த்தைகளிலிருந்து வீசுவதோ மனிதத் துர்வாடை. 'கெட்ட வார்த்தை பேசுவோம்'

இதைக் கவனப்படுத்திக் கெட்ட வார்த்தைகள் பற்றிய ஆய்வுக்குக் கதவு திறந்திருக்கிறது. பெருமாள்முருகனை நினைத்துப் பெருமை கொள்ளப் பல காரணங்கள் உண்டு. இந்த நூலும் அதில் சேர்த்தி.

குறிப்புகள்

1. வ.ச. ஸ்ரீநிவாஸ சாஸ்திரியார், *மீண்டும் வாழ்ந்தால்..?* கலைமகள் காரியாலயம், சென்னை, 1944, ப. 48.
2. மேலும் விவரங்களுக்குக் காண்க: *A.R. Venkatachalapathy, The Province of the Book: Scholars, Scribes and Scribblers in Colonial Tamilnadu, Permanent Black, Ranikhet, 2012, chap. 6 .*
3. இவ்வாறு அண்மையில் வெளியானதொரு நூல்: *Melissa Mohr, Holy Sh*t: A Brief History of Swearing, Oxford University Press, New York, 2013.*
4. இதனை முதலில் 'முல்லை' (1946) இதழில் வெளியிட்ட கு. அழகிரிசாமி, தம் கட்டுரை நூல் எதிலும் சேர்க்கக் கூடாது என்று குறித்துவைத்திருந்திருக்கிறார்! அவருடைய மறைவுக்குக் கால் நூற்றாண்டுக்குப் பிறகே இது தொகுக்கப்பட்டது.
5. *விவேக சிந்தாமணி* (அ. மாணிக்கம் உரை), மணிவாசகர் பதிப்பகம், சென்னை, 1990, ப. xxxiii.
6. ஆ.இரா. வேங்கடாசலபதி, *முச்சந்தி இலக்கியம்,* காலச்சுவடு பதிப்பகம், நாகர்கோவில், 2004, ப. 82
7. சுந்தர ராமசாமி, 'என் நாவல்கள்', *விரிவும் ஆழமும் தேடி,* காலச்சுவடு பதிப்பகம், நாகர்கோவில், 1998, ப. 264
8. வ.ச. ஸ்ரீநிவாஸ சாஸ்திரியார், *மீண்டும் வாழ்ந்தால்..?,* ப. 58.
9. சுந்தர ராமசாமி, 'சில கெட்ட உறுப்புகள்', *விரிவும் ஆழமும் தேடி,* ப. 242.
10. வ.ச. ஸ்ரீநிவாஸ சாஸ்திரியார், *மீண்டும் வாழ்ந்தால்..?,* ப. 47 – 8.

***காலச்சுவடு*, செப்டம்பர், 2013**

பின்னிணைப்பு

மணல்வீடு இதழில் வெளியான கடிதங்கள் சில

கடந்த காலத்துக்குச் சொந்தமானாலும் மறக்க முடியாத ஒரு படைப்பு அறிஞர் அண்ணாவின் 'கம்பரசம்.' காலம் கடந்து நிற்கும்படியான இலக்கியமொன்றைச் செய்துவிட்டு 'எதையும் தாங்கும் இதயம்' என்ற புகழுக்குச் சொந்தக்காரராக்கி விட்டது. அவரது நூற்றாண்டு விழா அரசு சார்பில் ஆரம்பித்திருக்கும் வேளையில் கம்பரசம் பற்றி நிறையவே சொல்லியிருந்த்து மணல்வீடு. உண்மையில் கண்டனமா அல்லது வெறும் விமர்சனமா அல்லது இருவிதமான புரிதலேற்படுத்தும் ஆழ்ந்த அனுபவமா என்பது போன்ற ஒரு சோதனை செய்திருந்தது. தமிழுக்கு வாய்த்த அதிர்ஷ்டம் கம்ப ராமாயணம் என்ற நூல். கம்பரசம் ஒரு இலக்கியப் பொக்கிஷம்தான்.

சாமி,
திருவண்ணாமலை
மணல்வீடு, இதழ் எண் 4

சீதையின் முலைகள் போகப், பக்கங்கள் தோறும் நிறைய அல்குல்கள் இருந்தன. ஆனால் 'அது' மட்டும் ஆண்குறிதானாக்கும்? என்னய்யா இது நியாயம்? பெண்ணியம் பேசுகின்ற ஆணாதிக்கவாதிகள்தாமோ நாமும்?

களந்தை பீர்முகம்மது,
சென்னை.
மணல்வீடு, இதழ் எண் 4

பா. மணியின் புணர்ச்சி குறித்த சிந்தனைகள் சிறப்பு. புணர்ச்சி குறித்து மக்கள் புழங்கும் சொற்களேதும் இலக்கியங்களில் பதிவாகாமல் போனதில் அதிகார மற்றும் ஒழுக்கம் சார்ந்த அரசியல்களின் பங்கு நிறையவே இருந்திருக்கும்.

மக்களிடையே புழங்கும் பழமொழிகளிலும் சொலவடைகளிலும் புணர்ச்சியைக் குறிக்கும் சொற்களும் ஆண்குறி/பெண்குறி குறித்த சொற்களும் தாராளமாய்ப் புழங்குகின்றன. எங்கள் தஞ்சைப் பகுதியில் புணர்ச்சியைக் குறிக்க 'ஓழுத்தல்' என்ற சொல்லே பயன்படுத்தப்படுகிறது. ழகரம் அழுத்தம் திருத்தமாகப் பயன்படுத்தப்படுகிறது. இங்கே 'நொக்கால ஓழி' என்றுதான் திட்டுகிறார்கள். (இன்னும் நுட்பமாகச் சொல்ல வேண்டுமெனில், திட்டுதல் எனில் சபித்தல் ஆகும். வைதல் எனில் வெறும் வசவு எனப் பொருளாகும். இங்கே 'நீ நாசமாப் போக' – இது திட்டு. 'படவா', 'ராஸ்கலு' – இது வசவு.) 'நோயிய்ய ஒழுக்க' என்றும் 'வல்லார ஓழி' என்றுமே வசை அமைகிறது. எனக்குப் பலகாலமாகவே ழகரமே சரியானது என்ற எண்ணம் உண்டு. இலக்கண ரீதியாக விளக்கும் அல்லது உலகச் செவ்வியல் மொழிகளோடு ஒப்பு நோக்கும் (இதில் ஆங்கிலம் என்கிற கடன்வாங்கி வணிக மொழியை விட்டுவிடலாம்.) வல்லமை எனக்கு இல்லாததால் நான் இது குறித்து எழுதாதிருந்தேன்.

ஒருமுறை கவிஞர் பழமலயோடு பேசிக்கொண்டிருந்தபோது 'பிரபஞ்சமெங்கும் நிலையாக இருந்து வருவதால் இருள்/இருட்டு என்றழைக்கப்படுகிறது. அவ்வப்போது வெளிப்படுவதால் 'வெளிச்சம்' என்றழைக்கப்படுகிறது' என்று இருளுக்கும் வெளிச்சத்துக்கும் ஒரு விளக்கம் சொன்னார். அடடே இதுவும் நன்றாயிருக்கிறதே என்று அப்போது நான் நினைத்தேன். இதனைப் போலவே நான் 'ஒழுத்தல்' ஒழுக்கம்தான் நமது 'ஒழுக்கம்' தோன்றக் காரணச்சொல்லோ என்று எண்ணினேன். என்ற சொல்லிற்குத் தமிழ்ப் பேரகராதி சொல்லும் பல பொருள்களில் நன்னடக்கை முறை, உலகம் ஓம்பிய நெறி போன்ற பொருள்களைக் காணும்பொழுது ஒழுக்கம் என்ற கருத்துரு/வாழ்முறையே இந்த ஒழுக்குதலில் தோன்றிய 'ஒழுங்குபடுத்தலில்தான்' உதித்திருக்க வேண்டும் என்று நான் எண்ணினேன். யாரை ஒழுக்க வேண்டும், யாரை ஒழுக்கக் கூடாது என்ற விதிமுறைகளை உண்டாக்கத் தொடங்கி நடைமுறைப்படுத்தியதுதான் அகில உலக மக்கள் குழுக்கள்/இனக்குழுக்களின் அடிப்படை/ஆதி ஒழுக்கக் கோட்பாடாக இருந்திருக்க வேண்டும். அவற்றிலிருந்துதான் இன்றைய அனைத்து ஒழுக்கங்களும் தோன்றியிருக்க வேண்டும் என்பது என் எண்ணம். அதாவது வரன்முறையற்ற புணர்தலில் தோன்றிய மதிப்பீடுகள்,

பின்னர் உயிர் வதை சார்ந்தும் இன்னபிற சார்ந்தும் வாழ்வின் ஆயிரமாயிரம் மதிப்பீடுகளை மனிதகுலம் ஏற்படுத்திக்கொள்ளக் காரணிகளாக அமைந்திருக்கலாம். எனவேதான் இன்றளவும் 'உன் அன்னையைப் புணர்வேண்டி/டா (நோயி = உன் + ஆயி, ஆயி என்றால் அம்மா)' என்ற ஒரே வசைக்கு ஒரு லட்சம் வரை தண்டம் வசூலிக்கப்படுகிறது எங்களூரில். அல்லது கொலை விழும். (இந்த வசவு ஆணிய மேலாண்மை சார்ந்தது என்பது வேறு செய்தி.)

தாய்வழிச் சமூகத்தில் உறவு கொள்ளுதல் கட்டுப்பாடு அற்றதாகவே இருந்திருக்கிறது. இனக்குழுவின் பெண்கள் தாங்கள் யாரோடு உறவு வைத்துக்கொள்ள வேண்டும் என்பதனைத் தாங்களே தீர்மானித்துக்கொண்டார்கள். பின்னர் தந்தை வழிச் சமூகம் தோன்றத் தொடங்கிய பொழுது உரிமை/உடைமை போன்ற கருத்துருக்களோடு இந்த ஒழுக்கக் கருத்துருவும் தோன்றிப் பரப்பப்பட்டிருக்க வேண்டும். அதாவது ஒழுத்தலில் தோன்றிய நெறிப்படுத்தல்களே இன்றைய ஆயிரமாயிரம் ஒழுக்கக் கோட்பாடுகளின் வித்து எனலாம்.

இவை என் எண்ணங்கள் மட்டுமே. இதனைச் சான்றோர் களின் ஆய்வுக்கு வைக்கிறேன்.

இதனைப் போலவே ஆண்குறியைக் குறிக்கும் சொற்களையும் (புடுக்கு– 'தனக்குத் தனக்குன்னா புடுக்கும் களையெடுக்கும் – பழமொழி.) பெண்குறியைக் குறிக்கும் சொற்களையும் (புண்டது = உடைந்தது, புண் = காயம்/வடு, சுண்ணித்தல் = நீற்றுதல், பூசுதல் போன்றும் 'மல்லாந்தா மானி தெரியும், குனிஞ்சாக் கூதி தெரியும்' – பழமொழி. பெண்குறி முன்புறமும் இல்லை, பின்புறமும் இல்லை, அது கால்களை நோக்கி இருக்கிறது போன்றும்) நாம் ஆய்வு செய்யலாம்.

நமது நகைச்சுவை அலைவரிசைகளில் 'சிரிசிரி' என்று போடுகிற போது எனக்கு என் இளமைக்காலம் நினைவுக்கு வந்துவிடும். சிரிப்பேன் லேசாக. 'சிரி' என்றால் பெண்குறியின் சிறுநீர்த் துளைக்கு மேலுள்ள பகுதியைக் குறிக்கும். எங்களூரில் ('மசுறு இருக்கே அதுல சொல்லு' என்பது போல 'எஞ்சிரி இருக்கே அதுல சொல்லு' என்று பெண்கள் அப்போது வைவார்கள்.) போலவே விவேக், 'சென்னை என்னைப் போடா வெண்ணெய் என்றது' என்றாலும் வடிவேல் 'சும்மார்ரா எங் வெண்ணெ (ய்)' என்று சொன்னாலும் எனக்குச் சற்று சங்கடமாக இருக்கும். ஆண்குறியின் தலைப்பகுதியைச் சுத்தம் செய்யாது போனால் சேரும் வெண்ணிற அழுக்கிற்குப் பெயர் எங்களூரில் 'வெண்ணெய்.' (இஸ்லாமியர்களுக்கு இந்தப் பிரச்சினை

இல்லை.) ஆனால் நல்லவேளையாக இவையெல்லாம் இன்றைய தலைமுறைக்கு வந்து சேரவில்லை.

கட்டுரையில் இரண்டு திருத்தங்கள்

1. மகளைப் புணர்ந்த செய்தி வெளிநாட்டுச் செய்தியல்ல. இந்தியாவில் வட மாநிலமொன்றில் நடந்தது.

2. அம் + காளை = அக்காளை என்று புணராது என்று நினைக்கிறேன். அது 'அந்தக் காளை' என்ற பொருளில் வரும். அ + காளை = அக்காளை இல்லையா?

பா. மணிக்கும் தைரியமாக வெளியிடும் ஹரிக்கும் வாழ்த்துக்கள்.

இராமசாமி ரெங்கசாமி நடேசு
மணல்வீடு, இதழ் எண் 10 & 11

பொருளடைவு

அகலிகை, 118, 120, 121, 122

அண்ணாதுரை, சி.என்., 67, 68, 69, 70, 73, 75

அண்ணாமலைப் பல்கலைக் கழகம், 29, 44, 97

அத்வைதப் பெருங்காப்பியம், 119

அயோத்தி, 74

அரங்கராசன், மருதூர். ச., 136, 137

அர்ச்சுனன் சண்டை, 19

அல்குல், 9, 15, 22, 23, 24, 25, 26, 27, 28, 33, 34, 35, 36, 38, 40, 41, 42, 43, 45, 47, 48, 49, 50, 51, 52, 60, 61, 62, 63, 64, 65, 66, 71, 72, 73, 74, 76, 77, 78, 79, 84, 85, 86, 88, 89, 90, 91, 92, 94, 98, 107, 115, 121, 122, 123, 127, 128, 151, 159, 166

அழுகுணிச் சித்தர், 49

அனந்தராமையர், இ.வை., 36

அனுமன், 71, 74

ஆடிப்பெருக்கு, 114

ஆண்குறி, 78, 79, 85, 94, 95, 96, 97, 98, 99, 100, 103, 123, 159, 166, 167, 168

ஆண்டாள், 43, 153

ஆணுறுப்பு, 33, 158

இந்திரன், 34, 120, 121, 122, 123, 137

இரட்டைப் புலவர்கள், 112

இராசேந்திரன், ம., 58

இராமசாமிப் புலவர், சு.அ., 93, 103, 114, 147

இராமன், 121, 122

இராவணன், 69, 71, 74, 86

இலங்கை, 71, 74

இளம்பூரணர், 63

இறக்கை, 122

உ.வே.சா. நூல் நிலையம், 125

எம்.ஜி.ஆர், 140

ஏகம்பவாணர், 138

ஏறுவெயில், 57, 59

ஐங்குறுநூறு, 103

ஒழுத்தல், 126, 167
ஓல், 105, 106
ஓலன், 105
ஓலி, 105, 106
ஓழ், 105, 126, 162
ஓஷோ, 26
கங்கை, 109
கடிகைமுத்துப் புலவர், 138
கண்டாரோலி, 106
கண்ணதாசன், 30
கண்ணபிரான், 90
கண்ணன், 91
கபிலர், 48
கம்பர், 69, 70, 71, 72, 73, 74, 129, 138, 139, 140, 141, 142, 143, 144, 145, 146, 147
கம்பரசம், 68, 69, 70, 73, 75, 166
கம்பராமாயணம், 68, 73, 166
கரண்டகம், 78, 79
கர்ணன், 87
கருணாநிதி, 67
கருமுகம், 97, 98
கருமுகமந்தி, 97
கலசம், 71, 131
கலித்தொகை, 33, 34, 35, 36, 38, 48, 150, 151
கலைச்சி, 132
கலைமகள், 53, 164

கலைவாணி, 137
காலின் மெக்கன்சி 54, 58
காலின் மெக்கன்சி வரலாறும் சுவடிகளும், 58
காளமேகப் புலவர், 77, 78, 79, 80, 84, 89, 90, 99, 100, 108, 124, 130, 131, 133, 138, 153
காளிமுத்துப் புலவர், 138
கிருட்டிணசாமி, க., 55, 56
கு.ப.ரா., 120
குஞ்சு, 99
குந்தி, 87
கும்பகோணம், 89, 118
குமரகுருபரர், 30
குழி, 41, 96
குறிஞ்சிப்பாட்டு, 48
குறுந்தொகை, 23, 24, 25, 27, 29, 33, 35, 38, 44, 106
கூத்துப் பட்டறை, 21
கூதி, 58, 92, 102, 103, 168
கொங்கை, 146, 153
கைக்கரகம், 80, 131
கைமுட்டி, 58
கொங்கு வட்டாரச் சொல்லகராதி, 58, 59
கொங்கு நாட்டுப் பழமொழிகள், 57
கொங்கு நாட்டுப்புறப் பாடல்கள், 55, 58
கொட்டை, 101, 121, 122

கெட்ட வார்த்தை பேசுவோம்

கோதண்டபாணி, 71

கோபாலையர், தி.வே., 65, 66

கோயம்புத்தூர் வரலாறு, 54

கோவை ஞானி, 94

கௌதம முனிவன், 120, 121

கௌரவர், 86, 87, 89

ங்கொக்காலோலி, 106, 110

சக்கரம், 80, 82

சக்தி, 121

சங்க இலக்கியம், 22, 23, 26, 27, 33, 39, 48, 50, 76, 95, 106, 107, 147, 152, 158

சத்திமுற்றப் புலவர், 123

சரஸ்வதி பூஜை, 83

சரஸ்வதி மகால், 53

சாமிநாதையர், உ.வே., 28, 29, 39, 41, 44, 51, 53, 77, 103, 118, 127

சிக்மண்ட் பிராய்டு, 31

சிதி, 87, 88, 89, 90, 92, 99

சிலப்பதிகாரம், 39, 40, 50

சிவன், 101, 102, 109, 110, 137, 144

சிறுநீர், 46, 97, 160, 168

சீதை, 71, 72, 73, 74, 86, 147, 166

சீவக சிந்தாமணி, 40, 43, 72, 128

சீனிவாசன், ச., 82, 87, 93

சுக்ரீவன், 86

சுகுமாரன், 46

சுண்ணி, 98, 100, 101, 102, 168

சுந்தர ராமசாமி, 32, 154, 157, 159, 164

சுப்பிரமணியப் பிள்ளை, கா., 113, 114, 130, 131, 136, 137, 138, 147

சுய இன்பம், 116, 160

சூத்தாம்பட்டை, 64, 66, 98, 99

சூத்து, 98

சூந்து சுற்றுதல், 55

சூளாமணி, 35

சென்னைப் பல்கலைக்கழகம், 53, 54, 159, 160

சேதுப்பிள்ளை, ரா.பி., 69

சேனாவரையர், 97, 103

சைவ சித்தாந்த நூற்பதிப்புக் கழகம், 86, 129, 144

சோமசுந்தர பாரதியார், நாவலர்., 64, 69

சோமசுந்தரனார், பொ.வே., 48

சௌரிப்பெருமாள் அரங்கன், 27, 28, 29

ஞானக்கூத்தன், 47

தஞ்சாவூர், 36, 53, 58, 66, 88, 89, 103, 125, 149

தமிழ் இலக்கணப் பேரகராதி, 65, 66

தமிழ் நாவலர் சரிதை, 116

தமிழ் லெக்சிகன், 88

தமிழ்ப் பல்கலைக்கழகம், 36

தமிழன்பன், ஈரோடு, 125

தனம், 127

தனிப்பாடல் திரட்டு, 82, 84, 86, 93, 103, 114, 125, 129, 130, 137, 138, 147

தாமோதரம் பிள்ளை, சி.வை., 35, 36, 151

தாயோலி, 41, 96, 106, 112

திணைமொழி ஐம்பது, 49

தியாகராசப் பெருமான், 81

திராவிட நாடு, 69

திருகுடந்தை, 89

திருக்குறள் 53, 112, 113, 121, 134

திருத்தொண்டர் புராணம், 68

திருப்பாவை, 43, 153

திருமலைராயன், 79

திருமால், 73, 102, 137

திருமுருகாற்றுப்படை, 40, 41

திருவள்ளுவர், 134

திருவாரூர், 81

திருவேங்கடநாதர், கீழ்மாத்தூர், 119, 123

திரௌபதி, 86

தினத்தந்தி, 140

தீ பரவட்டும், 68, 69, 75

தீராநதி, 94

துரியோதனன், 86

துரைசாமிப்பிள்ளை, ஔவை. சு., 117

தேவநேயப் பாவாணர், ஞா., 97, 103

தொல்காப்பியம், 35, 47, 60, 64, 65, 66, 103

தொல்காப்பியர், 49, 62, 96

தோண்டி, 79, 80, 82, 131

நக்கீரர், 40, 41

நச்சினார்க்கினியர், 36, 41, 44, 48, 51, 63

நஞ்சுணி, 94, 101

நல்லந்துவனார், 48

நல்லறப் பதிப்பகம், 82, 88, 114, 129, 137, 138, 141, 142, 144, 147

நன்னூல், 81

நாகார்ச்சுன சண்டை, 19

நித்யானந்தர், 141

நீலகண்டன், 101

நீலப்படம், 115

பசுபதி, ம.வே., 125

படிக்காசுத் தம்பிரான், 138

பத்துப்பாட்டு, 39, 40, 41, 42, 44, 51

பதினெண்கீழ்க்கணக்கு, 51

பரதன், 69

பர்ஸி மக்வின், 53, 54

பருமம், 99, 100, 107, 111, 112

பருமாணி, 85, 99, 100

பலப்பட்டடைச் சொக்கநாதர், 138

பழமொழி நானூறு, 49

பழனியப்பன், நா., 87, 93

பாட்டும் தொகையும், 50, 51

பாம்பன் சுவாமிகள், 88

பாரதியார், 66

பார்வதி, 109

பாலசுந்தரம், பாவலேறு, ச., 64, 66, 98, 103

பாலமுருகன், மே.அ., 58

பாலுறவு, 19, 21, 24, 31, 32, 52, 54, 55, 57, 115, 116, 117, 163

பிரபோத சந்திரோதயம், 118, 119, 122, 125

பிரமன், 137, 138, 144, 146

பிள்ளையார், 109

பிறப்புறுப்பு, 22, 45, 51, 63, 64, 66, 78

பீ, 97, 99, 160

புண்டை, 92

புண்ணாங்குழி, 41

புணர்ச்சி, 25, 26, 62, 63, 64, 66, 74, 78, 79, 85, 104, 105, 106, 107, 108, 109, 111, 112, 114, 126, 128, 131, 142, 160, 161, 162, 167

புத்தர், 30

புதுமைப்பித்தன், 120, 154

புலியூர்க் கேசிகன், 87, 90, 93, 129, 141, 142, 143, 144, 145, 147

புழுலு, 58

பூம்புகார் பதிப்பகம், 75, 125

பூவராகம் பிள்ளை, ஆ., 97, 103

பெண்குறி, 78, 79, 82, 123, 159, 167, 168

பெண்ணுறுப்பு, 26, 27, 28, 33, 34, 41, 63, 78

பெரியபுராணம், 68, 74

பெரியார், 68, 74, 81, 108, 109, 160

பெருங்கதை, 40, 77

பெருமாள்முருகன், 57, 58, 59, 152, 155, 158, 160, 161

பொச்சு, 98

பொச்சுக்குட்டு, 64, 99

பொருநராற்றுப்படை, 42

மகாபாரதம், 86

மஞ்சள் பத்திரிகை, 116

மணிமேகலை, 50

மதுரை நாயக்கர், 119

மல், 97

மலம், 99, 161

மலவாய், 98

மலையருவி, 53, 55, 58

மன்மதன், 132, 137

மாடம், 85, 86, 92

மாணி, 99, 100, 107, 111, 112

மாணிக்கம், புலவர்., 88, 93, 164

மீனாட்சி, 109

மீனாட்சி சுந்தரம், 57

முட்டைக்காரி, 32

முடத்தாமக் கண்ணியார், 41, 42, 43, 44

முத்தொள்ளாயிரம், 134

முருகன், 41, 109, 137

முலை, 22, 28, 42, 70, 71, 72, 73, 74, 80, 111, 124, 125, 127, 128, 131, 132, 144, 145, 146, 147, 159

மோகனாங்கி, 80

யாப்பருங்கலம், 44

யோனி, 22, 23, 42

யோகியார், ச.து.சு., 120

ரஞ்சிதா, 141

இராமாயணம், 69, 121, 140

ராஜநாராயணன், கி., 28, 155

ராஜம், எஸ்., 50

வக்காலி, 110, 112

வடமொழி அகராதி, 88

வரதன், 89

வல்லி, 144, 145, 146

வால்மீகி ராமாயணம், 71

வாலி, 86, 89, 132

வானமாமலை, நா., 55

விசுவாமித்திரன், 71

விதைக் கொட்டை, 121

விந்து, 161

விஜயதசமி, 83

வீரசோழியம், 35

வீரராகவ முதலியார், 138

வெள்ளைவாரணன், க., 66

வேணுகோபாலன், வ., 119, 125

ஜகந்நாதன், கி.வா., 53, 58

ஜெய்கணேஷ், பா., 54

ஜெயமோகன், 94

❖